ஜெர்மன் தமிழியல்
நெடுந்தமிழ் வரலாற்றின் திருப்புமுனை

ஜெர்மன் தமிழியல்

நெடுந்தமிழ் வரலாற்றின் திருப்புமுனை

க. சுபாஷிணி

மலேசியாவில் பிறந்து ஜெர்மனியில் வாழ்ந்து வருபவர். கணிணிப் பொறியியல் துறையில் ஜெர்மனியில் பணிபுரிந்து வருபவர். தமிழ் மரபு மற்றும் வரலாற்று ஆய்வாளர். தமிழை உலகம் முழுமைக்கும் கொண்டு செல்லும் முனைப்பில் உலகின் பல நாடுகளுக்குத் தொடர்ந்து பயணித்து வருபவர். தமிழியல் தொடர்பான பண்டைய தமிழ் ஆவணங்களின் இணைய மின்னாக்கப் பணிகளில் முன்னோடியாகவும், பன்னாட்டு தமிழ் மரபு அறக்கட்டளையின் தலைவராகவும் விளங்குபவர். ஐரோப்பாவிற்கும் தமிழகத்துக்குமான நீண்ட கால தொடர்புகள், ஐரோப்பியர்களின் தமிழ் இலக்கிய, இலக்கண முயற்சிகளில் ஆழ்ந்த ஈடுபாடு கொண்டு தொடர்ந்து ஆராய்ந்து வருபவர்.

க. சுபாஷிணி

ஜெர்மன் தமிழியல்
நெடுந்தமிழ் வரலாற்றின் திருப்புமுனை

காலச்சுவடு பதிப்பகம்

அன்பார்ந்த வாசகருக்கு,

வணக்கம்.

காலச்சுவடு நூலை வாங்கியமைக்கு நன்றி.

நூலின் உள்ளடக்கம், உருவாக்கம், அட்டைப்படம் இன்ன பிற அம்சங்கள் பற்றிய உங்கள் கருத்துகளையும் ஆலோசனைகளையும் காலச்சுவடு வரவேற்கிறது. தகவல், எழுத்து, வாக்கியப் பிழைகள் தென்பட்டால் கட்டாயம் தெரிவித்து உதவுங்கள். நூல் தயாரிப்பில் கடும் குறைபாடு இருப்பின் மாற்றுப் பிரதி உங்களுக்குக் கிடைக்கக் காலச்சுவடு ஏற்பாடு செய்யும்.

மின்னஞ்சல்: publisher@kalachuvadu.com

காலச்சுவடு நாகர்கோவில் தலைமையகத்துக்கும் கடிதம் அனுப்பலாம்.

தங்கள்
எஸ்.ஆர். சுந்தரம் (கண்ணன்)
பதிப்பாளர் – நிர்வாக இயக்குநர்

ஜெர்மன் தமிழியல் நெடுந்தமிழ் வரலாற்றின் திருப்புமுனை ♦ ஆய்வு நூல் ♦ ஆசிரியர்: க. சுபாஷிணி ♦ © க. சுபாஷிணி ♦ முதல் பதிப்பு: நவம்பர் 2018 ♦ வெளியீடு: காலச்சுவடு பப்ளிகேஷன்ஸ் (பி) லிட்., 669, கே. பி. சாலை, நாகர்கோவில் 629001

காலச்சுவடு பதிப்பக வெளியீடு: 845

jerman tamiziyal netuntamiz varalaaRRin tiruppumunai♦Research Essays♦Author: K. Subashini ♦ © K. Subashini ♦ Language: Tamil ♦ First Edition: December 2018 ♦ Size: Demy 1 x 8 ♦ Paper: 18.6 kg maplitho♦Pages: 176

Published by Kalachuvadu Publications Pvt. Ltd., 669 K.P. Road, Nagercoil 629001, India ♦ Phone: 91-4652-278525 ♦ e-mail: publications @kalachuvadu.com ♦ Wrapper printed at Print Specialities, Chennai 600014 ♦ Printed at Mani Offset, Chennai 600077

ISBN: 978-93-86820-75-4

11/2018/S.No. 845, kcp 2153, 18.6 (1) ILL

கடல் கடந்து தமிழகம் வந்து
எண்ணற்ற சோதனைகளை எதிர்கொண்டு
சமயப்பணியை மட்டுமே நோக்கமாகக் கொள்ளாது
பெரும் ஆய்வுத்தளத்தை உருவாக்கி
தமிழக நிலப்பரப்பில் தங்களை ஐக்கியப்படுத்திக்கொண்டு
இப்புதிய நிலத்தில் மக்களோடு கலந்து வாழ்ந்து
18ஆம் நூற்றாண்டில் ஐரோப்பாவில் தமிழ்மொழியை ஒலிக்கச் செய்து
18ஆம் நூற்றாண்டிலேயே ஜெர்மனியில் தமிழ்மொழியைப்
பல்கலைக்கழகத்தில் ஒரு பாடமாக அமைத்து,
தமிழை ஐரோப்பாவரை கொண்டுசேர்த்த
அனைத்து ஜெர்மானிய ஆய்வறிஞர்களுக்கும்!

பொருளடக்கம்

முன்னுரை 13

என்னுரை 19

1. சீர்திருத்த (லூதரன்) கிறித்துவ சமயம் 25

மார்ட்டின் லூதர் 27

தரங்கம்பாடி 31

டேனீஷ் கிழக்கிந்திய நிறுவனம் 32

மத விரிவாக்கமும் தமிழகத்தில் லூதரன் திருச்சபையின் தொடக்கமும் 37

2. டேனீஷ் அரசின் லூதரேனிய கிறித்துவ மதம் பரப்பும் செயற்பாடுகளின் தொடக்கம் 41

18ஆம் நூற்றாண்டில் தமிழகம் வந்த லூதரன் பாதிரிமார்கள் 42

தமிழகத்தில் லூதரன் திருச்சபை தொடக்கம் 55

பார்த்தலோமஸ் சீகன்பால்க் (Bartholomäs Ziegenbalg) 57

க்ரூண்ட்லர் (Johann Ernst Gruendler) 69

பெஞ்சமின் சூல்ட்ஷே (Benjamin Schultze) 73

ரைனுஸ் (Karl Theophil Ewald Rheinus) 74

ஜெரூசலம் இலவச கிறித்துவ பள்ளிக்கூடம் 76

கல்வி அமைப்பு 77

பாடத்திட்ட அமைப்பு 78

பள்ளிக்கூடம் 1 – ஆண் மாணாக்கர்களுக்கான ஆரம்பநிலைத் தமிழ்ப்பள்ளி 78

பள்ளிக்கூடம் 2 – ஆண் மாணாக்கர்களுக்கான உயர்நிலைத் தமிழ்ப்பள்ளி 78

பள்ளிக்கூடம் 3 – பெண் மாணாக்கர்களுக்கான தமிழ்ப்பள்ளி	80
பள்ளிக்கூடம் 4 – போர்த்துக்கீசிய மொழிப்பள்ளி	81
பள்ளிக்கூடம் 5 – டேனீஷ் மொழிப்பள்ளி	83

3. லூதரன் பாதிரிமார்களின் பார்வையில் 300 ஆண்டுகளுக்கு முற்பட்ட தமிழக தமிழ் மக்களின் வாழ்க்கைமுறை ... 87

சமூகமும் சமயமும்	88
பண்பாடு, வாழ்வியல் முறைகள்	93
தமிழ் மருத்துவ ஈடுபாடு	97

4. தரங்கம்பாடி அச்சுக்கூடம் ... 107

முக்கிய நூல்கள்	110
சீகன்பால்க்	110
க்ரூண்ட்லர்	118
பெஞ்சமின் சூல்ட்ஷே	119
ப்ரெஸ்ஸியர்	122
வால்த்தர்	123
சர்ட்டோரியஸ்	125
ஃபேப்ரிக்குஸ்	126
ரோட்லர்	128
ரைனுஸ்	130
கார்ல் க்ரவுல்	132

5. ஆய்வுக்கான தேவைகள் ... 141

பின்னிணைப்புகள்:

கி.பி.16ஆம் நூற்றாண்டு ஐரோப்பிய தொடர்புகள்	147
போர்த்துக்கல்	147
வாஸ்கோடகாமா	148
கிறித்துவ மத நடவடிக்கைகள்	149
ஆரம்பகாலத் தமிழ் அச்சு நூல்கள்	150
ஆரம்பகாலக் கத்தோலிக்க கிறித்துவ பாதிரிமார்கள்	152
புனித சவேரியார் (St. Francis Xavier 1506-1552)	152
அண்ட்றிக்கி அடிகளார் (Henrigue Henriques 1520-1600)	**155**

ரோபெர்ட்டோ டி நோபிலி (Fr. Roberto de Nobili 1577 -1656)	156
ஜோன் வேனண்ட் போசெ (Fr.Jean venant Bouchet 1655-1732)	158
பெஸ்கி-வீரமாமுனிவர் (Fr. Giuseppe Constantino Beschi 1680-1747)	158
அட்டவணை 1 – தரங்கம்பாடி அச்சுக்கூடத்தில் அச்சிட்டு வெளியிடப்பட்ட தமிழ் நூல்களின் பட்டியல் (ஆங்கிலத்தில்)	164
அட்டவணை 2 – நூல்களின் முகப்புப்படங்கள்	166
துணை நூல் பட்டியல்	173

முன்னுரை

> ஐரோப்பிய பாதிரிமார்கள் தங்கள் கிறித்துவ சமயத்தைக் கீழைநாடுகளில் பரப்ப வந்தவர்கள் என்ற தட்டையான ஒற்றை நோக்கத்தை மட்டுமே குறுகிய கண்ணோட்டத்துடன் காண்பது, தமிழகம் மற்றும் இந்தியவியல் ஆய்வாளர்கள் மத்தியில் ஏற்பட்டிருக்கும் வரலாற்றுக் கேடு.
>
> க. சுபாஷிணி

தமிழ்நாட்டின் தொடக்ககாலக் காலனியவாதிகளான போர்ச்சுக்கீசியர், டச் நாட்டினர், டேனிசியர் இவர்களை அடுத்து வந்த பிரெஞ்சு நாட்டினர், ஆங்கிலேயர் ஆகியோர் வாணிபத்துடன் கிறித்துவமதப் பரப்புதலையும் மேற்கொண்டனர். காலனிய ஆட்சியை நிறுவிய பின்னர், உயர் அதிகாரிகளாகத் தம் நாட்டவரை நியமித்தனர். இவர்களுள் சிலர் நல்ல கல்வியறிவு பெற்றவர்களாகவும் ஆய்வு மனப்பாங்கு உடையவர்களாகவும் இருந்தனர்.

கிறித்தவ மறைப்பணியாளர்கள் சிலரும், ஐரோப்பிய உயர் அதிகாரிகளுள் சிலரும் தமக்கு முற்றிலும் அந்நியமான நம் நாட்டின் மொழி, கலை இலக்கியம், பண்பாடு, நாகரிகம், பழக்கவழக்கங்கள் குறித்துக் கட்டுரைகளாகவும், நூல்களாகவும் வெளியிட்டனர். இவற்றுள் சில, ஐரோப்பிய இனமையவாதச் சிந்தனைக்கு ஆட்பட்டவை என்றாலும் காலனிய ஆட்சிக்காலத் தமிழச் சமூகம் குறித்த புரிதலை இவை நமக்கு வழங்குகின்றன.

இவற்றுள் ஆங்கில மொழியில் கிட்டும் நூல்களும் ஆவணங்களும் மட்டுமே நம்மிடையே பரவலாக அறிமுகமாகியுள்ளன. போர்ச்சுக்கீஸ், டச், டேனீஷ் மொழிகளைக் குறித்த அறிவு நம்மில் பெரும்பாலோருக்கு இன்மையால் தொடக்ககாலக் காலனியம் குறித்த செய்திகளை நாம் விரிவாக அறிந்துகொள்ள இயலவில்லை.

இத்தகைய அறிவுச் சூழலில் க. சுபாஷிணி எழுதியுள்ள 'ஐரோப்பியர்களின் தமிழ்ப்பணிகள்' என்ற இந்நூல் ஜெர்மனியில் தோன்றிய 'லூதரன் மறைத்தளம் சார்ந்த ஜெர்மானிய மறைப்பணியாளர்களின் செயல்பாடுகளை, குறிப்பாக, தமிழ்மொழி பண்பாடு தொடர்பான அவர்களது பங்களிப்பை நாம் அறியச் செய்கிறது. நூலாசிரியர் ஜெர்மன் மொழி கற்றறிந்து, தற்போது ஜெர்மன் நாட்டில் வாழ்பவர். தமிழ்மொழிமீது அவர் கொண்டுள்ள பற்றினால் தாம் வாழும் பகுதியில் கிட்டும் தரவுகளின் துணையுடன் இந்நூலை எழுதியுள்ளார். இந்நூலின் மையத்தை, ஜெர்மனியில் உருவான லூதரன் மறைத்தளம் பெறுவதால் இந்நூலும் ஜெர்மனியில் இருந்தே தொடங்குகிறது.

உலகக் கத்தோலிக்கத் திருச்சபையின் தலைமைப்பீடத்துடன் முரண்பட்ட மார்ட்டின் லூதர், சீர்திருத்தக் கிறித்தவப் பிரிவை உருவாக்கியதிலிருந்து, தம் நூலை ஆசிரியர் தொடங்குகிறார். இந்நூலின் முதல் இயலில் முதல் இரண்டு தலைப்புகளும் இச்செய்திகளைக் கூற அடுத்த இரண்டு தலைப்புகளும் இரண்டாவது இயலும் தரங்கம்பாடி என்ற கடற்கரை ஊரை அறிமுகப்படுத்துவதுடன் 'கிறித்தவத்தின் நுழைவாயில்' என்று தரங்கம்பாடி அழைக்கப்படுவதற்குக் காரணமான ஜெர்மன் லூதரன் திருச்சபை குறித்து விரிவான செய்திகளைக் கூறுகின்றன.

தரங்கம்பாடி மறைத்தளத்தில் மறைப்பணி ஆற்றிய லூதரன் திருச்சபைப் பணியாளர்களில், பார்த்தலோமஸ் சீகன்பால்க், க்ருண்ட்லர், ரைனூஸ் (ரேனிஸ்) ஆகிய மூவர் பெயர் மட்டுமே பரவலாகக் குறிப்பிடப்படும். ஆனால் போவிஸ் என்பவர் தொடங்கி டேவிட் ரோசன் என்பவர் முடிய ஐம்பதுக்கும் மேற்பட்ட லூதரன் மறைப்பணியாளர்களை நூலாசிரியர் அறிமுகப்படுத்தியுள்ளார்.

இரண்டாம் இயலின் முக்கியச் சிறப்பு, தரங்கம்பாடியில் செயல்பட்டுவந்த கட்டணமில்லாக் கிறித்துவப் பள்ளிக்கூடங்கள் குறித்த செய்திகளாகும். தரங்கம்பாடியில் சீகன்பால்க் உருவாக்கிய ஐந்து பள்ளிகள் குறித்து இந்நூலாசிரியர் தெரிவிக்கும் செய்திகள் வருமாறு:

1. ஆண் மாணாக்கர்களுக்கான ஆரம்பநிலைத் தமிழ்ப்பள்ளி
2. ஆண் மாணாக்கர்களுக்கான உயர்நிலைத் தமிழ்ப்பள்ளி
3. பெண் மாணாக்கர்களுக்கான தமிழ்ப்பள்ளி
4. போர்த்துக்கீசிய மொழிப்பள்ளி
5. டேனீஷ் மொழிப்பள்ளி

இப்பள்ளிகளின் வேலைநேரம், பாடத்திட்டம், பாடம் கற்றுக்கொடுக்கும் முறை குறித்த விரிவான செய்திகளை நூலாசிரியர் கூறிச்செல்கிறார். சீகன்பால்க் தாம் உருவாக்கிய பள்ளியில் தமிழ் மருத்துவர் ஒருவரை ஆசிரியராக நியமித்து, மாணவர்களுக்குத் தமிழ் மருத்துவம் கற்றுக்கொடுக்க ஏற்பாடு செய்துள்ள செய்தியைக் குறிப்பிடும் ஆசிரியர், அம்மருத்துவர் மேற்கொள்ள வேண்டிய பணிகள் யாவை என சீகன்பால்க் வரையறுத்துள்ளனவற்றையும் தொகுத்துரைக்கிறார். இறுதியாக இது குறித்த தன் மதிப்பீட்டையும் முன்வைக்கிறார்.

> பல காலங்களாகக் கல்வியை ஒருசாராருக்கு மட்டுமே அனுமதித்து, மக்களில் பெரும்பாலோரை உழைக்கும் இயந்திரங்களாக மட்டுமே பாவித்த சூழல்தான் அப்போதைய காலகட்டத்திலும் நிலவிக்கொண்டிருந்தது. அந்த இறுக்கமான சூழலை உடைத்து, மருத்துவம் தொடர்பான கல்வியையும் எளிய மக்கள் பெறுவதற்கு லூதரன் பாதிரிமார்கள் தொடங்கிய பள்ளிகள் வழிவகுத்தன என்பதை இக்குறிப்புகள்வழி அறிய முடிகிறது.

என்று குறிப்பிடுகிறார். இன்றைய தமிழகத்தில் மருத்துவக் கல்வி பயணிக்கும் திசைவழியை நோக்கும்போது லூதரன் மறைப்பணியாளர்கள் மேற்கொண்ட இம்முறை நம்மை வியப்பில் ஆழ்த்துகிறது.

ஓர் அயற்பண்பாட்டுக்காரர்கள் என்ற முறையில் தமிழ்ச் சமூகம், தமிழர்களின் வாழ்க்கைமுறை, சமயம், பண்பாடு, மருத்துவம் என்பனவற்றை லூதரன் மறைப்பணியாளர்கள் அவதானித்து எழுதிய செய்திகளும் இந்நூலில் இடம் பெற்றுள்ளன. தரங்கம்பாடி என்றதும் பலருக்கும் நினைவுக்கு வருவது சீகன்பால்க் மேற்கொண்ட விவிலிய மொழிபெயர்ப்பும் நிறுவிய அச்சுக்கூடமும்தான். இந்நூலின் நான்காவது இயல் இவை குறித்தே அறிமுகப்படுத்துகிறது. அத்துடன் சீகன்பால்குடன் இணைந்தும், அவருக்குப் பின்னும் இப்பணியை மேற்கொண்ட வேறுசில மறைப்பணியாளர்களையும் நூலாசிரியர் அறிமுகப் படுத்தியுள்ளார்.

நாகரிகம், பண்பாடு என்பனவற்றில் மிகவும் பின்தங்கி இருந்தவர்களாக ஐரோப்பிய சமூகம் நம்மைக் கருதிவந்த காலத்தில் நமது உயரிய நிலையை ஐரோப்பிய சமூகத்திற்கு இவர்கள் எடுத்துரைத்ததையும் நூலாசிரியர் வெளிப்படுத்தி உள்ளார்.

இவை தவிர வேறுசில அரிய செய்திகளும் இந்நூலில் இடம்பெற்றுள்ளன. க்ருண்ட்லர் என்ற மறைப்பணியாளர், ஐரோப்பாவின் பல்கலைக்கழகங்களில் ஒரு பாடமாகத் தமிழ் கற்பிக்கப்பட வேண்டும் என்று ஜெர்மானிய மொழியில் 15.7.1875இல் எழுதிய கடிதம் குறித்துக் குறிப்பிட்டுள்ளார்.

16ஆவது 17ஆவது நூற்றாண்டுகளில் தமிழ்நாட்டிற்கு வந்த கத்தோலிக்க மறைப்பணியாளர்கள் நிறுவிய அச்சுக்கூடங்கள், வெளியிட்ட நூல்களைக் குறித்த அறிமுகம் பின்னிணைப்பில் இடம் பெற்றுள்ளது. தமிழ் அச்சுக்கூடம், தமிழ்நூல் வெளியீடு என்ற இரு துறைகளிலும் ஜெர்மன் லூதரன் மறைப்பணியாளர்களின் முன்னோடிகளாகச் செயல்பட்டவர்களை அறிந்துகொள்ள இப்பகுதி உதவுகிறது.

நூலின் தொடக்கத்தில் ‘என்னுரை’ என்ற தலைப்பில், கிறித்தவ மறைப்பணியாளர்கள் தமிழக வரலாற்றில் ஏற்படுத்திய தாக்கத்தைப் பின்வருமாறு அவதானித்துள்ளார்:

> சமயம் மட்டுமன்றி, சமூகவியல் மற்றும் பண்பாட்டு ஆய்வுகள், மொழியியல் ஆய்வுகள், அச்சுநூல் பதிப்பு, பெண் கல்வி, எளியோரை உயர்த்துதல், பொருளாதார நிலைப்பாடு, கிராம அமைப்பில் மாற்றங்களை உருவாக்கியது. அடிப்படைக் கல்விமுறையையும், உயர்கல்வி வாய்ப்புகளையும் உருவாக்கியது. வணிகத் தொடர்புகளை விரிவுபடுத்தியது என பல தளங்களில் குறிப்பிடத்தக்க மாற்றங்களை இப்பாதிரிமார்களின் செயல்பாடுகள் நிகழ்த்தின. ஐரோப்பிய வருகைக்கு முன்னர் தமிழ்ச்சூழலில் இருந்த இறுக்கமான சாதிக்கட்டமைப்பிலும், சமூகங்களுக்கிடையிலான தொடர்பற்ற தன்மையிலும் அவர்கள் தளர்ச்சியை ஏற்படுத்தியதை மறுக்க முடியாது. இன்று தமிழகத்தில் உள்ள குக்கிராமங் களிலும் பெருநகரங்களிலும் சிறுநகரங்களிலும் உள்ள கல்விக்கூடங்கள், பல கிறித்துவ பாதிரிமார்கள் கடந்த சில நூற்றாண்டுகளில் நிகழ்த்திய கல்வி முயற்சிகளுக்கு சான்றுகளாகக் காட்சியளிக்கின்றன. அவற்றையொட்டி யிருக்கும் தேவாலயங்கள் இவர்களது சமயப்பணிகளுக்குச் சாட்சியாக அமைகின்றன.

அவரது அவதானிப்பை மூலச்சான்றுகளுடன் இந்நூலில் நிறுவியுள்ளார். மேலோட்டமாக இதுவரை நாம் அறிந்திருந்த வரலாற்று உண்மைகளை இந்நூலில் விரிவாகப் படித்தறிய முடிகிறது. இந்நூலுடன் நின்றுவிடாது, தமிழக வரலாற்று வரைவுக்குத் துணைபுரியும் வரலாற்று ஆவணங்களை ஜெர்மானிய மொழியிலிருந்து தமிழ்மொழிக்குக் கொண்டுவரும் பணியிலும் அவர் ஈடுபட வேண்டும்.

ஏனெனில் ஆட்சியாளர்களை முன்னிலைப்படுத்தும் அரசியல் வரலாற்றுக்கே நாம் இதுவரை முக்கியத்துவம் கொடுத்துவந்துள்ளோம். சமூக வரலாறு என்ற பெயரில் கலை, இலக்கியம், சமயம், பண்பாடு குறித்தே ஆய்வு செய்துள்ளோம். அடித்தள மக்கள் வரலாறு, நுண்வரலாறு, வாய்மொழி வரலாறு, விளிம்புநிலையினர் வரலாறு என்ற பெயர்களில் சாமானியர் களை, வரலாற்றின் விளிம்புநிலையில் இருந்து வரலாற்றின் மையத்திற்குள் கொண்டுவரும் போக்கு இன்று உருவாகியுள்ளது.

இச்சூழலில் இதுவரை அதிக அளவில் பயன்படுத்தப்படாத, கண்டறியப்படாத தரவுகளும் ஆவணங்களும் தேவைப்படுகின்றன. தமிழ்நாட்டில் பரவிய கிறித்தவம், தொடக்கத்தில் ஒடுக்கப் பட்டோரின் கிறித்தவமாகவே இருந்துள்ளது. தீண்டாமைக் கொடுமைக்கு ஆட்பட்டிருந்தோரையும்; விளிம்பு நிலை மக்களை யும் நோக்கியே அது பயணித்தது. அவர்களுக்குத் துணைநின்றது. இதனால் அது பரவி, கால்கொள்ளத்தொடங்கிய காலத்து ஆவணங்கள் மேற்கூறிய புதிய வரலாற்று வரைவுக்குத் துணைநிற்பன. குறிப்பிடத்தக்க எண்ணிக்கையில் ஜெர்மானிய மறைப்பணியாளர்கள் இங்கு மறைப்பணி ஆற்றியுள்ள நிலையில், ஜெர்மானிய மொழியில் ஆவணங்கள் இருக்கும் வாய்ப்பு அதிகம். எனவே இந்நூலாசிரியரின் பணி, தமிழ்நாட்டில் வளர்ந்து வரும் புதிய வரலாற்று வரைவுக்கு உறுதுணையாக அமையும். இந்நிலை குறித்து ஆசிரியர் கூறும் பின்வரும் கருத்துகள் கணக்கில் எடுத்துக்கொள்ள வேண்டியவை:

> இன்றைய தமிழக வரலாற்று ஆய்வுகளில் பல, பெருவாரியாக இங்கிலாந்தின் காலனித்துவ ஆட்சியின் அரசியல் நிகழ்வுகளை மையப்படுத்தி அமைந்த ஆய்வுகளாகவே அமைந்திருக்கின்றன. இவ்வகை ஆய்வுகள் முழுமையான தமிழகச் சூழலின் சமூக நிலையையும் அதன் பின்னணியில் அமைந்த வரலாற்றுச் செய்திகளையும் இணைத்துக்கொள்ளாத வகையில், விடுபட்டத் தகவல்களுடன் நிகழ்த்தப்படும் ஆய்வுகளாகவே வெளிவருகின்றன....

....தமிழகச் சூழலில் வரலாற்றாய்வாளர்கள் பலருக்கும் இருக்கும் குறைபாடு, சான்று ஆவணங்கள் மிக மிகக் குறைவாக, கிடைப்பதுதான். அதுவும் அயல்நாடுகளில் உள்ள இத்தகைய ஆவணங்கள் ஆய்வுக்குட்படாத நிலையையே காண்கிறோம்.

இந்நூலாசிரியர் சுட்டிக்காட்டும் இக்குறைபாடுகளைக் களைவதில் அவரது ஜெர்மன் மொழியறிவு துணைநிற்கும் என்பதில் ஐயமில்லை. இந்நூலின் தொடர்ச்சியாக ஜெர்மன் மொழியில் உள்ள மூல ஆவணங்களைத் தமிழாக்கம் செய்யும் பணியிலும் அவர் ஈடுபட வேண்டும் என்பது என் வேண்டுகோள். அவரது பணி தொடர என் வாழ்த்துகள்.

தூத்துக்குடி **ஆ. சிவசுப்பிரமணியன்**
10-08-2018

என்னுரை

தமிழகத்தில் தோன்றிய சமய தத்துவங்கள் பல. தமிழகத்தில் தோன்றாவிட்டாலும் கி.பி 15ஆம் நூற்றாண்டுக்குப் பிறகு மெல்லப் பரவி மக்களைச் சென்றடைந்து வேர்விட்டு விழுதுகளுடன் தமிழகத்திலும் விரிவாக வளர்ந்திருக்கும் சமயமாகக் கிறித்துவ சமயம் வளர்ச்சி கண்டுள்ளது. இதனைச் சாத்தியப்படுத்தியவர்கள் ஐரோப்பாவிலிருந்து சமயம் பரப்பும் பணிக்காகத் தமிழகம் வந்த 'நற்செய்தியாளர்கள்' என்றழைக்கப்பட்ட பாதிரிமார்கள். இவர்கள் சமயத்தைப் பரப்புவதை மட்டுமே நோக்கமாகக் கொண்டு செயல்படவில்லை என்பதையே வரலாறு காட்டுகிறது.

தமிழக வரலாற்றைப் பார்க்கும்போது, தமிழ்ச் சமூகத்தில் குறிப்பிடத்தக்க மாற்றங்களை ஐரோப்பியப் பாதிரிமார்களின் செயல்பாடுகள் ஏற்படுத்தியிருக்கின்றன என்பது வெளிச்சம். சமயம் மட்டுமன்றி, சமூகவியல் மற்றும் பண்பாட்டு ஆய்வுகள், மொழியியல் ஆய்வுகள், அச்சு நூல் பதிப்பு, பெண் கல்வி, எளியோரை உயர்த்துதல், பொருளாதார நிலைப்பாடு, கிராம அமைப்பில் மாற்றங்களை உருவாக்கியமை, அடிப்படைக் கல்வி முறையையும் உயர்கல்வி வாய்ப்புகளையும் உருவாக்கியமை, வணிகத் தொடர்புகளை விரிபடுத்தியது என பல தளங்களில் குறிப்பிடத்தக்க மாற்றங்களை இப்பாதிரிமார்களின் செயல்பாடுகள் நிகழ்த்தின. ஐரோப்பியர் வருகைக்கு முன்னர் தமிழ்ச்சூழலில் இருந்த இறுக்கமான சாதிக்கட்டமைப்பிலும், சமூகங்களுக்கிடையிலான

தொடர்பற்ற தன்மையிலும் இந்த ஐரோப்பிய பாதிரிமார்கள் ஏற்படுத்திய அசைவுகள், தளர்ச்சியை உண்டாக்கியதை மறுக்க முடியாது. இன்று தமிழகத்தில் உள்ள குக்கிராமங்களிலும், பெரு நகரங்களிலும், சிறு நகரங்களிலும் உள்ள கல்விக்கூடங்கள், கடந்த சில நூற்றாண்டுகளில் பல கிறித்துவ பாதிரிமார்கள் நிகழ்த்திய கல்வி முயற்சிகளுக்குச் சான்றுகளாகக் காட்சியளிக்கின்றன. அவற்றையொட்டியிருக்கும் தேவாலயங்கள் இவர்களது சமயப் பணிகளுக்குச் சாட்சியாக அமைகின்றன.

மலேசியாவிலிருந்து ஜெர்மனிக்கு உயர்கல்விக்காகப் புலம்பெயர்ந்த பின்னர்தான் லூதரன் ஜெர்மானிய சமயப் பிரிவினைப் பற்றிய அறிமுகம் எனக்குக் கிட்டியது. கத்தோலிக்க கிறித்துவப் பிரிவுக்கும் லூதரன் ப்ரோட்டஸ்டண்ட் பிரிவுக்கும் (சீர்திருத்தக் கிறித்துவம்) உள்ள வேறுபாடுகளை உள்ளூர் ஜெர்மானிய ஊடகங்களின்வழி அறிந்துகொள்ளும் வாய்ப்பும் எனக்கு ஏற்பட்டது. ஆயினும் தமிழகத்திற்கும், தமிழ் மக்களுக்கும், தமிழ் மொழிக்கும் ப்ரோட்டஸ்டண்ட் மதப்பிரிவு பாதிரிமார்களுக்குமான தொடர்பு பற்றிய அறிமுகம் முதன்முதலில் எனக்கு ஒரு நூலின்வழி அறிமுகமாகியது. சி. மோகனவேலு எழுதிய *'German Tamilology'* என்ற நூல் ஒரு நண்பரின் வாயிலாக எனக்குக் கிடைத்தது. அதற்கு அடுத்த ஆண்டு எனது தமிழகப் பயணத்தின் போது நூலாசிரியரை நேரில் சந்தித்து உரையாடிய போது எனக்குத் தமிழகத்திற்கும் ஜெர்மனி – டென்மார்க் ஆகிய இரு நாடுகளுக்குமான கடந்த நானூறு ஆண்டுகால வரலாற்றுத் தொடர்பு பற்றிய சுவாரசியமானச் செய்திகள் சில கிட்டின. இது இந்த ஆய்வில் எனக்கு மிகுந்த ஆர்வத்தை ஏற்படுத்தியது.

ஜெர்மனியின் பல நகரங்களுக்குச் சென்றபோதும், ஏனைய ஐரோப்பிய நாடுகளின் நகரங்களுச்கூச் சென்றபோதும், அங்குள்ள அருங்காட்சியகங்களிலும் நூலகங்களிலும் தமிழ் மொழிக்கான தொடர்பினைத் தேடும் முயற்சியை நான் தொடர்ந்தேன். அந்த வகையில் லண்டனில் அமைந்துள்ள பிரித்தானிய நூலகத்திற்கும், டென்மார்க் நாட்டின் தலைநகரான கோப்பன்ஹாகனில் உள்ள கோப்பன்ஹாகன் அரச நூலகத்திற்கும், கோப்பன்ஹாகன் ஆவணப்பாதுகாப்பு மையத்திற்கும், ஜெர்மனியின் ஹாலே நகரில் அமைந்திருக்கும் ஃப்ராங்கன் கல்வி நிறுவனத்திற்கும் நேரில் சென்று அங்கு சேகரிப்புகளில் உள்ள பல ஆவணங்களை ஆராய்ந்து பல தரவுகளைச் சேகரித்து வந்தேன். அவற்றுள் தமிழ் ஓலைச்சுவடிகள், சமயப் பரப்புனர்களுடைய நாட்குறிப்புகளின் கையெழுத்து காகித ஆவணங்கள் சிலவற்றை மின்பதிவுகள் செய்து வந்தேன். கோப்பன்ஹாகன் ஆவணப்பாதுகாப்பகத்தில்

பாதுகாக்கப்படும் தமிழகத்தின் தங்கத்தாலான சுவடி, வெள்ளியில் தயாரிக்கப்பட்ட சுவடி போன்றவற்றை நேரில் பார்த்ததும், பாதிரிமார்கள் சீகன்பால்க், ஸ்வார்ஸ், ஷூல்ட்சே, டியாகோ ஆகியோரின் கையெழுத்து ஆவணங்களை நேரில் பார்த்ததும் சிறந்த அனுபவமாக எனக்கு அமைந்தது. 2016ஆம் ஆண்டில் பிரான்சு நாட்டின் தலைநகரமான பாரீஸ் நகரிலுள்ள பிரான்சு தேசிய அருங்காட்சியகத்தில் இருந்த அரிய சுவடிகள் ஆவணப் பாதுகாப்பகத்தில் சில நாட்கள் ஆய்வுகளை மேற்கொண்டேன். அங்கு கிடைத்த தகவல்களும் இந்த ஆய்வுக்கு பலம் சேர்ப்பனவாக அமைந்தன. இந்த முயற்சியில் எனக்கு ஒத்துழைப்பு நல்கி உதவிய இந்த நூலகங்களின் நூலகர்களுக்கு எனது நன்றியை இவ்வேளையில் பதிவது மிக அவசியம் எனக் கருதுகிறேன்.

இத்துறையில் மேலும் சில ஆய்வுப் பாதைகளைக் காட்டும் வகையில் லிவர்பூல் பல்கலைக்கழகத் தத்துவவியல் பேராசிரியர் முனைவர் டேனியல் ஜெயராஜ் அவர்களின் நூல்களும் அவருடனான கலந்துரையாடல்களும் எனக்கு உதவின. அவருக்கு எனது நன்றியைப் பதிகிறேன். இந்த ஆய்வைப் பற்றி நான் குறிப்பிட்டபோது, ஏற்கெனவே தனது ஆய்விற்காகத் தாம் சேகரித்து வைத்திருந்த மின்னூல்களை எனக்கு உடனே அனுப்பிவைத்து உதவினார். இத்துறையில் தமிழகத்தில் மிக விரிவாக ஆராய்ந்து நூல்களை வெளியிட்டுள்ள முனைவர் திரு. ஆ. சிவசுப்பிரமணியன் அவர்களின் நூல்களையும் மிஷனரிகள் தொடர்பான நூல்களையும் எனக்கு அனுப்பி என் ஆய்வுக்கு உதவிய வழக்கறிஞர் திரு. கௌதம சன்னா அவர்களுக்கு எனது உளம் நிறைந்த நன்றியைப் பதிகிறேன்.

இந்த நூலுக்கு முன்னுரை வழங்கிச் சிறப்பு சேர்த்துள்ளார் தமிழகத்தின் பண்பாட்டு மானுடவியல் ஆய்வுத்தளத்தில் தனக்கென ஒரு சிறப்பிடம் பெற்றிருக்கும் ஆய்வாளர் ஆ.சிவசுப்பிரமணியன்; தொலைபேசியில் அழைக்கும்போது நான் கூறும் தகவல்களைக் கேட்டு மேலும் பல கூடுதல் தகவல்களையும் வழங்கி இந்த ஆய்வில் என் ஈடுபாட்டினை தொடர்ந்து ஊக்குவித்து வருபவர். அவர்களுக்கு என் நெஞ்சார்ந்த நன்றி. இந்தப் புத்தகத்தை அழகாக வடிவமைத்து அச்சுப்பதிப்பாக்கி வெளிக்கொண்டுவரும் காலச்சுவடு பதிப்பகத்தாருக்கும் எனது நன்றி.

அன்புடன்

க. சுபாஷிணி

ஜெர்மனி

16–5–2018

1733ஆம் ஆண்டு தரங்கம்பாடி

[இந்த வரைப்படம் டேனீஷ் கிழக்கிந்திய அரசால் 1733ஆம் ஆண்டு வெளியிடப்பட்டது. தரங்கம்பாடியில் உள்ள கடல்சார் அருங்காட்சியகத்தில் இந்த வரைப்படத்தின் ஒரு படிவம் காட்சிக்கு வைக்கப்பட்டுள்ளது.]

1

சீர்திருத்த (லூதரன்) கிறித்துவ சமயம்

உலக வரலாற்றில், காலத்துக்குக் காலம் சீர்திருத்தம் என்பது பண்பாடு, சமயம், மரபு சார்ந்த தளங்களில் தன் தாக்கத்தை உருவாக்குவதைக் காண்கிறோம். கிறித்துவ மதம் தோன்றிய காலத்துக்குப் பின் அதில் தத்துவ அடிப்படையிலும், சடங்குகள் மற்றும் வழிபாட்டு முறைகளின் அடிப்படைகளிலும் சில மாற்றங்களை உள்ளடக்கி, ஆனால் இயேசுபிரானை மையக் கடவுளாகக் கொண்டு விரிந்த கிளை மதங்கள் சில. அவற்றில் ப்ரோட்டஸ்டண்ட் பிரிவு என்பது லூதரன் கருத்துகளை ஏற்று உள்வாங்கிக் கொண்ட கிறித்துவ சமயத்தின் ஒரு பிரிவு. இந்தப் பிரிவினரின் மறை நூல், அதாவது சமய விசாரங்களை உள்ளடக்கிய தத்துவ நூல், ரோமன் கத்தோலிக்கப் பிரிவினர்களுக்கும் ஞான நூலாக விளங்குகிற பைபிள்தான்.

ப்ரோட்டஸ்டனிசம் (Protestanism) என்பது, இக்கருத்தாக்கம் தோன்றுவதற்கு ஆயிரத்து நானூறு ஆண்டுகளுக்கு முன் தொடங்கி பின்னர் படிப்படியாக விரிவாக்கப்பட்ட ரோமன் கத்தோலிக்கத் திருச்சபையின் நடைமுறைக் கொள்கைகளில் உடன்பாடில்லாது, மாற்றாக, ஒரு எதிர்ப்புக் குரலாக, ஆனால் அதே வேளை, இயேசு கிறித்துவின் போதனைகளை ஏற்றுக்கொண்ட ஒரு தனிப்பெரும் சமயமாக உருபெற்று வளர்ந்தது. இது தமிழகத்தில் சீர்திருத்தக் கிறித்துவம் என்றும் அழைக்கப்படுகிறது. ரோமன் கத்தோலிக்கத்

திருச்சபையை எதிர்த்து ப்ரோட்டஸ்டண்ட் சித்தாந்தங்களின் மூலக்கருத்துகளை முன்வைத்தவர் மார்ட்டின் லூதர். லூதரன் திருச்சபையில் தம்மை இணைத்துக்கொண்டவர்கள், இக்கருத்துகளின் தந்தையான மார்ட்டின் லூதரைத் தமது சமய குருவாக ஏற்றுக்கொண்டவர்களாவர்.

1517ஆம் ஆண்டு அக்டோபர் மாதம் 31ஆம் நாள், மார்ட்டின் லூதர் தனது சீர்திருத்தக் கருத்துகளை '95 கட்டளைகள்' என்ற வடிவத்தில் கத்தோலிக்கச் சபைக்கு எதிர்க்குரலாக முன் வைத்தார். இவர் அடிப்படையில் ஒரு கத்தோலிக்கப் பாதிரியாராக சேவையாற்றிக்கொண்டிருந்தவர். அவர் முன்வைத்த கருத்துகள் ஒவ்வொன்றும் ஐரோப்பாவில் அன்று மாபெரும் பலம் பொருந்திய கத்தோலிக்க ஆளுமையான வாட்டிக்கனுக்கு எதிராக முன்வைக்கப்பட்டவையே. 'கிறித்துவ மறை நூலான பைபளில் சொல்லப்பட்டுள்ள கருத்துகள் ரோமன் கத்தோலிக்கத் திருச்சபையினரால் சரியாக உள்வாங்கப்படவில்லை என்றும், மறை நூலில் உள்ள கருத்துகளுக்கு எதிர்மறையான நடைமுறைகள்' இருப்பதைச் சுட்டிக்காட்டி அவற்றில் சீர்திருத்தத்தைக் கொண்டுவரும் அடிப்படையிலும் இவரது 95 கட்டளைகள் முன்வைக்கப்பட்டன. இக்கருத்துகள் ரோமன் கத்தோலிக்கத் திருச்சபையின் ஆளுமையைக் கேள்வி கேட்பதாக அமைந்தன. நிறுவனமயமாக்கப்பட்ட சமய அமைப்பில் சலசலப்புகள் கிளம்புவதை நிர்வாகத்தினர் விரும்புவது இயல்பாக நடக்காத ஒன்றே. சலசலப்புகள் நிறுவனமயமாக்கலின் அமைதியைக் குலைக்கக்கூடிய வல்லமை பொருந்தியவை என்ற காரணத்தை உணர்ந்த நிலையில், கத்தோலிக்கத் திருச்சபை இரண்டாகப் பிரியும் நிலை உருவானது. அதில் மார்ட்டின் லூதரின் சீர்திருத்தக் கொள்கைகளைப் புரிந்துகொண்டு, இவையே கிறித்துவ அடிப்படைகளுக்கான சரியான வியாக்கியானங்கள் என நம்பியோர் தம்மை 'லூதரன்' என அடையாளப்படுத்திக் கொண்டு லூதரன் சபையில் அங்கமாகிக்கொண்டனர். இந்த லூதரன் நம்பிக்கை கொண்டோர் மார்ட்டின் லூதர் உருவாக்கிய தத்துவ விளக்கங்களை உள்வாங்கியவர்கள்.

மார்ட்டின் லூதர் முன்வைத்த கருத்தானது, தத்துவங்களே சமய நம்பிக்கைக்கும் வாழ்க்கைக்கும் முதன்மையான முக்கியத்துவத்தைக் கொண்டவை என வலியுறுத்துவது. இறைவனின் கருணையும், இயேசு பிரானின்மேல் பக்தர்கள் கொண்டிருக்கும் முழுமையான நம்பிக்கையுமே சமய பக்திக்கான அடிப்படை என்ற கருத்தை இந்த மாற்றுச் சித்தாந்தம் கூறுகிறது. அடிப்படையில், லூதரன் சமயம் என்பது, கத்தோலிக்க கிறித்துவத்திலிருந்து கிளைத்து எழுந்த சமயம் என்ற இயல்பைக்

கொண்டிருப்பதால் கத்தோலிக்க கிறித்துவ பிரிவில் உள்ள குறிப்பிடத்தக்க வழிபாடுகளையும் சடங்குகளையும் உள்ளடக்கிய தன்மையுடனேயே விளங்குகிறது.

லூதரன் திருச்சபை உருவாகி வளர்ந்த நாடு ஜெர்மனி. ஜெர்மனியில் இந்தக் கருத்தாக்கம் பிறந்து படிப்படியான வளர்ச்சியைக் கண்டது என்றபோதிலும், உலகம் முழுவதும் மறை பரப்பும் சேவையாளர்களால் விரிவாகக் கொண்டுசெல்லப்பட்டு, இன்று உலக நாடுகள் பலவற்றில் பரவிய சமயங்களில் ஒன்றாக லூதரன் கிறித்துவ சமயம் அமைந்திருக்கிறது.

சில நூற்றாண்டுகளுக்கு முன்வரை ஐரோப்பாவின் தனிப்பெரும் சமயமாக விளங்கியது ரோமன் கத்தோலிக்க சமயம். இதன் தலைமை மையம், ரோம் நகரில் உள்ள வாட்டிக்கன். இன்று வாட்டிக்கன் தனி ஒரு நாடாகப் பிரகடனப்படுத்தப்பட்டு செயல்படுகிறது. இந்தச் சமய அமைப்பின் தலைவர் 'போப்' அவர்கள். இந்த ரோமன் கத்தோலிக்க மதத்தில் தான் உணர்ந்த குறைபாடுகளை முன்னிலைப்படுத்தி, அவற்றிற்கு மாற்றாக சீர்திருத்தத்தை முன்வைத்து, அச்சீர்திருத்தக் கருத்தாக்கம் தனி ஒரு மதமாக வளர்ச்சிகாண செயல்பட்ட மார்ட்டின் லூதரைப் பற்றி சிறிது காண்போம்.

மார்ட்டின் லூதர்

மார்ட்டின் லூதர் *(Martin Luther)* ஜெர்மனியின் தென் கிழக்கு மாநிலமான சாக்சனி *(Saxony)* மாநிலத்தில் உள்ள ஐஸ்லேபன் *(Eisleben)* என்னும் சிற்றூரில் 1483ஆம் ஆண்டு நவம்பர் மாதம் 10ஆம் தேதி பிறந்தார். சாதாரண குடும்பத்தில் பிறந்தவர்தான் இவர். இவரது தந்தையார் கரி ஆலையில் பணிபுரிந்தவர். மார்ட்டின் லூதர் தன்னைப் போல் ஒரு தொழிலாளியாக இல்லாமல் கல்வி கற்று உயர்ந்த நிலைக்கு வர வேண்டும் என கனவுகண்டவர் இவர். தனது மகன் கல்விக்கேள்விகளில் தேர்ச்சிபெற்று வழக்கறிஞராகப் பணிபுரிந்து வளமாக வாழ வேண்டும் என்பது அவர் கனவாக இருந்தது[1]. 1490ஆம் ஆண்டு மான்ஸ்ஃபெல்ட் *(Mansfeld)* நகரப் பள்ளியில் லத்தீன் மொழியில் பாடங்கள் கற்று, பின்னர் 1497இல் மெக்டபர்க்கிலும் *(Magdeburg)* 1498இல் ஐசெனாஹ் *(Eisenach)* நகரிலும் உயர்கல்வியைத் தொடர்ந்தார் மார்ட்டின். 1501ஆம் ஆண்டு எர்ஃபூர்ட் பல்கலைக்கழகத்தில் *(Erfurt University)* இளங்கலை கல்வி கற்கப் பதிவு செய்துகொண்டார். 1502ஆம் ஆண்டில் கலைத்துறையில் இளங்கலை பட்டம்பெற்றார்.

---

1. http://www.biography.com/people/martin-luther-9389283

இதனைத் தொடர்ந்து அதே பல்கலைக்கழகத்தில் 1505ஆம் ஆண்டு முதுகலைப் பட்டமும் பெற்றார் மார்ட்டின் லூதர். அதே ஆண்டு சட்டத்துறை மாணவராகவும் பதிந்துகொண்டார். இந்தக் காலகட்டத்தில் அவரது வாழ்வில் ஏற்பட்ட சில நிகழ்வுகள் அவருக்கு சமயத்துறையின்பால் தீவிரமான நாட்டத்தை வளர்த்தன. அவர் உள்ளத்தில் சமயத்துறையின் பாலான ஆர்வம் அதிகமாக வளர்ந்துகொண்டிருந்தது. அவர் தன் விருப்பத்திற்கேற்ப சமயத்துறையில் ஆர்வம் கொண்டு தன் கல்வியை ஒரு கத்தோலிக்க மடாலயத்தில் தொடர விரும்பினார்.

ஜூலை மாதம் 1505ஆம் ஆண்டில் மார்ட்டின் லூதர், தனது தந்தையாரின் எதிர்ப்பையும் புறந்தள்ளிவிட்டு செயிண்ட் ஆஸ்டின் (*St.Austin*) மடாலயத்தில் துறவியாக இணைந்தார். இது தன் உள்ளத்தில் ஏற்பட்ட அச்சத்தின் விளைவாக தான் எடுத்த முடிவு என்று அவர் நம்பினார்[2]. அந்த மடாலயத்தில் சமய குருமாருக்கான கல்வியை மேற்கொண்டார் மார்ட்டின் லூதர். மிகுந்த கடமை உணர்ச்சியுடனும் கட்டுப்பாடுகளுடனும் கல்வி கற்று கத்தோலிக்க சமய குருவாக 1507ஆம் ஆண்டில் தேர்ச்சிபெற்றார்.

மடாலயத்தில் தன் கல்வியைத் தொடர்ந்தபோதிலும் தான் எதிர்பார்த்த சமய விசாரமும் அதன் தொடர்பில் எழும் ஞானத் தெளிவும் தனக்குக் கிட்டவில்லையே என அவர் சிந்தனை இருந்தது. அவர் மனதில் அச்சம் பற்றிய சிந்தனைகளும், நரகம், பாவம் பற்றிய சிந்தனைகளும் நிறைந்திருக்க, அவற்றிற்கான தீர்வு என்ன என்பதில் அவர் மனம் தொடர்ந்து விசாரனை செய்துகொண்டிருந்தது. அச்சமயத்தில் ரோம் நகரில் கத்தோலிக்க மாநாடு ஒன்று ஏற்பாடாகியிருக்க, அதில் கலந்துகொள்ளும் பிரதிநிதிகளில் ஒருவராக இவர் தேர்ந்தெடுக்கப்பட்டிருந்தார். அதுதான் மார்ட்டின் லூதரின் வாழ்க்கையில் ஏற்பட்ட மிக முக்கியமான திருப்புமுனை எனலாம். இது நிகழ்ந்த சமயம் அவருக்கு வயது இருபத்து ஏழு.

மாநாட்டில் கலந்துகொள்ளச் சென்றவருக்கு அங்கு நிகழ்ந்த பல சம்பவங்கள் அதிருப்தி தருவனவாக அமைந்தன. ரோமானிய கத்தோலிக்கத் திருச்சபையினர் அதிகாரத்தைத் தவறாகப் பயன்படுத்தும் தன்மை, அங்கு நிலவிய ஊழல், பணம் கொடுத்தால் பாவத்தைக் குறைக்கலாம் என்பது போன்ற சூழல்கள் அவருக்கு மிகுந்த ஏமாற்றத்தைக் கொடுத்தன. மாநாடு முடிந்து இதே சிந்தனையுடன் திரும்பிய மார்ட்டின் லூதர், உடனே

2. http://www.encyclopedia.com/people/philosophy-and-religion/protestant-christianity-biographies/martin-luther

மடாலயத்திலிருந்து வெளியேறி எர்ஃபூர்ட் பல்கலைக்கழகத்தில் *(Erfurt University)* முனைவர் பட்ட ஆராய்ச்சி மாணவராகத் தன்னை இணைத்துக் கொண்டார். ஆன்மீகப்பாதையில் அவர் சந்தித்த ஏமாற்றங்களுக்கு வடிகாலாக அது அமைந்தது. அங்கு ஆய்வு மாணவராக கல்விகற்று இறையியல் துறையில் முனைவர் பட்டம் பெற்றார். அதன் தொடர்ச்சியாக விட்டன்பெர்க் பல்கலைக்கழகத்தில் *(University of Wittenberg)* இறையியல் துறை பேராசிரியராகப் பணியாற்றத் தொடங்கினார்.

மார்ட்டின் லூதரின் இறையியல் தேடல் தொடர்ந்தது. 1515ஆம் ஆண்டு, பக்தியுடன் கூடிய நம்பிக்கையின் அடிப்படையில் வாழ்வதுதான் கிறித்துவ சமயம் என்ற தெளிவு அவருக்கு ஏற்பட்டது. இறை உணர்வைப் பெறுவது என்பது அச்சத்தால் வருவதல்ல; மாறாக இறை நம்பிக்கை என்பதுதான் இறை உணர்வைத் தரும், என்ற தெளிவு பிறக்க, இதுவே சீர்திருத்தக் கொள்கைகளை அவர் உருவாக்க ஆரம்பப்புள்ளியாகவும் அமைந்தது.

அன்றைய கத்தோலிக்க தலைமை பீடத்தின் தலைவராக இருந்த போப் 10ஆம் லியோ அவர்கள் ரோம் நகரில் இருக்கும் செயிண்ட் பீட்டர் பாசிலிக்கா *(St. Peter's Basilica)* தேவாலயத்தைக் கட்டும் பணிக்காக சில செயற்பாடுகளை முன்னெடுத்திருந்தார். இதில் பாவமன்னிப்பு தொடர்பான நடவடிக்கைகள் மார்ட்டின் லூதருக்குப் பெருத்த கோபத்தை உருவாக்கின. தனது சீர்திருத்தக் கருத்துகளைக் கட்டளைகளாக எழுதினார். இந்த 95 கட்டளைகளைத்தான் இறையியல் பேராசிரியராகப் பணிபுரியும் அதே விட்டன்பெர்க் பல்கலைக்கழகத்தின் உள்ளே இருக்கும் தேவாலயத்தின் வாசல் கதவில் ஆணி அடித்து தொங்கவைத்தார். இந்த 95 கட்டளைகளாவன, பாவமன்னிப்பு என்ற கொள்கையை அடிப்படையாகக் கொண்டு, ஊழல் நிறைந்த தன்மைகளுடன் சமய நிறுவனம் இயங்குவதைச் சாடும் வகையில் அமைந்த வாசகங்களாகும். அக்கால அச்சுத்தொழில் வளர்ச்சியும் மார்ட்டின் லூதரின் பிரச்சாரத்திற்குத் துணை நிற்கும் வகையில் அமையவே, இரண்டே வார இடைவெளியில் மார்ட்டின் லூதரின் 95 கட்டளைகள் அடங்கிய துண்டுப்பிரசுரங்கள் பரவலாக ஐரோப்பா முழுமைக்கும் விநியோகப்படுத்தப்பட்டன.

ரோமானிய கத்தோலிக்க சமய நிறுவனம் இச்செயல்பாட்டைத் தடுக்க முயன்றும் அது சாத்தியப்படவில்லை. மார்ட்டின் லூதரிடம் பேசி அவர் விநியோகித்த 95 கட்டளைகளைத் திரும்பப்பெறும் வகையில் எடுக்கப்பட்ட முயற்சிகளும் தோல்வி கண்டன. ஒரு படி மேல் சென்று, 'புனித நூலை வாசித்து விளக்கும்

அதிகாரம் போப் அவர்களுக்கு இல்லை' எனக் கூறியதோடு, அணி திரண்டு தன் எதிர்ப்பை மக்கள் சக்தியோடு இணைத்துக் கொண்டு செயல்படுத்தத் தொடங்கினார் மார்ட்டின் லூதர்.

இது ரோமன் கத்தோலிக்க சமய நிறுவனத்தின் அடித்தளத்தை அசைக்கும் போக்கு என கத்தோலிக்கத் திருச்சபை மார்ட்டின் லூதருக்கு கண்டனம் தெரிவித்ததோடு, கத்தோலிக்கத் திருச்சபையின் அங்கத்தினர் என்ற உரிமையையும் நீக்கியது. இது 1518ஆம் ஆண்டில் அக்டோபர் மாதம் நிகழ்ந்தது. இது மார்ட்டின் லூதரைச் செயலிழக்கச் செய்துவிடவில்லை. இந்த நிகழ்வின் தொடர்ச்சியாக 1519ஆம் ஆண்டில் பல இடங்களுக்குச் சென்று போப் தலைமை வகிக்கும் கத்தோலிக்கத் திருச்சபைக்கு எதிரான தன் கருத்துகளை மார்ட்டின் லூதர் பிரச்சாரம் செய்தார். அது மட்டுமன்றி போப் அவர்களுக்குப் புனித நூலை விளக்கவோ விவரிக்கவோ அதிகாரம் இல்லை என்பதைப் பிரகடனப்படுத்திப் பேசியதன் தொடர்ச்சியாக 1520ஆம் ஆண்டு ஜூன் மாதம் 15ஆம் நாள் வாட்டிக்கனிலிருந்து கண்டனம் தெரிவித்து, அச்சுறுத்தும் நோக்கத்துடன் ஒரு கடிதமும் மார்ட்டின் லூதருக்கு அனுப்பப்பட்டது. அக்கடிதத்தை மார்ட்டின் லூதர் அதே ஆண்டு டிசம்பர் மாதம் 10ஆம் தேதி பொது மக்கள் முன்னிலையில் எரித்து தன் எதிர்ப்பை உறுதியாக்கினார்.

1521ஆம் ஆண்டு ஜனவரி மாதம் கத்தோலிக்கத் திருச்சபை மார்ட்டின் லூதரை ரோமன் கத்தோலிக்கத் திருச்சபையிலிருந்து அதிகாரபூர்வமாக நீக்கியது. தொடர்ச்சியாக மார்ட்டின் லூதரின் எழுத்துகளுக்குத் தடைவிதிக்கப்பட்டது. அவர் பதுங்கி வாழும் நிலைக்குத் தள்ளப்பட்டார். அவரது நண்பர்கள் உதவியுடன் வார்ட்புர்க் அரண்மனையில் (Wartburg Castle) மறைந்து வாழ்ந்தார். இக்காலகட்டத்தில் தன் முயற்சியில் தொய்வு ஏற்படாதவண்ணம் ஒரு புதிய முயற்சியை அவர் மேற்கொண்டார். மக்கள் நம்பிக்கையுடன் வாசித்து இறைவனை உணரப் பயன்படுத்தும் நூல் மக்கள் பேசும் மொழியிலேயே இருக்க வேண்டும் என சிந்தித்ததோடு, லத்தீன் மொழி பைபிளின் புதிய ஏற்பாட்டை, ஜெர்மானிய மக்கள் பேசும் டோய்ச் மொழியில் மொழிபெயர்த்தார். இதன் தொடர்ச்சியாகப் படிப்படியாக லூதரன் சித்தாந்தக் கொள்கைகள் இவரால் விரிவாக்கப்பட்டன. பலர் இவரது சீர்திருத்தக் கொள்கைகளால் ஈர்க்கப்பட்டு இவரது பெயரில் உருவாகிக்கொண்டிருந்த லூதரேனிய திருச்சபையைப் பின்பற்றுவோராகினர். 1525ஆம் ஆண்டில் கத்தரினா ஃபோன் போரா (Katharina von Bora) என்பவரை மணந்தார். கத்தரினா கன்னிகாஸ்திரியாக கத்தோலிக்கத் திருச்சபையிலிருந்து வெளிவந்து விட்டன்பெர்க்

லூதரன் திருச்சபையில் இணைந்தவர். திருமணத்திற்குப் பின்னர் இருவருக்கும் ஆறு குழந்தைகள் பிறந்தனர்.

மார்ட்டின் லூதர் 1533 முதல் தனது மறைவுவரை, அதாவது 1546 வரை, விட்டர்ன்பெர்க் பல்கலைக்கழகத்திலேயே இறையியல் துறை தலைமைப் பேராசிரியராகப் பணிபுரிந்துவந்தார். 1546ஆம் ஆண்டு பெப்ரவரி 18ஆம் தேதி விட்டன்பெர்க் நகரிலிருந்து ஐஸ்லேபன் நகர் வந்திருந்தபோது அவர் காலமானார்.

கத்தோலிக்கத் திருச்சபையில் சீர்திருத்தக் கொள்கைகளை உருவாக்கியவர்களில் மிக முக்கியமாகக் கருதப்படுபவர் மார்ட்டின் லூதர். இவரது முயற்சியின் பலனாக மக்கள் பேசும் மொழியில் புனித நூல் அமைய வேண்டும் என்ற கொள்கையை முன்னெடுத்தமையால் பைபிளின் புதிய ஏற்பாடு பல மொழிகளில் மொழியாக்கப்பட்ட முயற்சிகள் தொடங்கின. அத்தகைய முயற்சிகளின் தொடர்ச்சியாகத் தமிழ் மொழியிலும் பைபிள் புதிய ஏற்பாடு மொழிமாற்றம் செய்யப்பட்டது. இது நிகழ்ந்தது 18ஆம் நூற்றாண்டின் ஆரம்ப காலகட்டத்தில். லூதரன் மதபோதனைகளை தமிழகத்திற்கு பரப்ப வந்த சீகன்பால்க் முன்னெடுத்த முயற்சியாக இது அமைந்தது. இது நிகழ்ந்த இடம் இன்றைய தமிழகத்தின் கடற்கரை துறைமுகப்பட்டினமான தரங்கம்பாடி.

தரங்கம்பாடி

சங்க இலக்கியங்களில் நற்றிணையும் (131:6–8) அகநானூறும் (100:11–12) குறிப்பிடும் 'பொறையாறு' என்னும் ஊருக்கு அருகில் உள்ளது தரங்கம்பாடி. கடற்கரை நகரம் என்பதால் வணிகம் சிறப்பாகப் பல காலங்களாக நடைபெற்ற ஒரு துறைமுகமாக இது திகழ்ந்தது. 'புன்னைச் செழுநகர்' என பொறையாற்றைப் புறநானூறு குறிப்பிடுவதால் இப்பகுதி 'நகரம்' என்ற சிறப்புடன் வழங்கப்பட்டமையை ஊகிக்க முடிகிறது. தரங்கம்பாடியில் உள்ள ஒரு பழமையான சிவாலயம் மாசிலாமணீஸ்வரர் கோயில். இன்று இக்கோயில் சிதலமடைந்து காணப்படுகிறது. இங்குள்ள குலசேகரப் பாண்டியனின் முப்பத்தியேழாவது ஆட்சியாண்டு (கி.பி.1305) கல்வெட்டு ஒன்று 'சடங்கன்பாடியான குலசேகரன் பட்டினத்து உடையார் மணி வண்ணீகரமுடையார்க்கு' என்று கூறுகிறது. அதேபோல தஞ்சை நாயக்கமன்னன் அச்சுதநாயக்கரின் முற்றுப்பெறா ஒரு கல்வெட்டும் இவ்வூரை 'சடங்கன்பாடி' எனக் குறிப்பிடுகிறது. சில நூற்றாண்டுகளுக்கு முன்னர்வரை தரங்கம்பாடி 'சடங்கன்பாடி' என அழைக்கப்பட்டு வந்தமை இக்கல்வெட்டின்வழி அறியப்படுகிறது. இதே கோயிலில் உள்ள மற்றுமொரு கல்வெட்டு, "இதுக்கு தாழ்வு சொன்னார்

உண்டாகில் பதினென் விஷயத்துக்கும் கரையார்க்கும் துரோகியாகக் கடவர்களாகவும்" என்று குறிப்பிடுகிறது. 'பதினெண் விஷயம்' என்பது வணிகக் குழுவைக் குறிக்கும்[3] என்று ஆ. சிவசுப்பிரமணியன் தனது 'தமிழக வரலாற்றில் தரங்கம்பாடி' என்ற நூலில் குறிப்பிடுகின்றார். ஆக, வணிகம் விரிவாக நிலைபெற்றிருந்த ஒரு கடற்கரை நகரமாகத் தரங்கம்பாடி திகழ்ந்தது என்பதை அறிகிறோம்.

டேனீஷ் கிழக்கிந்திய நிறுவனம்

1600ஆம் ஆண்டு இங்கிலாந்தின் முதலாம் எலிசபெத் மகாராணியார், இங்கிலாந்தின் நீண்டகால பொருளாதார மேம்பாட்டைப் பலம்பொருந்தியதாக உருவாக்க எண்ணம் கொண்டு, ஆசிய நாடுகளில் வர்த்தக உடன்பாட்டினை உருவாக்கும் எண்ணத்துடன் 'பிரிட்டிஷ் ஈஸ்ட் இந்தியா கம்பெனி' (British East India Company) என்ற வர்த்தக நிறுவனத்தை ஆரம்பித்தார். ஆசிய நாடுகளில் வர்த்தகத்தை ஆரம்பித்திருந்த இங்கிலாந்து நாட்டின் ஆங்கிலேயர்களைப் போலவே, ஹாலந்து நாட்டு டச்சுக்காரர்களும் 'டச் யுனைட்டட் ஈஸ்ட் இந்தியா கம்பெனி' (Dutch United East India Company) என்ற வர்த்தக நிறுவனத்தை உருவாக்கிப் பெரும் வளத்துடன் தங்கள் நாடு திரும்பத் திட்டமிட்டிருந்தார்கள். அது உள்நாட்டின் பொருளாதார வளர்ச்சிக்கு முக்கிய காரணமாக அமைகிறது என்ற செய்தி, டென்மார்க்கில் தூர நாடுகளிலான கடல்வழி வணிகத்தின் மேல் ஆர்வத்தை ஏற்படுத்தத் தொடங்கியிருந்தது. இந்த இரு நாடுகளைப் போன்று ஆசிய நாடுகளில் வர்த்தக முயற்சிகளில் ஈடுபட வேண்டும் என்ற எண்ணம் அப்போது டென்மார்க்கை ஆண்டுகொண்டிருந்த 4ம் கிறிஸ்டியன் அவர்களுக்கு ஏற்பட்டது. இந்த ஆர்வத்தின் அடிப்படையில் 'டேனீஷ் கிழக்கிந்திய நிறுவனம் (Danish East India Company)' 1616ஆம் ஆண்டு உருவாக்கம் பெற்றது.

1616ஆம் ஆண்டு மார்ச் மாதம் 17ஆம் தேதி மன்னர் 4ஆம் கிறிஸ்டியன், டேனீஷ் ஈஸ்ட் இந்தியா கம்பெனிக்கு, தன் நாட்டை பிரதிநிதித்து ஆசியாவில் பனிரெண்டு ஆண்டுகள் வர்த்தகம் செய்யும் உரிமையை இக்கம்பெனிக்கு வழங்கினார்.[4] இந்த உடன்படிக்கையானது, டச்சு வர்த்தக நிறுவனத்தின் உடன்படிக்கையை மாதிரியாகக் கொண்டு உருவாக்கப்பட்டது.

---

3. ஆ. சிவசுப்பிரமணியன், தமிழக வரலாற்றில் தரங்கம்பாடி, 2015, பக்.2

4. http://scholiast.org/history/tra-narr.html (The complete text of the charter may be found (in Danish) in FELDBÆK, OLE: Danske Handelskompagnier 1616-1843. Oktrojer og interne ledelsesregler. Copenhagen 1986)

ஆரம்பத்தில் டேனீஷ் ஈஸ்ட் இந்தியா கம்பெனி தனது வர்த்தகத்தை எப்பகுதியில் தொடங்குவது என்ற ஆய்வு தொடங்கப்பட்டபோது இந்த நிறுவனத்திற்கு ஆலோசகராக நியமிக்கப்பட்டிருந்த ரோலாண்ட் க்ரேப் *(Roelant Crappe)* இந்தியாவின் தென்கிழக்கு கடற்கரைப் பகுதி பொறுத்தமானதாக அமையும் என்றும், இது வர்த்தக உடன்படிக்கையின் ஏற்பாட்டில் லாபம் ஈட்டக் கூடிய வகையிலான வளர்ச்சியைத் தரும் என்றும் ஆலோசனை கூறினார். மார்செல் டி போஷுவார் என்ற மற்றுமொரு ஆலோசகர், அன்றைய சிலோனின் பேரரசர் இத்தகைய ஐரோப்பிய வர்த்தக முயற்சியை வரவேற்பார் என்று நம்பிக்கை கொண்டிருந்தார். சிலோனில் ஏறக்குறைய நூற்றைம்பது ஆண்டுகள் வணிகம் செய்து அக்கடற்பகுதியில் கோலோச்சிக் கொண்டிருக்கும் போர்த்துக்கீசியர்களுக்கு எதிராக மற்றொரு ஐரோப்பிய வணிகக் குழுவை தாம் எதிர்பார்த்திருப்பதாகவும் சிலோன் மன்னர் ஆர்வம் காட்டவே, சிலோனுடன் வர்த்தக முயற்சியை டேனீஷ் ஈஸ்ட் இந்தியா கம்பெனி தொடங்கலாம் என முடிவாயிற்று.

ஆசியாவை நோக்கி இந்த வர்த்தக குழு செல்வதற்கான பயண ஏற்பாடுகள் தொடங்கின. இயசுண்ட் *(Øresund)* என்ற கப்பல் இந்தப் பயணத்திற்குத் தேவையான உபகரணப்பொருட்கள், உணவுப்பொருட்களோடு புறப்படத் தயாராகியது. 1618ஆம் ஆண்டு ஆகஸ்ட் மாதம் 18ஆம் நாள், ரோலாண்ட் க்ரேப் பின் தலைமையில் இந்த வணிகக்கப்பல் தன் பயணத்தைத் தொடங்கியது. இதன் தொடர்ச்சியாக அதே ஆண்டு நவம்பர் மாதம் 29ஆம் தேதி, நான்கு டேனீஷ் கப்பல்களும், அதற்குப் பாதுகாப்பாக ஒரு டச்சு பாதுகாப்பு கப்பலும் தம் பயணத்தை டென்மார்க் தலைநகர் கோப்பன்ஹாகனிலிருந்து ஆசியா நோக்கித் தொடங்கின. இந்தக் குழு 24 வயதே கொண்ட ஓவே ஜெட் *(Ove Gjedde)* தலைமையில் பயணித்தது. ஓவே ஜெட் பின்னர் டென்மார்க்கின் அரச கடற்படையின் தலைமைத் தளபதியாக நியமிக்கப்பட்டார் என்பதும் குறிப்பிடத்தக்கது. இடையில் ஏற்பட்ட சில தடங்கல்களையும் கடந்து 1620ஆம் ஆண்டு மே மாதம், இந்த வர்த்தகக் கப்பல்கள் சிலோன் துறைமுகப்பகுதியை வந்தடைந்தன.

ஏனைய கப்பல்கள் புறப்படுவதற்கு முன்னர் புறப்பட்ட இயசுண்ட் கப்பல், ஏனைய கப்பல்கள் சிலோன் வருவதற்கு முன்னரே சிலோனை வந்தடைந்திருந்தது. சிலோன் மன்னர் வேண்டுகோளின்படி அங்கே வர்த்தகத்தை ஆக்கிரமித்திருந்த போர்த்துக்கீசிய வணிகர்களை அப்புறப்படுத்த முயற்சி தொடங்கியது; இந்த முயற்சி வெற்றிகரமாக அமையவில்லை.

மாறாக அங்கு ஏற்கெனவே தமது ஆளுமையை விரிவாக்கியிருந்த போர்த்துக்கீசியர்கள், இயசுண்ட் கப்பலைத் தாக்கி மூழ்கடித்த தோடு ரோலாண்ட் க்ரேப்பையயும் சிறைபிடித்தனர். சிறைபிடித்து, அவரைத் தமிழகத்தின் நாகப்பட்டினம் கொண்டு சென்றதோடு, அப்போதைய நாயக்க மன்னரிடம் இச்செய்தியைக் கூறி தாங்கள் சிறைப்பிடித்து வந்த ரோலாண்ட் க்ரேப்பையும் அவர் முன்னிலையில் நிறுத்தினர். இந்தப் பிரச்சினைகள் நிகழ்ந்து கொண்டிருக்கும்போது கோப்பன்ஹாகனிலிருந்து தாமதித்து வந்த கப்பல்கள் சிலோனை அடைந்தன. இரண்டாவது குழுவிற்கு தலைமை ஏற்று வந்த ஓவே ஜெட், சிலோன் மன்னரிடம் திரிகோண்மலையில் ஒரு கோட்டை ஒன்று கட்ட அனுமதி கேட்டு பேச்சு வார்த்தையில் ஈடுபட்டார். இந்த முயற்சி முழுமை யாகப் பலனளிக்கவில்லை.

அக்காலத்தில் கடற்பயணம் என்பது நீண்ட நாட்கள் எடுக்கக்கூடியது என்பதோடு பயணத்தின்போது சீதோஷ்ண சூழலுக்கேற்ப உடல்நிலையைப் பாதுகாப்பதில் பல சிரமங்களை எதிர்நோக்க வேண்டிய நிலையும் இருந்தது. கடற்பயணத்தின் போது உயிரிழப்பு ஏற்படும் என்பதும் முக்கியமான ஒரு சவாலாகவே இருந்தது. சிலோன் மன்னருடன் பேச்சுவார்த்தை நடத்திய அனுபவம் கொண்ட பெஷோவர் என்பவர், சிலோனை நெருங்கும் முன்னரே இறந்துவிடவே, இது சிலோன் அரசுடன் டென்மார்க் அரசு செய்துகொள்ள வந்திருந்த வர்த்தகம் தொடர்பான பேச்சுவார்த்தைகளுக்கான நிலையைத் தளரச் செய்யும் நிலையும் ஏற்பட்டது.[5] இதனால் சிலோனில் வர்த்தகத்தைத் தொடங்குவதில் சிக்கல் ஏற்படவே மற்றொரு திட்டமான, இந்திய நாட்டின் தென்கிழக்குக் கடற்கரையோரப் பகுதிகளில் வணிகத்தை முயற்சிப்பது என முடிவெடுத்து, ஓவே ஜெட் தமிழகத்தை நோக்கிப் புறப்பட்டார்.

1620ஆம் ஆண்டு அக்டோபர் மாதம் தஞ்சை நாயக்க மன்னரின் அரசவைக்கு வந்து மன்னரைச் சந்தித்து, டென்மார்க் மன்னரின் வர்த்தகம் தொடர்பான விருப்பத்தைத் தெரிவித்து, வர்த்தக புரிந்துணர்வு உடன்படிக்கை தொடர்பான பேச்சுவார்த்தை களைத் தொடங்கினார் ஓவே ஜெட். இந்தப் பேச்சுவார்த்தைகள் இரு நாடுகளுக்குமிடையே வணிகரீதியிலான புரிந்துணர்வு ஒப்பந்தம் உருவாகும் வாய்ப்பை உருவாக்கியது. தரங்கம்பாடியில் டேனீஷ் அரச பிரதிநிதிகள் வந்து தங்கவும், வர்த்தகத்தைத் தொடங்கவும், அங்கு கோட்டை கட்டிக்கொள்ளவும் அனுமதி அளிக்கும் வகையில் பட்டயம் ஒன்று நாயக்க மன்னரால்

5. Kay Larsen: Trankebar, op.cit., p. 17.

கையெழுத்திடப்பட்டது.[6] சிலோன் திரிகோணமலையில் ஒரு கோட்டை கட்டி வர்த்தகத்தை விரிவாக்க எடுக்கப்பட்ட முயற்சிகள் தோல்வியில் முடிந்த காரணத்தால் அதை ஓவே ஜெட்டின் குழு கைவிட்டு விட்டு தமிழகத்திலேயே தன் கவனத்தைச் செலுத்தத் தொடங்கியது. 1622ஆம் ஆண்டுவாக்கில் தரங்கம்பாடியில் டேனீஷ் வர்த்தகத்தைச் செயல்படுத்தும் முழு பொறுப்பையும் ரோலான்ச் க்ரெப் எடுத்துக்கொள்ள, ஓவே ஜெட் டென்மார்க் திரும்பினார். தரங்கம்பாடியில் டேனீஷ் ஈஸ்ட் இந்தியா கம்பெனியைத் தொடங்கிய பின்னரும்கூட, டேனீஷாருக்குத் தமிழகத்தில் வர்த்தகத்தை விரிவாக்கம் செய்வது ஆரம்பகாலகட்டத்தில் சிரமமான பணியாகவே அமைந்தது. வர்த்தக முயற்சிகள் தொடங்கிய பின்னர் பல இடையூறுகளைச் சமாளித்தே தனது வர்த்தக நடவடிக்கைகளை மேற்கொண்டு வந்தது டேனீஷ் ஈஸ்ட் இந்தியா கம்பெனி. இது ஒரு அரிய முயற்சிதான் எனினும்கூட, ஆங்கிலேயர்களின் ஈஸ்ட் இந்தியா கம்பெனி அடைந்த வெற்றியைப் போன்ற வெற்றி டேனீஷ் ஈஸ்ட் இந்தியா கம்பெனி பெறவில்லை. டேனீஷ் ஈஸ்ட் இந்தியா கம்பெனி முப்பத்து நான்கு ஆண்டுகள் மட்டுமே இயங்கியது. இந்த முப்பத்து நான்கு ஆண்டு காலகட்டத்தில் ஏழு முறைதான் ஆசிய சரக்குகளை ஏற்றிக்கொண்டு டென்மார்க்கின் கோப்பன்ஹாகன் வந்தது. ஆக, ஒரு வெற்றிகரமான வர்த்தக வாய்ப்பினை இந்த முயற்சி அளிக்கவில்லை.[7]

லூதரேனிய கருத்தாக்கங்கள் இந்தியாவில் முதலில் அறிமுக மாக நுழைவாயிலாக இருந்தது தரங்கம்பாடி. 1706ஆம் ஆண்டில், முதல் இந்திய ப்ரோட்டடஸ்டண்ட் அமைப்பு உருவானது. டேனீஷ், ஜெர்மானிய, இந்திய, ஆங்கிலேய கூட்டு அமைப்பாக இங்கே ப்ரோட்டடஸ்டண்ட் சமய மதம் பரப்பும் நடவடிக்கைகள் இதன் வழியாகத் தொடங்கின.[8] இந்தியாவில் ப்ரோட்டடஸ்டண்ட் சமயம் விரிவாக்கம் பெற நடந்த முயற்சிகளில் டென்மார்க் மட்டுமல்லாது ஜெர்மனி, இங்கிலாந்து ஆகிய இரு நாடுகளின் இணைந்த செயலாக்கம்தான் இந்தச் சமயமானது இந்தியாவில் காலூன்ற வழிவகுத்தன. இந்த மூன்று நாடுகளின் ப்ரோட்டடஸ்டண்ட் சமய அமைப்பும், அரசும், இச்சமயத்தைக் கிழக்கிந்தியாவில் பரவச் செய்ய வேண்டும் என்பதை மிக முக்கிய நோக்கமாகக் கொண்டிருந்தன. 'கிழக்கிந்தியா' எனும்போது இங்கிலாந்து,

6. Kay Larsen: Trankebar, op.cit., pp. 20. Sanjay Subrahmanyam: Coromandel Trade, op.cit., p. 45. The text of the *firman* (decree) issued by the *nayak* is quoted in extenso (in Danish), in an appendix to Larsen's book, pp. 167-169.

7. Peter Ravn Rasmussen, The Danish East India Company 1616 - 1669

8. We Began at Tranquebar – 1 , P xii.

ஜெர்மனி, டென்மார்க் ஆகிய நாடுகளைப் பொறுத்தவரை அது இந்தியாவைக் குறிப்பிடப் பயன்படுத்தப்பட்ட சொல். ஆனால், டச்சுக்காரர்களின் ஆவணக்குறிப்பின்படி கிழக்கிந்தியா எனும் சொல் இந்தோனேசியாவைக் குறிப்பதாகக் காண்கிறோம். 18ஆம் நூற்றாண்டில், ப்ரோட்டஸ்டண்ட் சமய நடவடிக்கைகள் அமெரிக்கா, வெஸ்ட் இண்டீஸ் பகுதிகளில் படிப்படியாக அறிமுகப்படுத்தப்பட்டு பரவ ஆரம்பித்தது. உலகின் ஏனைய பாகங்களில் இத்தகைய நடவடிக்கைகள் நிகழ்ந்தாலும் கூட, இந்தியாவில் தனித்துவத்துடன் விரைவாகவும் விரிவாகவும் ப்ரோட்டஸ்டண்ட் சமய திருச்சபை வளர்ச்சிபெற்றதில் இந்திய மக்களின் பங்களிப்பும் உள்ளது. டென்மார்க், ஜெர்மனி, இங்கிலாந்து ஆகிய இந்த மூன்று நாட்டினைச் சேர்ந்த மதம் பரப்பும் நோக்கத்தைக் கொண்டவர்கள் இணைந்து செயல்பட்ட மையப்புள்ளியாக இந்தியா, அதிலும் குறிப்பாக தரங்கம்பாடி விளங்கியது. இதன் விளைவாக, இந்திய ப்ரோட்டஸ்டண்ட் சமய நம்பிக்கை இயக்கமும் தரங்கம்பாடியில் தொடங்கியது.[9]

தரங்கம்பாடியில் 17ஆம் நூற்றாண்டு தொடங்கிய ஐரோப்பியர் வருகையைப் பதிவு செய்த ஆவணங்கள், அக்காலத்து வரலாற்று நிகழ்வுகளை இன்று புரிந்துகொள்ள உதவும் சான்றுகளாக அமைகின்றன. தரங்கம்பாடிக்கு மதம் பரப்பும் சேவையை மையமாகக் கொண்டு தமிழகம் வந்த பாதிரிமார்களின் நடவடிக்கைகளை இன்றைக்குப் புரிந்துகொள்ள தரவுகளாக இவை அமைகின்றன. இந்த ஆவணங்களை ஆய்வு செய்தோர் தொடர்ந்து அவற்றை வெளியிட்டும் பதிப்பித்தும் வந்துள்ளனர். பெரும்பாலும் இத்தகைய பணிகள் இங்கிலாந்து, அமெரிக்க, ஐரோப்பிய ஆய்வாளர்களின் ஆய்வுகளாகவும் மிகச் சில இந்திய, தமிழக ஆய்வாளர்களது ஆய்வுகளாகவும் அமைகின்றன. இத்தகைய பதிப்பாக்கப் பணிகளில் ஈடுபடுவோர், ஆவணப் பாதுகாப்பகங்களில் கிடைக்கிற ஆவணங்களில் தங்கள் ஆய்வுகளுக்கு உதவும் சிலவற்றை ஏற்றுக்கொண்டு, அவற்றை ஆய்வு செய்வதோடு அவற்றைப் பதிப்பித்து வெளியிடுவது போலவே, சிலவற்றை ஒதுக்கிவிட்டு தங்கள் ஆய்வுகளில் அவற்றிற்கு முக்கியத்துவம் அளிக்காது செல்வதும் உண்டு.

தரங்கம்பாடியில் லூதரன் ப்ராட்டெஸ்டண்ட் பாதிரிமார் களின் மதம் பரப்பும் பணி தொடர்பான ஆய்வுகளில் ஈடுபடுவோருக்கு மிக முக்கியச் சான்றுகளாக அமைபவை இரண்டு ஆவணத் தொகுப்புகள். ஒன்று, ஜே.எஃப்.ஃபெங்கர் (J.F.Fenger) அவர்களது History of Tranquebar Mission எனும்

---

9. We Began at Tranquebar – 1, P xv

நூல். அடுத்து, லேமான் *(E.A.Lehman)* எழுதிய, *It Began at Tranquebar* எனும் நூல். இவை இரண்டுமே ஆங்கிலத்தில் மொழி பெயர்க்கப்பட்டு இத்துறை சார்ந்த ஆய்வில் உள்ளோருக்கு மிக முக்கியச் சான்றுகளாக அமைகின்றன. முதலாவது *(History of Tranquebar Mission)*, டென்மார்க் அரசு அதிகாரிகளின் பார்வையில், டேனீஷ் சார்புடன் எழுதப்பட்ட குறிப்புகள். இரண்டாவது *(It Began at Tranquebar)*, மதம் பரப்ப வந்த ஜெர்மானிய லூதரன் பாதிரிமார்களின் பார்வையில் அவர்களின் அனுபவங்களை அடிப்படையாகக் கொண்டவை. ஜே.எஃப்.ஃபெங்கர் 1842ஆம் ஆண்டு வாக்கில் டேனீஷ் மதகுருமார்கள் அமைப்பின் தலைவராக தேர்ந்தெடுக்கப்பட்டு சேவையாற்றியவர். தரங்கம்பாடியில் டேனீஷ் அரசின் மதம் பரப்பும் சேவை என்பது டேனீஷ் சமய வரலாற்றின் ஒரு அங்கம் என்பது இவரது எழுத்துகளில் பிரதிபலிக்கும் மையப்புள்ளி. ஆனால், லேமானின் அறிக்கைகளும், அவர் தயாரித்த ஆவணங் களும் ஜெர்மானிய பாதிரிமார்களின் நேரடி களப்பணி அனுபவங்களின்போது ஜெர்மனியின் ஹாலே நகரில் உள்ள ஃப்ராங்கன் கல்வி அமைப்பிற்கு அப்பாதிரிமார்கள் எழுதி அனுப்பிய கடிதங்களையும் அறிக்கைகளையும் அடிப்படையாகக் கொண்டு உருவாக்கப்பட்ட தொகுப்பறிக்கையாகும்.

மத விரிவாக்கமும் தமிழகத்தில் லூதரன் திருச்சபையின் தொடக்கமும்

ரோமன் கத்தோலிக்க சமயத்தைக் கைவிட்டு, ஜெர்மனியில் உருவான மார்ட்டின் லூதரின் கொள்கைகளின் அடிப்படையில் எழுந்த லூதரேனிய சமயத்தை டேனீஷ் அரசு ஏற்றிருந்தது. டென்மார்க் – நோர்வே ஆகிய இரு நாடுகளையும் ஆட்சி செய்து கொண்டிருந்த மன்னர் 4ஆம் கிறிஸ்டியனுக்கு வர்த்தகத்தோடு தமது ஆளுமை உள்ள ஆசிய நாடுகளில் தான் பின்பற்றும் சமயத்தைக் கீழை நாடுகளில் பரவலாக்கம் செய்ய வேண்டும் என்ற எண்ணம் இருந்தது. இந்த ஆர்வத்தின் விளைவாக, லூதரன் கருத்தாக்கங்களை, ஆசிய நாடுகளுக்கு தான் ஏற்படுத்திய டேனீஷ் ஈஸ்ட் இந்தியா கம்பெனியின் வர்த்தக முயற்சிகளின் ஒரு அங்கமாக்கி செயல்படுத்தும் நடவடிக்கையை மேற்கொண்டார் மன்னர் 4ஆம் கிறிஸ்டியன். இவரது ஆர்வத்திற்கு உதவக்கூடிய வகையில் டென்மார்க்கில் எந்த குருமாரும் இப்பணிக்குத் தயராக வரவில்லை. உள்ளூரில் இப்பணிக்கு யாரும் கிடைக்காத நிலையில் ஜெர்மனியின் ஹாலே கல்வி நிறுவனத்தின் உதவியை நாடியது டேனீஷ் அரசு. இந்த முயற்சிக்குக் கை கொடுத்தது ஹாலே கல்வி நிறுவனம். இக்கல்வி நிறுவனத்தில் கல்வி பயின்ற இளம்

குருமார்கள் இந்தியாவின் தென்பகுதிக்கு ஒவ்வொருவராகச் சென்ற நிகழ்வும் தொடங்கியது. இது உலகளாவிய நிலையில் தமிழ்மொழி ஐரோப்பிய நாடுகளுக்கு அறிமுகமாகும் இரண்டாம் கட்ட செயல்பாட்டிற்குக் காரணமாகவும் அமைந்தது. டேனீஷாரும், ஜெர்மானிய பாதிரிமார்களும் தமிழகம் வருவதற்கு சில நூற்றாண்டுகளுக்கு முன்னரே முதல் கட்ட முயற்சியாக, போர்த்துக்கீசியர்களும், இத்தாலியர்களும், பிரெஞ்சுக்காரர்களும் தமிழகத்துக்கு வந்து அங்கு ரோமன் கத்தோலிக்க கிறித்துவ மதம் பரப்பும் பணியில் ஈடுபட்டிருந்தனர் என்பதோடு, அச்சு இயந்திரங்களின் உருவாக்கத்திற்குப் பின்னர் தமிழ் மொழியில் கிறித்துவ மறை நூல்களையும் உருவாக்கி தமிழக வரலாற்றில் குறிப்பிடத்தக்க செயல்பாடுகளைத் தொடங்கியிருந்தனர். (இது தொடர்பான கிபி. 16ஆம் நூற்றாண்டு இயேசு திருச்சபையின் குறிப்பிடத்தக்க செயல்பாடுகளைப் பற்றி இந்த நூலின் பின்னிணைப்பில் காணலாம்.)

தமிழகத்தில் டேனீஷ் ஈஸ்ட் இந்தியா கம்பெனியின் வழி டென்மார்க் அரசு தனது வர்த்தக நடவடிக்கைகளைத் தொடங்குவதற்கு முன்னரே தமிழகத்தின் தென்பகுதியில் போர்த்துக்கீசியர்களின் ஆளுமை உருவாகிக் காலூன்றியிருந்தது. இந்தியா பல நூற்றாண்டுகளாக ஐரோப்பிய மேலைநாட்டினரின் பார்வையில் வணிகத்திற்கான மிக முக்கிய ஒரு நாடாக கருதப்பட்டு வந்தது. இந்தியாவின் அரசியல் சூழல், அதன் விலைமதிப்பற்ற இயற்கை மற்றும் விவசாய, கனிம வளங்கள் போன்றவை இந்தியாவை ஐரோப்பிய பேரரசுகள் தொடர்ந்து வியந்து பார்க்கவைக்கக் காரணங்களாக அமைந்தன.

வங்கக்கடலின் கரையோரத்தில் தரங்கம்பாடியில் டேனீஷ் கிழக்கிந்திய நிறுவனம் கட்டிய டான்ச்புர்க் கோட்டை (Fort Dansborg)

2

டேனீஷ் அரசின் லூதரேனிய கிறித்துவ மதம் பரப்பும் செயற்பாடுகளின் தொடக்கம்

கத்தோலிக்கத் திருச்சபையின் வெவ்வேறு பிரிவுகள் தமிழகத்தின் திருநெல்வேலி, தூத்துக்குடி, மதுரை, சென்னை, திருச்சி, தஞ்சாவூர் போன்ற பகுதிகளில் தங்கள் சமய மையங்களை அமைத்து, தேவாலயங்களை எழுப்பி தங்கள் மறை பரப்பும் நடவடிக்கைகளை விரிவாக்கிக் கொண்டிருந்தன. இவர்களில் பெரும்பாலோர் போர்த்துக்கீசியர் களாவர். இதனால், தமிழகச் சூழலில் 16ஆம் நூற்றாண்டு தொடங்கி போர்த்துக்கீசிய மொழியும் ஆங்காங்கே வழக்கில் இருந்ததைக் காண்கிறோம். ஐரோப்பிய பாதிரிமார்கள் உள்ளூர் தமிழ் மக்களிடம் உரையாடுவதற்காகத் தமிழ் கற்றதுபோல, தமிழர்களில் சிலர் போர்த்துக்கீசிய மொழியைக் கற்றிருந்தனர்.

18ஆம் நூற்றாண்டின் ஆரம்பகாலத்தில் மேலும் ஒரு புதிய சமயப் பிரிவு தமிழகத்தில் அறிமுகமானது. லூதரன் சபையினரின் படிப்படியான தமிழக வருகையே இதற்குக் காரணம் எனலாம்.

தரங்கம்பாடியில் டென்மார்க்கின் அரச ஆதரவுபெற்ற ஜெர்மானிய லூதரன் பாதிரிமார்கள், படிப்படியான, ஆனால் மிகத் தீவிரமாக தாங்கள் மேற்கொண்ட பல்வேறு முயற்சிகளின்வழி லூதரேனிய திருச்சபையின் கொள்கைகளை இந்திய நாட்டின் தென்கோடியில் அமைந்திருக்கும்

தரங்கம்பாடி என்னும் கடற்கரையோர நகரில் 18ஆம் நூற்றாண்டின் ஆரம்பத்தில் தொடங்கினர். இவர்களின் நோக்கம் மதம் பரப்புதலை மையமாகக் கொண்டது. அக்காலச் சூழலில் தமிழகத்தின் சமுதாயச் சூழல் ஏற்படுத்திய தமிழக மக்களின் வாழ்வு நிலைக்கேற்ப தமது நடவடிக்கைகளை இப்பாதிரிமார்கள் மேற்கொண்டனர். ஜெர்மனியிலும் டென்மார்க்கிலும் இப்பணியைச் செய்வதைவிட, பன்மடங்கு உழைப்பைச் செலுத்த வேண்டிய அவசியம் அவர்களுக்குத் தமிழகத்தில் இருந்தது.

முற்றிலும் மாறுபட்ட நிலப்பகுதி, தங்கள் உடல் நிலைக்கு முற்றிலும் அன்னியப்பட்ட தட்பவெட்பநிலை, பரிச்சயமற்ற மொழி, பயன்பாடு புதிதான சமூக நிலை என்பன இவர்கள் வந்திறங்கிய நாள் முதல் அவர்கள் சந்தித்த சோதனைகளாக அமைந்தன. அச்சோதனைகளைத் தாண்டி அவற்றை நேருக்கு நேர் எதிர்கொண்டு தங்கள் நோக்கத்தைச் செயல்படுத்த வேண்டும் என்ற தீவிர கொள்கைப்பிடிப்பு அவர்கள் உள்ளத்தில் நிலைத்திருந்தது. இப்படி 18ஆம் நூற்றாண்டின் ஆரம்பம் முதல் படிப்படியாகத் தமிழகம் வந்த லூதரன் பாதிரிமார்களின் பெயர்களைக் காண்போம்.

18ஆம் நூற்றாண்டில் தமிழகம் வந்த லூதரன் பாதிரிமார்கள்

பார்த்தலோமஸ் சீகன்பால்க் (B. Ziegenbalg). இவர் ஜெர்மனியின் சாக்சனி மாநிலத்தில் உள்ள புல்ஸ்னிட்ஸ் நகரில் 1683ஆம் ஆண்டு ஜூன் மாதம் 24ஆம் தேதி பிறந்தார். இவர் ஹாலே நகரில் கல்வி கற்றார். டென்மார்க் அரசரின் அதிகாரபூர்வ பணி ஆணை பெற்று, 1705ஆம் ஆண்டு நவம்பர் மாதம் 29ஆம் தேதி புறப்பட்டு 1706ஆம் ஆண்டு ஜூலை மாதம் 9ஆம் தேதி இந்தியாவின் தரங்கம்பாடிக்கு வந்தடைந்தார். தமிழகத்தில் தொடர்ச்சியான பணிகளை நிகழ்த்திய பின்னர் இவர் 1714ஆம் ஆண்டு அக்டோபர் மாதம் 26ஆம் தேதி தனது தாயகம் திரும்பினார். அங்கு அவருக்குத் திருமணம் நடைபெற்றது. பின்னர் இங்கிலாந்து வழியாக திரும்பி இந்தியாவின் மெட்ராஸ் துறைமுகத்தை 1716ஆம் ஆண்டு ஆகஸ்ட் மாதம் 10ஆம் தேதி தம் மனைவியுடன் வந்தடைந்தார். தொடர்ந்து தரங்கம்பாடி திருச்சபையில் பணியாற்றிவந்தார். உடல்நலக்குறைவின் காரணமாக 1719ஆம் ஆண்டில் பெப்ரவரி மாதம் 23ஆம் தேதி இவர் காலமானார். தரங்கம்பாடி ஜெரூசலம் தேவாலயத்தில் இவரது உடல் அடக்கம் செய்யப்பட்டது. இவரது மூன்று குழந்தைகளில் இருவர் இளம் வயதிலேயே இறந்துவிட்டனர். எஞ்சிய ஒரு மகன் டென்மார்க் தலைநகர் கோப்பன்ஹாகனில்

கணிதவியல் துறை பேராசிரியராகப் பணிபுரிந்து 1758ஆம் ஆண்டில் காலமானார்.

ப்ளெட்சோ (H. Pluetschau). இவர் மெக்ளன்புர்க் மாநிலத்தின் வேசன்புர்க் நகரில் பிறந்தார். ஹாலே நகரில் கல்வி கற்று, டென்மார்க் அரசரின் அதிகாரபூர்வ பணி ஆணை பெற்று இந்தியாவின் தரங்கம்பாடிக்கு 1705ஆம் ஆண்டு நவம்பர் மாதம் 29ஆம் தேதி பாதிரியார் சீகன்பால்குடன் வந்தடைந்தார். இவர் 1711ஆம் ஆண்டு செப்டம்பர் மாதம் 15ஆம் தேதி தமது பணியைத் தரங்கம்பாடியில் நிறைவு செய்துவிட்டு தாயகம் திரும்பினார். சில ஆண்டுகள் ஜெர்மனியில் ஹோல்ஸ்டைன் மாநிலத்தில் பாதிரியாராகப் பணியாற்றி 1746ஆம் ஆண்டு காலமானார்.

க்ரூண்ட்லர் (J.E. Gruendler). இவர் 1677ஆம் ஆண்டு ஏப்ரல் மாதம் 7ஆம் தேதி வைசன்சீ நகரில் பிறந்து ஹாலே நகரில் கல்வி கற்றார். டென்மார்க் அரசரின் அதிகாரபூர்வ பணி ஆணை பெற்று இந்தியாவின் தரங்கம்பாடிக்கு 1708ஆம் ஆண்டு நவம்பர் மாதம் 20ஆம் தேதி வந்தடைந்தார். சீகன்பால்கிற்குப் பின்னர் தரங்கம்பாடியில் லூதரேனியன் திருச்சபையை வழிநடத்தியவர் என்ற சிறப்புப் பெறுபவர் இவர். 1716ஆம் ஆண்டில் இவருக்குத் திருமணம் நடைபெற்றது. உடல்நலம் பாதிப்புற்று 1720ஆம் ஆண்டு மார்ச் மாதம் 19ஆம் தேதி இவர் காலமானார். தரங்கம்பாடி ஜெரூசலம் தேவாலயத்தில் இவரது உடல் அடக்கம் செய்யப்பட்டது.

போவிங் (J.G. Boevingh) – ஜெர்மனியின் வெஸ்ட் ஃபாலியா நகரில் பிறந்து கீல் நகரில் கல்வி கற்றவர் இவர். டென்மார்க் அரசரின் அதிகாரபூர்வ பணி ஆணை பெற்று இந்தியாவின் தரங்கம்பாடிக்கு 1711ஆம் ஆண்டு வந்தடைந்தார். 1714ஆம் ஆண்டு சீகன்பால்க் குறுகியகாலப் பயணமாக ஜெர்மனி திரும்பியபோது அவருடன் போவிங் தாயகம் திரும்பினார்.

ஷுல்ட்ஸே (B. Schultze). ஜெர்மனியின் பிராண்டன்புர்க் மாநிலத்தின் சோன்னபுர்க் நகரில் 1689ஆம் ஆண்டு பிறந்தார். ஹாலே நகரில் கல்வி கற்றார். டென்மார்க் அரசரின் அதிகாரபூர்வ பணி ஆணை பெற்று இந்தியாவின் மெட்ராஸுக்கு 1719ஆம் ஆண்டு மார்ச் மாதம் 25ஆம் தேதி வந்தடைந்தார். 1720ஆம் ஆண்டில் தரங்கம்பாடியில் தம் சேவையைத் தொடங்கினார். 1728ஆம் ஆண்டு மெட்ராஸ் லூதரன் திருச்சபையை நிர்மாணித்தார். 1743ஆம் ஆண்டில் ஜெர்மனிக்குத் திரும்பி ஹாலே கல்விக்கழகத்தில் பணியாற்றி பின் 1760ஆம் ஆண்டு நவம்பர் மாதம் 25ஆம் தேதி காலமானார்.

டால் (N. Dal). டென்மார்க்கின் ஸ்லெஸ்விக்கில் 1690ஆம் ஆண்டு ஏப்ரல் 2ஆம் தேதி பிறந்தார். ஜெர்மனியில் யேனா மற்றும் ஹாலே கல்விக்கூடங்களில் பயின்றார். டென்மார்க் அரசரின் அதிகாரபூர்வ பணி ஆணை பெற்று இந்தியாவின் தரங்கம்பாடிக்கு 1730ஆம் ஆண்டு ஜூன் மாதம் 7ஆம் தேதி வந்தடைந்தார். உடல்நலக்குறைவு ஏற்பட்டு 1730ஆம் ஆண்டு ஜூன் மாதம் 7ஆம் தேதி காலமானார். தரங்கம்பாடி ஜெரூசலம் தேவாலயத்தில் இவரது உடல் அடக்கம் செய்யப்பட்டது.

கிஸ்டன்மாஹர் (J.H. Kistenmacher). ஜெர்மனியின் மெக்டபுர்க் மாநிலத்தில் பிறந்தவர். தரங்கம்பாடிக்கு 1730ஆம் ஆண்டு ஜூன் மாதம் 7ஆம் தேதி வந்தடைந்தார். 1722ஆம் ஆண்டு பெப்ரவரி மாதம் 16ஆம் தேதி உடல்நலக்குறைவு ஏற்பட்டு தரங்கம்பாடியில் காலமானார். தரங்கம்பாடி ஜெரூசலம் தேவாலயத்தில் இவரது உடல் அடக்கம் செய்யப்பட்டது.

பூச (M. Bosse). ஜெர்மனியின் மெக்டபுர்க் மாநிலத்தின் நெல்பன் நகரில் பிறந்தவர். டென்மார்க் அரசரின் அதிகாரபூர்வ பணி ஆணை பெற்று இந்தியாவின் தரங்கம்பாடிக்கு 1725ஆம் ஆண்டு ஜூன் மாதம் 19ஆம் தேதி வந்தடைந்தார். 1749ஆம் ஆண்டு இவர் பணியிலிருந்து விடுவிக்கப்பட்டதும் டென்மார்க்கின் கோப்பன்ஹாகனுக்குத் திரும்பினார். அங்கு சில மாதங்கள் பணியாற்றியவர் 1750ஆம் ஆண்டு காலமானார்.

ப்ரெச்சியர் (Ch. Fr. Pressier). ஜெர்மனியின் பெர்லபெர்க் நகரில் 1697ஆம் ஆண்டு ஜூலை மாதம் 26ஆம் தேதி பிறந்தவர். யெனா மற்றும் ஹாலே கல்விக்கூடங்களில் கல்வி கற்றார். பூசவுடன் தரங்கம்பாடி திருச்சபையில் பணியாற்ற உத்தரவு பெற்று 1725ஆம் ஆண்டு ஜூன் மாதம் 19ஆம் தேதி தரங்கம்பாடி வந்தடைந்தார். 1738ஆம் ஆண்டு பெப்ரவரி 15ஆம் தேதி இவர் உடல் நலக்குறைவேற்பட்டு காலமானார். தரங்கம்பாடி ஜெரூசலம் தேவாலயத்தில் இவரது உடல் அடக்கம் செய்யப்பட்டது.

வால்த்தர் (Ch. Th. Walther). ஜெர்மனியின் பிராண்டன்புர்க் மாநிலத்தின் ஷில்ட்பெர்க் நகரில் 1699ஆம் ஆண்டு டிசம்பர் 20ஆம் தேதி பிறந்தார். இவர் ஃப்ராங்கெ கல்விநிறுவனத்தில் பயின்றார். தரங்கம்பாடி திருச்சபையில் பணியாற்ற உத்தரவு பெற்று ப்ரெச்சியர், பூச இருவருடன் 1725ஆம் ஆண்டு ஜூன் மாதம் 19ஆம் தேதி தரங்கம்பாடி வந்தடைந்தார். 1739ஆம் ஆண்டு ஐரோப்பாவிற்குத் திரும்பினார். ஜெர்மனியின் ட்ரெஸ்டன் நகரில் 1741ஆம் ஆண்டு ஏப்ரல் மாதம் 29ஆம் தேதி காலமானார்.

ஊர்ம் (Andr. Worm). ஜெர்மனியின் மெக்லன்புர்க்–ஸ்ட்ரெலிட்ஸ் மாநிலத்தின் நோய்பிரெண்டன்புர்க் நகரில் 1704ஆம் ஆண்டு

பிறந்தார். யெனா மற்றும் ஹாலே கல்விக்கூடங்களில் பயின்றார். தரங்கம்பாடி திருச்சபையில் பணியாற்ற உத்தரவு பெற்று 1730ஆம் ஆண்டு ஜூலை 8ஆம் தேதி தரங்கம்பாடி வந்தடைந்தார். உடல் நலக்குறைவு ஏற்பட்டு 1735ஆம் ஆண்டு மே மாதம் 30ஆம் தேதி காலமானார். தரங்கம்பாடி ஜெரூசலம் தேவாலயத்தில் இவரது உடல் அடக்கம் செய்யப்பட்டது.

ரிஹ்றட்ஸ்டைக் (S.G. Richtsteig). ஜெர்மனியின் பிராண்டன்புர் மாநிலத்தில் லாண்ட்ஸ்பெர்க் நகரில் 1701ஆம் ஆண்டு பிறந்தவர். ஃப்ராங்கெ கல்விநிறுவனத்தில் பயின்று தரங்கம்பாடி திருச்சபையில் பணியாற்ற உத்தரவு பெற்று தரங்கம்பாடிக்கு 1730ஆம் ஆண்டு ஜூலை 8ஆம் தேதி வந்தடைந்தார். அங்கேயே பணியாற்றி பின்னர் 1735ஆம் ஆண்டு உடல்நலக்குறைவினால் காலமானார். தரங்கம்பாடி ஜெரூசலம் தேவாலயத்தில் இவரது உடல் அடக்கம் செய்யப்பட்டது.

சர்த்தோரியஸ் (J.A. Sartorius). ஜெர்மனியின் ஹெச்செரைன்ஃபால்ஸ் மாநிலத்தில் லாவ்ஃபென்செல்ட்டென் நகரில் 1704ஆம் ஆண்டு பிறந்தார். ஃப்ராங்கெ கல்விநிறுவனத்தில் கல்வி பயின்றார். லண்டன் சாப்ளின் ரூப்பர்ட்டி லூதரன் திருச்சபையின் பணி உத்தரவு பெற்று மெட்ராஸ் நகரை 1730ஆம் ஆண்டு வந்தடைந்தார். 1737ஆம் ஆண்டு கடலூரில் லூதரேனிய திருச்சபையை அமைத்து சமயப் பணியாற்றினார். உடல் நலக்குறைவு ஏற்பட்டு 1738ஆம் ஆண்டு காலமானார். கடலூர் தேவாலயத்திலேயே இவரது உடல் அடக்கம் செய்யப்பட்டது.

கைஸ்டர் (J.E. Geister). ஜெர்மனியின் பெர்லின் நகரில் பிறந்தவர். யேனா மற்றும் ஃப்ராங்கெ கல்விநிறுவனத்தில் கல்வி பயின்றார். 1731ஆம் ஆண்டு இந்தியாவில் பணியாற்ற உத்தரவு பெற்றார். 1732ஆம் ஆண்டு மெட்ராஸ் வந்தடைந்தார். சர்த்தோரியஸுடன் கடலூரில் லூதரன் திருச்சபையில் 1737 முதல் பணியாற்றினார். 1743ஆம் ஆண்டு மெட்ராஸுக்கு திரும்பினார். 1746ஆம் ஆண்டு திருச்சபையில் பணியை முடித்துக் கொண்டு ஐரோப்பா திரும்பும் பயணத்தில் 1746ஆம் ஆண்டு காலமானார்.

ஒபுஹ் (G.W. Obuch). ஜெர்மனியின் கிழக்கு பெரூசியாவில் 20.5.1707இல் பிறந்தார். ஃப்ராங்கெ கல்விநிறுவனத்தில் கல்வி பயின்றார். 1736ஆம் ஆண்டு தரங்கம்பாடி திருச்சபையில் பணியாற்ற டென்மார்க் அரசின் உத்தரவு பெற்று 1737ஆம் ஆண்டு ஆக்ஸ்டு 19ஆம் நாள் தரங்கம்பாடி வந்தடைந்தார். 1745ஆம் ஆண்டு செப்டம்பர் 3ஆம் தேதி உடல்நலக்குறைவு ஏற்பட்டு காலமானார். தரங்கம்பாடி ஜெரூசலம் தேவாலயத்தில் இவரது உடல் அடக்கம் செய்யப்பட்டது.

வீடர்ப்ரோக் (J.Chr. Wiederbrock). ஜெர்மனியின் வெஸ்ட்ஃபாலியா மாநிலத்தின் மிண்டன் நகரில் 1713ஆம் ஆண்டு பெப்ரவரி 9ஆம் தேதி பிறந்தார். ஃப்ராங்கெ கல்விநிறுவனத்தில் கல்வி பயின்றார். ஓபுஹ் அவர்களுடன் இணைந்து 1736ஆம் ஆண்டு தரங்கம்பாடி திருச்சபையில் பணியாற்ற டென்மார்க் அரசின் உத்தரவு பெற்று 1737ஆம் ஆண்டு ஆகஸ்டு 19ஆம் நாள் தரங்கம்பாடி வந்தடைந்தார். ஏறக்குறைய முப்பது ஆண்டுகள் தரங்கம்பாடி லூதரன் திருச்சபையில் பணியாற்றினார். 1767ஆம் ஆண்டு ஏப்ரல் மாதம் 7ஆம் தேதி காலமானார். தரங்கம்பாடி ஜெரூசலம் தேவாலயத்தில் இவரது உடல் அடக்கம் செய்யப்பட்டது.

பால்த்தாசர் கோல்ஹோவ் (J. Balthasar Kohlhoff). ஜெர்மனியின் நொய்வார்ப் நகரில் 1711ஆம் ஆண்டு நவம்பர் மாதம் 15ஆம் தேதி பிறந்தார். ரோஸ்டோக் நகரில் கல்வி கற்று பின்னர் ஃப்ராங்கெ கல்விநிறுவனத்தில் கல்வி பயின்றார். வீடர்ப்ரோக், ஓபுஹ் இருவருடனும் இணைந்து 1736ஆம் ஆண்டு தரங்கம்பாடி திருச்சபையில் பணியாற்ற டென்மார்க் அரசின் உத்தரவு பெற்று 1737ஆம் ஆண்டு ஆக்ஸ்டு 19ஆம் நாள் தரங்கம்பாடி வந்தடைந்தார். 53 ஆண்டுகளுக்கு மேல் தரங்கம்பாடி லூதரன் திருச்சபையில் பணியாற்றினார். 1790ஆம் ஆண்டு டிசம்பர் மாதம் 17ஆம் தேதி காலமானார். தரங்கம்பாடி ஜெரூசலம் தேவாலயத்தில் இவரது உடல் அடக்கம் செய்யப்பட்டது.

கீர்னாண்டர் (J.Z. Kiernander). சுவீடன் நாட்டின் லின்கோப்பிங் நகரில் 1710ஆம் ஆண்டு டிசம்பர் 1ஆம் தேதி பிறந்தார். உப்சாலாவில் கல்விகற்று பின்னர் ஜெர்மனியின் ஃப்ராங்கெ கல்விநிறுவனத்தில் கல்வி பயின்றார். 1739ஆம் ஆண்டு இந்தியாவில் பணியாற்ற உத்தரவு பெற்று 1740ஆம் ஆண்டு ஆகஸ்டு 28ஆம் தேதி கடலூர் வந்தடைந்தார். 1758ஆம் ஆண்டுவரை அங்கு திருச்சபை பணிகளில் இருந்தார். அங்கிருந்து வங்காளம் சென்று அங்கு லூதரன் திருச்சபையைத் தோற்றுவித்தார்.

ஃபேப்ரிகுஸ் (J.Ph. Fabricius). ஜெர்மனியின் ஃப்ராங்க்பர்ட் நகரில் 1711ஆம் ஆண்டு ஜனவரி 22ஆம் தேதி பிறந்தார். கீசன் நகரிலும் பின்னர் ஹாலே கல்விக்கூடத்திலும் பயின்றார். 1739ஆம் ஆண்டு இந்தியாவில் பணியாற்ற கோப்பன்ஹாகனில் உத்தரவு பெற்று 1740ஆம் ஆண்டு தரங்கம்பாடி வந்தடைந்தார். 1742ஆம் ஆண்டு சூல்ட்ஷேக்குப் பின்னர் மெட்ராஸ் திருச்சபையின் பொறுப்பை ஏற்றுக்கொண்டார். 50 ஆண்டுகளுக்கும் மேல் அங்கு பணியாற்றி 1791ஆம் ஆண்டு ஜனவரி மாதம் 24ஆம் தேதி காலமானார்.

டான் செக்லின் (Dan.Zeglin). ஜெர்மனியின் ஸ்டெட்டின் நகரில் 1716ஆம் ஆண்டு ஆகஸ்டு மாதம் 26ஆம் தேதி பிறந்தார். ஃப்ராங்கெ கல்விநிறுவனத்தில் கல்வி பயின்றார். 1739ஆம் ஆண்டு இந்தியாவில் பணியாற்ற கோப்பன்ஹாகனில் உத்தரவு பெற்று 1740ஆம் ஆண்டு தரங்கம்பாடி வந்தடைந்தார். 40 ஆண்டுகளுக்கும் மேல் அங்கு பணியாற்றி 1780ஆம் ஆண்டு மே மாதம் 4ஆம் தேதி காலமானார். தரங்கம்பாடி ஜெரூசலம் தேவாலயத்தில் இவரது உடல் அடக்கம் செய்யப்பட்டது.

ஓலஃப் மாடெருப் (Oluf Maderup). டென்மார்க்கின் ஃபூனன் பகுதியில் 1711ஆம் ஆண்டு ஏப்ரல் 29ஆம் தேதி பிறந்தவர். கோப்பன்ஹாகன் நகரில் படித்து அங்கு 1741ஆம் ஆண்டு இந்தியா செல்வதற்கான பணி உத்தரவு பெற்று 1742ஆம் ஆண்டு ஜூலை 1ஆம் தேதி தரங்கம்பாடி வந்தடைந்தார். 34 ஆண்டுகளுக்கும் மேலாக தரங்கம்பாடி லூதரன் திருச்சபையில் பணியாற்றினார். 1776ஆம் ஆண்டு நவம்பர் 20ஆம் தேதி காலமானார். தரங்கம்பாடி ஜெரூசலம் தேவாலயத்தில் இவரது உடல் அடக்கம் செய்யப் பட்டது.

க்ளைன் (Jac. Klein). ஜெர்மனியின் எல்பிங் நகரில் 1721ஆம் ஆண்டு ஜனவரி 20ஆம் தேதி பிறந்தார். ஃப்ராங்கெ கல்விநிறுவனத் தில் பயின்றார். 1722ஆம் ஆண்டு கோப்பன்ஹாகன் நகரில் இந்தியா செல்வதற்கான பணி உத்தரவு பெற்று 1746ஆம் ஆண்டு ஆகஸ்ட் மாதம் 3ஆம் தேதி நாகப்பட்டினம் வந்தடைந்தார். இவர் பயணித்து வந்த கப்பல் பயங்கரமான கடல் கொள்ளையர் தாக்குதல்களிலிருந்து தப்பித்து வந்துசேர்ந்தது. தரங்கம்பாடியில் உடன் பணியை ஏற்றுக்கொண்டார். ஏறக்குறைய 44 ஆண்டுகள் தரங்கம்பாடி திருச்சபையில் சேவையாற்றி 1790ஆம் ஆண்டு மே மாதம் 18ஆம் தேதி காலமானார். தரங்கம்பாடி ஜெரூசலம் தேவாலயத்தில் இவரது உடல் அடக்கம் செய்யப்பட்டது.

ப்ரொய்த்தப்ட் (J. Ch. Breithaupt). ஜெர்மனியின் ஹனோவர் நகரில் பிறந்தார். 1745ஆம் ஆண்டில் இந்தியா செல்வதற்கான பணி உத்தரவு பெற்று தரங்கம்பாடி வந்தடைந்தார். தரங்கம்பாடியில் தமிழ் கற்றார். அதன் பின்னர் கடலூருக்கு 1747ஆம் ஆண்டு சென்று அங்கு திருச்சபையில் சில ஆண்டுகளும் பின்னர் மெட்ராஸுக்கு 1749ஆம் ஆண்டு வந்து அங்கு சில ஆண்டுகளும் பணியாற்றினார். 36 ஆண்டுகள் தமிழகத்தில் வாழ்ந்து 1782ஆம் ஆண்டு நவம்பர் மாதம் 17ஆம் தேதி காலமானார்.

ஷ்வார்ட்ஸ் (Ch. Fr. Schwartz). ஜெர்மனியின் ப்ரெண்டன்புர்க் மாநிலத்தின் சோன்னன்புர்க் நகரில் 1726ஆம் ஆண்டு அக்டோபர் மாதம் 26ஆம் தேதி பிறந்தார். ஃப்ராங்கெ கல்விநிறுவனத்தில்

கல்வி கற்றார். 17 செப்டம்பர் 1749இல் கோப்பன்ஹாகனில் இந்தியா செல்வதற்கான பணி உத்தரவு பெற்று 1750ஆம் ஆண்டு ஜுலை மாதம் 30ஆம் தேதி கடலூர் வந்தடைந்தார். தரங்கம்பாடியில் 11 ஆண்டுகளுக்கும் மேல் பணியாற்றினார். அதன் பின்னர் திருநெல்வேலி சென்று அங்கு லூதரன் திருச்சபையை 1762ஆம் ஆண்டு தொடங்கினார். தஞ்சாவூரில் 1778ஆம் ஆண்டு முதல் வசித்து வந்தார். 47 ஆண்டுகள் தமிழகத்தில் வாழ்ந்து தஞ்சையிலேயே தனது காலமானார்.

போல்ட்சென்ஹாகன் (Dav. Poltzenhagen). ஜெர்மனியின் வோல்லின் நகரில் 1726ஆம் ஆண்டு பிறந்தார். ஃப்ராங்கெ கல்விநிறுவனத்தில் கல்வி பயின்றார். ஷ்வார்ட்ஸுடன் ஒரே சமயத்தில் கோப்பன்ஹாகனில் பணி உத்தரவு பெற்று நிக்கோபார் தீவுகளுக்கு அனுப்பிவைக்கப்பட்டார். 1756ஆம் ஆண்டு செப்டம்பர் 1ஆம் தேதி இவர் நிக்கோபார் தீவை வந்தடைந்தார். அங்கு லூதரன் திருச்சபையைத் தொடங்க முயற்சிகள் மேற்கொண்டிருக்கும் வேளையில் உடல்நலம் பாதிப்புற்று அதே ஆண்டு நவம்பர் மாதம் 28ஆம் தேதி தனது 30வது வயதில் காலமானார்.

ஹுட்டமான் (G.H.Conr. Huttemann). ஜெர்மனியின் வெஸ்ட்ஃபாலியா மாநிலத்தின் மிண்டன் நகரில் 1728ஆம் ஆண்டில் பிறந்தார். ஃப்ராங்கெ கல்விநிறுவனத்தில் கல்வி பயின்றார். போல்ட்சென்ஹாகன், ஷ்வார்ட்ஸ் ஆகிய இருவருடன் ஒரே நேரத்தில் கோப்பன்ஹாகனில் பணி உத்தரவு பெற்று கடலூர் வந்தடைந்தார். பின்னர் தரங்கம்பாடிக்கு 2 ஆண்டுகள், அதாவது 1758 முதல் 1760 வரை வந்து திருச்சபையில் பணியாற்றினார். பின்னர் கடலூர் திரும்பிச்சென்று அங்கேயே தன் வாழ்நாளின் இறுதிவரை பணியாற்றி 1781ஆம் ஆண்டு காலமானார்.

டேம் (Pet. Dame). ஜெர்மனியில் ஸ்லெஸ்விக் மாநிலத்தின் ஃப்லென்ஸ்புர்க் நகரில் 1731ஆம் ஆண்டு மே மாதம் 22ஆம் தேதி பிறந்தார். ஃப்ராங்கெ கல்விநிறுவனத்தில் கல்வி பயின்றார். 1754ஆம் ஆண்டு கோப்பன்ஹாகனில் பணி உத்தரவு பெற்று தரங்கம்பாடிக்கு 1755ஆம் ஆண்டு வந்தடைந்தார். தஞ்சைக்குச் செல்லும் வழியில் 1766ஆம் ஆண்டு மே மாதம் 5ஆம் தேதி காலமானார்.

கெரிக்க (W. Fr. Gericke). ஜெர்மனியின் கோல்பெர்க் நகரில் 1742ஆம் ஆண்டு ஏப்ரல் மாதம் 5ஆம் தேதி பிறந்தார். ஃப்ராங்கெ கல்விநிறுவனத்தில் கல்வி பயின்றார். 1765ஆம் ஆண்டு பணி உத்தரவு பெற்று சிரமமான ஒரு பயணத்தை மேற்கொண்டு சில காலம் சிலோனில் இருந்துவிட்டு 1767ஆம்

ஆண்டு ஜூன் மாதம் 6ஆம் தேதி தரங்கம்பாடி வந்தடைந்தார். பின்னர் கடலூருக்கு வந்து அங்கு ஹூட்டமானுக்கு உதவி யாக சேவையாற்றினார். அவரது மகளையே திருமணம் செய்து கொண்டு பின்னர் நாகப்பட்டினம் சென்று அங்கு 1788ஆம் ஆண்டுவரை தங்கியிருந்தார். மெட்ராஸ் லூதரன் திருச்சபை யைப் பாதுகாத்துவந்த ஃபெப்ரிக்குஸ் காலமான பின்னர் அத்திருச்சபையின் தலைமைப் பொறுப்பை ஏற்றார். வேலூரில் 1803ஆம் ஆண்டு அக்டோபர் மாதம் 2ஆம் தேதி காலமானார்.

கூனிக் (J.F.Koenig). ஜெர்மனியின் கூன்னெர்ன் நகரில் 1741ஆம் ஆண்டு அக்டோபர் மாதம் 26ஆம் தேதி பிறந்தார். ஹாலே நகரில் ஃப்ரெங்கே கல்விக்கூடத்தின் அனாதை குழந்தைகள் இல்லத்தில் வளர்ந்து அங்கே ஃப்ராங்கெ கல்விநிறுவனத்தில் கல்வி பயின்றார். கோப்பன்ஹாகனில் பணி உத்தரவு பெற்று தரங்கம்பாடிக்கு 1768ஆம் ஆண்டு வந்தடைந்தார். அங்கேயே பணியாற்றி 1795ஆம் ஆண்டு பெப்ரவரி மாதம் 4ஆம் தேதி காலமானார். தரங்கம்பாடி ஜெரூசலம் தேவாலயத்தில் இவரது உடல் அடக்கம் செய்யப்பட்டது.

லைடமான் (F.W.Leidemann). ஜெர்மனியின் ஸ்டாதாகன் நகரில் 1742ஆம் ஆண்டு ஜனவரி மாதம் 6ஆம் தேதி பிறந்தார். ஃப்ராங்கெ கல்விநிறுவனத்தில் கல்வி கற்றார். கூனிக் அவர்களுடன் கோப்பன்ஹாகனில் பணி உத்தரவு பெற்று தரங்கம்பாடிக்கு 1768ஆம் ஆண்டு வந்தடைந்தார். தரங்கம்பாடி திருச்சபையில் பணியாற்றி 174ஆம் ஆண்டு ஆகஸ்டு மாதம் 8ஆம் தேதி காலமானார். தரங்கம்பாடி ஜெரூசலம் தேவாலயத்தில் இவரது உடல் அடக்கம் செய்யப்பட்டது.

மூல்லர் (W.Jac.Mueller). ஜெர்மனியின் ஹெர்ரிங்ஹௌசென் நகரில் 1734ஆம் ஆண்டு மே மாதம் 24ஆம் தேதி பிறந்தார். ஃப்ராங்கெ கல்விநிறுவனத்தில் கல்வி கற்றார். கோப்பன்ஹாகனில் 1769ஆம் ஆண்டு பணி உத்தரவு பெற்று 1771ஆம் ஆண்டு ஜூன் மாதம் 13ஆம் தேதி தரங்கம்பாடிக்கு வந்தடைந்தார். அதே ஆண்டு டிசம்பர் 30ஆம் தேதி உடல் நலக்குறைவு ஏற்பட்டு காலமானார். தரங்கம்பாடி ஜெரூசலம் தேவாலயத்தில் இவரது உடல் அடக்கம் செய்யப்பட்டது.

ஜோன் (Ch. S. John M. A.). ஜெர்மனியின் க்ரைஸ் நகரில் 1747ஆம் ஆண்டு ஆகஸ்டு மாதம் 11ஆம் தேதி பிறந்தார். மூல்லருடன் கோப்பன்ஹாகனில் 1769ஆம் ஆண்டு பணி உத்தரவு பெற்று 1771ஆம் ஆண்டு ஜூன் மாதம் 13ஆம் தேதி தரங்கம்பாடிக்கு வந்தடைந்தார். 49 ஆண்டுகள் தரங்கம்பாடி திருச்சபையில் பணியாற்றி 1813ஆம் ஆண்டு செப்டம்பர் 1ஆம்

தேதி காலமானார். தரங்கம்பாடி ஜெரூசலம் தேவாலயத்தில் இவரது உடல் அடக்கம் செய்யப்பட்டது.

டீமர் (J. Ch. Diemer). பிரான்சின் அல்சாட்டியா பகுதியில் 1745ஆம் ஆண்டு பிறந்தவர். ஸ்ட்ராஸ்புர்க் நகரிலும் பின்னர் ஹாலே கல்விக்கூடத்திலும் கல்வி கற்றார். 1773ஆம் ஆண்டு பணி உத்தரவு பெற்று 1744ஆம் ஆண்டு பாம்பே வந்தடைந்தார். பின்னர் அடுத்த ஆண்டு, 1775ஆம் ஆண்டு கல்கத்தா சென்று அங்கு திருச்சபையில் பணியாற்றினார். 1785ஆம் ஆண்டு இங்கிலாந்து சென்று மூன்றாண்டுகள் அங்கே இருந்துவிட்டு பின்னர் மீண்டும் 1789ஆம் ஆண்டு கல்கத்தாவிற்குத் திரும்பி வந்து தன் சேவையைத் தொடர்ந்தார். 1792ஆம் ஆண்டு காலமானார்.

கெர்லாஹ் (J. W. Gerlach). ஜெர்மனியின் ஃபுல்டா நகரில் 1738ஆம் ஆண்டு பிறந்தார். ஃப்ராங்கெ கல்விநிறுவனத்தில் கல்வி கற்று பின்னர் அதே கல்விக்கூடத்தில் ஆசிரியராகப் பணியாற்றினார். 1755ஆம் ஆண்டு கோப்பன்ஹாகனில் பணி உத்தரவு பெற்று தரங்கம்பாடியை 1776ஆம் ஆண்டு ஆகஸ்டு 5ஆம் தேதி வந்தடைந்தார். அங்கு திருச்சபையில் பணியாற்றினார். பின்னர் 1778ஆம் ஆண்டு கல்கத்தா சென்று அங்கு திருச்சபையில் பணியாற்றி பின் 1791ஆம் ஆண்டு காலமானார்.

ரோட்லர் (J.P. Rottler, M.A.) பிரான்சின் ஸ்ட்ராஸ்புர்க் நகரில் ஜூன் 1749ஆம் ஆண்டு பிறந்தார். ஸ்ட்ராஸ்புர்க் நகரில் படித்து லூதரேனிய திருச்சபையில் பணியாற்ற பணி உத்தரவு பெற்று தரங்கம்பாடிக்கு கெர்லாஹுடன் இணைந்து 1776ஆம் ஆண்டு வந்தார். 1803ஆம் ஆண்டுவரை தரங்கம்பாடியில் சேவையாற்றினார். பின்னர் மெட்ராஸுக்குப் பணி நிமித்தம் அனுப்பப்பட்டார். தரங்கம்பாடியிலும் மெட்ராஸிலும் 60 ஆண்டுகள் பணியாற்றி 1836ஆம் ஆண்டு ஜனவரி மாதம் 24ஆம் தேதி காலமானார்.

ஷோல்கோப்ஃப் (J.J. Schoellkopf, M.A). ஜெர்மனியின் கிர்ஷ்ஹைஹம் நகரில் 1748ஆம் ஆண்டு பிறந்தார். டூபிங்கன் நகரில் கல்வி கற்றார். லூதரேனிய திருச்சபையில் பணியாற்ற 1776ஆம் ஆண்டு பணி உத்தரவு பெற்று 1777ஆம் ஆண்டு ஜூன் மாதம் 16ஆம் தேதி மெட்ராஸ் வந்தடைந்தார். உடல்நலக் குறைவு ஏற்பட்டு அதே ஆண்டு ஜூலை மாதம் 11ஆம் தேதி காலமானார்.

போலெ (Ch.Pohle). ஜெர்மனியின் பிராண்டென்புர்க் மாநிலத்தின் லூக்காவ் நகரில் 1744ஆம் ஆண்டு மார்ச் மாதம் 9ஆம் தேதி பிறந்தார். தரங்கம்பாடி லூதரேனிய திருச்சபையில்

பணியாற்ற 1776ஆம் ஆண்டு பணி உத்தரவு பெற்று 1777ஆம் ஆண்டு தரங்கம்பாடி வந்தடைந்தார். ஷோல்கோஃப் காலமானதால் உடனே திருச்சிராப்பள்ளிக்கு அனுப்பிவைக்கப்பட்டார். அங்கு லூதரேனிய திருச்சபையில் 41 ஆண்டுகள் பணியாற்றி 1818ஆம் ஆண்டு ஜனவரி மாதம் 28ஆம் தேதி காலமானார்.

ரூல்வ்சென் (Lor. Fred. Rulfsen). ஜெர்மனியின் ஸ்லெச்விக் மாநிலத்தில் ஹாடெர்ச்லெவ் நகரில் 1753ஆம் ஆண்டு ஏப்ரல் மாதம் 7ஆம் தேதி பிறந்தார். டென்மார்க்கின் கோப்பன்ஹாகன் நகரில் கல்வி கற்றார். இவர் லூதரேனிய திருச்சபையில் பணியாற்ற உத்தரவு பெற்று கல்கத்தாவிற்குச் சென்று பணியாற்றத் திட்டமிடப்பட்டிருந்தது. ஆனால் தரங்கம்பாடிக்கு 1780ஆம் ஆண்டு ஜூன் மாதம் 16ஆம் தேதி இவர் வந்திறங்கிய ஓரிரு நாட்களில் உடல்நலக்குறைவு ஏற்பட்டு காலமானார்.

மெண்டெல் (J. Dan. Mentel, M.A) பிரான்சின் ஸ்ட்ராஸ்புர்க் நகரில் 1755ஆம் ஆண்டு பெப்ரவரி மாதம் 13ஆம் தேதி பிறந்தார். ஸ்ட்ராஸ்புர்க் நகரிலேயே கல்வி கற்றார். 1780ஆம் ஆண்டு கோப்பன்ஹாகனில் லூதரேனிய திருச்சபையில் பணியாற்ற உத்தரவு பெற்று தரங்கம்பாடிக்கு 1781ஆம் ஆண்டு வந்தடைந்தார். உடல் நலம் பாதிப்புற்றதால் 1784ஆம் ஆண்டு ஜெர்மனிக்குத் திரும்பினார். ஹோல்ஸ்டைன் நகரிலேயே தனது இறுதிகாலம் வரை பணியாற்றினார்.

ரூபேக் ஹாகலுண்ட் (Pet. Rubek Hagelund). 1756ஆம் ஆண்டு டென்மார்க்கில் பிறந்தவர் இவர். 1785ஆம் ஆண்டு லூதரேனிய திருச்சபையில் பணியாற்ற உத்தரவு பெற்று 1786ஆம் ஆண்டு தரங்கம்பாடி வந்தடைந்தார். தரங்கம்பாடி திருச்சபையில் சில காலமே பணியாற்றி 1788ஆம் ஆண்டு அக்டோபர் 1ஆம் தேதி காலமானார்.

கோல்ஹோஃப் (J. Caspar Kohlhoff). இவர் பால்த்தாசர் கோல்ஹோஃபின் மகன். தரங்கம்பாடியில் சேவையிலிருக்கும்போது 1762ஆம் ஆண்டு அங்கேயே பிறந்து வளர்ந்தவர். ஷ்வார்ட்ஸின் வழிகாட்டுதலில் கல்வி கற்றார். பின்னர் தஞ்சாவூரில் இருந்த திருச்சபையில் 1787ஆம் ஆண்டு பணி ஏற்றுக்கொண்டார். அங்கேயே தனது இறுதிகாலம்வரை இருந்து 1844ஆம் ஆண்டு மார்ச் மாதம் 27ஆம் தேதி காலமானார். தமிழகத்திலேயே பிறந்து வளர்ந்த முதல் ஜெர்மானிய லூதரன் பாதிரியார் இவர் என்பது குறிப்பிடத்தக்கது.

யேனிக்கெ (Jos Dan Jaenicke). இவர் ஜெர்மனியின் பெர்லின் நகரில் 1759ஆம் ஆண்டு ஜூலை 27ஆம் நாள் பிறந்தார். ஃப்ராங்கெ

கல்விநிறுவனத்தில் கல்வி கற்றார். 1787ஆம் ஆண்டு லூதரேனிய திருச்சபையில் பணியாற்ற உத்தரவு பெற்று 1788ஆம் ஆண்டு மெட்ராஸ் வந்தடைந்தார். முதலில் தஞ்சாவூரிலும் பின்னர் பாளையங்கோட்டையிலும் இவர் லூதரன் திருச்சபையில் பணியாற்றினார். பின்னர் தஞ்சையில் 1800ஆம் ஆண்டு மே மாதம் 10ஆம் தேதி தமது 41ஆம் வயதில் காலமானார்.

காம்மெரர் (Aug. Fred. Caemmerer). ஜெர்மனியின் ப்ரேண்டென்புர்க் நகரில் 1767ஆம் ஆண்டு ஜுன் மாதம் 22ஆம் தேதி பிறந்தார். ஃப்ராங்கெ கல்விநிறுவனத்தில் கல்வி கற்றார். கோப்பன்ஹாகனில் 1789ஆம் ஆண்டு லூதரேனிய திருச்சபையில் பணியாற்ற உத்தரவு பெற்றுவரும் வழியில் ஆப்பிரிக்க முனையில் கப்பல் பழுதடைந்து, உடைந்து பின்னர் அங்கிருந்து சிலோன் வந்தடைந்து பின்னர் தரங்கம்பாடிக்கு 1791ஆம் ஆண்டு வந்தடைந்தார். தரங்கம்பாடி லூதரன் திருச்சபையில் நீண்டகாலம் சேவையாற்றி 1837ஆம் ஆண்டு அக்டோபர் 22ஆம் தேதி காலமானர். தரங்கம்பாடி ஜெரூசலம் தேவாலயத்தில் இவரது உடல் அடக்கம் செய்யப்பட்டது. இவர்தான் திருக்குறளின் முப்பாலையும் முதன்முதலில் தமிழிலிருந்து ஜெர்மானிய மொழிக்கு 1803ஆம் ஆண்டு மொழிபெயர்த்தவர் என்ற பெருமைக்குரியவர்.

பாஸோல்ட் (C.W. Paezold). ஜெர்மனியின் ஊச்சாவ் நகரில் 1764ஆம் ஆண்டு பிறந்து மார்ட்டின் லூதர் பணியாற்றிய விட்டன்பெர்க் பல்கலைக்கழகத்தில் கல்வி பயின்றார். 1792ஆம் ஆண்டு லூதரேனிய திருச்சபையில் பணியாற்ற உத்தரவு பெற்று இங்கிலாந்து வழியாகப் பயணித்து 1793ஆம் ஆண்டு மெட்ராஸ் வந்தடைந்தார். இவர் தமிழ் மொழியை ஸ்வார்ட்ஸிடம் பயின்றார். கெரிக்கவுக்கு மெட்ராஸில் லூதரன் திருச்சபையில் உதவிபுரிந்துவந்தார். பின்னர் 1802ஆம் ஆண்டு கல்கத்தாவிற்குத் தமிழ்ப்பேராசிரியராக செயிண்ட் வில்லியம் கல்லூரியில் பணியாற்ற பொறுப்பெடுத்துக்கொண்டார். 1804ஆம் ஆண்டு மெட்ராஸ் திரும்பிவந்தார். அங்கேயே தனது இறுதி காலம்வரை இருந்து 1817ஆம் ஆண்டு நவம்பர் மாதம் 4ஆம் தேதி காலமானார்.

ஸ்டெக்மான் (E.Ph.H. Stegmann). ஜெர்மனியின் காசல் நகரில் 1730ஆம் ஆண்டு பிறந்தவர். மார்புக் நகரில் கல்வி கற்றார். 1795ஆம் ஆண்டு லூதரேனிய திருச்சபையில் பணியாற்ற கோப்பன்ஹாகனில் உத்தரவு பெற்று 1796ஆம் ஆண்டு தரங்கம்பாடி வந்தடைந்தார். லூதரன் திருச்சபையில் மதபோதகராகப் பணியாற்ற தகுதியற்ற காரணத்தால் 1797ஆம் ஆண்டு ஜெர்மனிக்கே திரும்பினார். பின்னர் மீண்டும் 1799ஆம்

ஆண்டு தரங்கம்பாடிக்குத் திரும்பி வந்தார். அங்கு சியோன் தேவாலயத்தில் பாஸ்டராகப் பணியாற்றினார். சில ஆண்டுகளில் மீண்டும் ஜெர்மனிக்கே திரும்பினார். ஃபூனென் நகரில் தனது இறுதிகாலம்வரை பணியாற்றினார்.

ரிங்கல்டவ்ப (*W. Tob. Ringeltaube*). ஜெர்மனியின் ஷைடெல்விட்ஸ் நகரில் 1770ஆம் ஆண்டு பிறந்தார். ஃப்ராங்கெ கல்விநிறுவனத்தில் கல்வி பயின்றார். 1796ஆம் ஆண்டு லூதரேனிய திருச்சபையில் பணியாற்ற உத்தரவு பெற்று 1799ஆம் ஆண்டு கல்கத்தா வந்தடைந்தார். அதே ஆண்டு இங்கிலாந்து சென்றார். அங்கு லண்டன் திருச்சபை கழகத்தில் (*London Missionary Society*) இணைந்து அங்கு பணிபுரிந்தார். பின் மீண்டும் 1820ஆம் ஆண்டில் இந்தியாவிற்குத் திரும்பும் வழியில் ஆப்பிரிக்காவின் காடுகளில் தாக்கப்பட்டு கொல்லப்பட்டார்.

ஹோல்ஸ்பெர்க் (*Im. Go. Holzberg*). ஜெர்மனியின் லிட்ஸ் நகரில் 1770ஆம் ஆண்டு ஏப்ரல் மாதம் 28ஆம் தேதி பிறந்தார். லைப்சிக் நகரில் கல்வி பயின்றார். லூதரேனிய திருச்சபையில் பணியாற்ற உத்தரவு பெற்று 1797ஆம் ஆண்டு இந்தியா வந்தடைந்தார். 1803ஆம் ஆண்டுவரை தஞ்சாவூரில் லூதரன் திருச்சபையில் பணியாற்றிவந்தார். அதன் பின்னர் கடலூருக்குச் சென்று அங்கு திருச்சபையில் பணியாற்றி 1824ஆம் ஆண்டு டிசம்பர் மாதம் 19ஆம் தேதி காலமானார்.

ஃப்ருக்டெனிக்ட் (*lamb. Ch. Fruechtenicht*). ஜெர்மனியின் ஹோல்ஸ்டைன் மாநிலத்தில் 1772ஆம் ஆண்டு பிறந்தார். கீல் நகரில் கல்வி பயின்றார். 1798ஆம் ஆண்டு லூதரேனிய திருச்சபையில் பணியாற்ற உத்தரவு பெற்று 1799ஆம் ஆண்டு தரங்கம்பாடி வந்தடைந்தார். இவருக்கிருந்த தீவிர மதுப்பழக்கம், பொது இடத்தில் மரியாதைக் குறைவான செயல் போன்ற நடவடிக்கைகளால் லூதரன் திருச்சபையில் பொறுப்பில் இருந்தோர், இவரது நடவடிக்கைகளின் அடிப்படையில், இவர் புனிதப் பணியாற்ற தகுதியற்றவர் என்ற முடிவெடுத்து ஜெர்மனிக்கு 1802ஆம் ஆண்டு திருப்பி அனுப்பப்பட்டார்.

ஹோர்ஸ்ட் (*Christoph H. Horst*). ஜெர்மனியின் ஷ்வெரின் நகரில் 1761ஆம் ஆண்டு பிறந்தார். கோட்டிங்கன் நகரில் மருத்துவம் பயின்றார். ராணுவத்தில் இணைந்து 1787ஆம் ஆண்டு மெட்ராஸுக்கு வந்த ராணுவக் குழுவில் இவரும் இடம்பெற்றார். பின்னர் ராணுவத்திலிருந்து விடுபட்டு கடலூர் லூதரன் திருச்சபையில் 1792 முதல் சேவையாற்றிவந்தார். தரங்கம்பாடிக்கு 1803ஆம் ஆண்டு பணிமாற்றம் செய்யப்பட்டார். அதனை அடுத்து தஞ்சாவூருக்கு 1806ஆம் ஆண்டு பணிமாற்றம்

செய்யப்பட்டார். அங்கேயே சேவையாற்றி பின் 1810ஆம் ஆண்டு ஜுலை மாதம் 18ஆம் தேதி காலமானார்.

ஷ்ரேவோகல் (*Dan Schreyvogel*). ஜெர்மனியின் பவேரியா மாநிலத்தில் 1777ஆம் ஆண்டு ஜனவரி மாதம் 16ஆம் தேதி பிறந்தார். திருச்சபையில் பணியாற்ற உத்தரவு பெறாமலேயே சமயப் பணியாற்ற தரங்கம்பாடிக்கு 1803ஆம் ஆண்டு அனுப்பி வைக்கப்பட்டார். 1804ஆம் ஆண்டு தரங்கம்பாடி வந்தடைந்தார். 1813ஆம் ஆண்டு லூதரன் திருச்சபையில் பணியாற்ற பணி உத்தரவு பெற்றார். 1826ஆம் ஆண்டு பதவி விலகி ஆங்கிலேய திருச்சபையில் இணைந்தார். பாண்டிச்சேரியில் 1840ஆம் ஆண்டு ஜனவரி மாதம் 16ஆம் தேதி காலமானார்.

அக்ஸ்டின் யாக்கோபி (*Christl. Augustin Jacobi*). ஜெர்மனியின் சாக்ஸனி மாநிலத்தில் 1791ஆம் ஆண்டு மே மாதம் 26ஆம் தேதி பிறந்தார். லைப்சிக் நகரில் கல்வி பயின்று பின் ஃப்ராங்கெ கல்விநிறுவனத்தில் கல்வியைத் தொடர்ந்தார். 1812ஆம் ஆண்டு லூதரேனிய திருச்சபையில் பணியாற்ற கோப்பன்ஹாகனில் உத்தரவு பெற்று இங்கிலாந்து வழியாக தஞ்சாவூருக்கு 1813ஆம் ஆண்டு வந்தடைந்தார். சில மாதங்களே வாழ்ந்தவர், உடல் நலக்குறைவு ஏற்பட்டு 1814ஆம் ஆண்டு பெப்ரவரி மாதம் 21ஆம் தேதி தமது 21ஆம் வயதில் காலமானார்

ஸ்ப்ரெஷ்னெஇடெர் (*J.G. Ph. Sperschneider*). ஜெர்மனியின் ப்ளாங்கன்புர்க் நகரில் 1794ஆம் ஆண்டு பிறந்தார். லைப்சிக், யேனா ஆகிய நகரங்களில் கல்வி கற்று 1818ஆம் ஆண்டில் லூதரேனிய திருச்சபையில் பணியாற்ற ஹாலே நகரில் உத்தரவு பெற்று 1819ஆம் ஆண்டு நவம்பர் மாதம் மெட்ராஸ் வந்தடைந்தார். அங்கிருந்து தஞ்சாவூருக்குச் சென்று 1826 வரை பணியில் இருந்து பின் நாடு திரும்பினார்.

ஹவ்ப்ரூ (*Laur. Pet. Haubroe*). டென்மார்க்கின் கோப்பன்ஹாகன் நகரில் 1791ஆம் ஆண்டு பிறந்தார். 1818ஆம் ஆண்டு லூதரேனிய திருச்சபையில் பணியாற்ற உத்தரவு பெற்று இங்கிலாந்து வழியாகப் பயணித்து 1819ஆம் ஆண்டு பெப்ரவரி மாதம் மெட்ராஸ் வந்தடைந்தார். மெட்ராஸ் திருச்சபையில் 1827ஆம் ஆண்டு வரை பணியில் இருந்தார். பின் அங்கிருந்து தஞ்சாவூருக்கு மாற்றப்பட்டார். 1830ஆம் ஆண்டு தனது 39ஆம் வயதில் காலமானார்.

டேவிட் ரோசன் (*David Rosen*). டென்மார்க்கின் ஏபல்தோஃப்ட் நகரில் 1791ஆம் ஆண்டு பிறந்தவர். கோப்பன்ஹாகன் நகரில் கல்வி கற்றார். ஹவ்ப்ரூவுடன் ஒரே காலகட்டத்தில் லூதரேனிய

திருச்சபையில் பணியாற்ற உத்தரவு பெற்று இந்தியாவிற்கு வந்தார். திருச்சிராப்பள்ளியில் 1824ஆம் வரை சேவையிலிருந்தார். பின்னர் கடலூருக்கு மாற்றலாகி அங்கு திருச்சபையில் 1829ஆம் ஆண்டுவரை சேவையில் இருந்தார். அதன் பின்னர் பாளையங்கோட்டையில் 1830 வரை பணியாற்றி பின் அங்கிருந்து நிக்கோபார் தீவுகளில் 1831 முதல் 1834 வரை பணியாற்றினார். பின்னர் பாளையங்கோட்டைக்குத் திரும்பி அங்கு 1835 வரை பணியாற்றி பின்னர் 1838ஆம் ஆண்டு டென்மார்க் திரும்பினார். 1862ஆம் ஆண்டு காலமானார்.

மேற்குறிப்பிட்ட லூதரன் பாதிரிமார்களின் வாழ்க்கை குறிப்பை மேலோட்டமாகக் காணும்போது இவர்களில் பெரும்பாலோர் தமிழகத்திற்கு வந்து பணிபுரிந்த சில ஆண்டுகளிலேயே இறந்தனர் என்பதை அறியலாம். தமிழகத்தின் தரங்கம்பாடி, கடலூர், தஞ்சை, திருநெல்வேலி, மெட்ராஸ், திருச்சிராப்பள்ளி போன்ற இடங்களில் பணிபுரிந்த இவர்கள் தங்களுக்கு முற்றிலும் வேறுபட்ட தட்பவெட்பநிலையில் அமைந்த சூழலில் தங்கள் பணிகளைத் தொடர வேண்டியிருந்தது. தமிழகத்தின் வெப்பம் குளிர்ச்சியான பகுதியிலிருந்து வந்து சேர்ந்த இவர்களில் பலரது உடல்நிலையைப் பாதித்தது. உணவு மாற்றமும் இத்துடன் இணைந்ததால் வயிற்றுப்போக்கு, காய்ச்சல் என உடல் கோளாறுகள் ஏற்பட்டு அதற்குத் தகுந்த மருத்துவம் பெற இயலாத சூழலில் இவர்களில் பெரும்பாலோர் பலியானார்கள்.

உடல் நோய் தாக்காமல் இருப்பது மட்டுமன்றி ஐரோப்பாவிலிருந்து தமிழகம் வந்து பணியாற்ற வருவோர் தயார் நிலையில் தம் உடல்நிலையை வைத்துக்கொள்ளும் வகையிலும் தமிழகச் சூழலில் மூலிகைகள், உணவுப்பழக்க வழக்கங்கள் ஆகியவற்றில் பழக்கம் ஏற்படுத்திக்கொள்ள வேண்டியது மிக அவசியம் என்பதை இந்தப் பாதிரிமார்கள் உணர்ந்தார்கள். இதுவே அவர்களுக்குத் தமிழ் மருத்துவம் தொடர்பான துறையிலும் அதிகமான நாட்டம் ஏற்பட முக்கியக் காரணமாக அமைந்தது. இதன் அடிப்படையில் தமிழகச் சூழலில் சித்தமருத்துவர்களின் சுவடி நூல்களை வாசித்து உணவுகளில் சேர்க்க வேண்டிய மூலிகைகளையும் தாவரங்களையும் பற்றி ஆராயவும் மருத்துவம் பற்றி ஆராயவும், மருத்துவச் சுவடிகளைத் தேடிச் சேகரிப்பதிலும் அதிக நாட்டம் கொண்டனர். இதைப் பற்றி மூன்றாம் அத்தியாயத்தில் விரிவாகக் காண்போம்.

தமிழகத்தில் லூதரன் திருச்சபை தொடக்கம்

இந்தியாவில் லூதரன் கிறித்துவப்பிரிவு முதலில் தன் தடம் பதித்தது தரங்கம்பாடியில்தான். தரங்கம்பாடியில் லூதரன்

திருச்சபையைத் தொடங்கி பின் அந்தப் பணிகள் தந்த அனுவத்தோடு தமிழகத்தின் கடலூர், திருநெல்வேலி, மெட்ராஸ், திருச்சி போன்ற பகுதிகளில் விரிவாக்கம் நிகழ்ந்தது. 1706ஆம் ஆண்டில் முதன்முதலில் தரங்கம்பாடியில் முதல் இரண்டு பாதிரிமார்கள் கடற்பயணமாகத் தரங்கம்பாடி வந்திறங்கினர். இதுவே இந்த சமய அமைப்பு தமிழகத்தில் கால் ஊன்றிய நிகழ்விற்குத் தொடக்கப்புள்ளியாக அமைந்தது. இதற்கு வித்திட்ட வரலாற்று நிகழ்வுகளைக் காண்போம்.

ஃப்ரான்ச் ஜூலியஸ் லூட்கன்ஸ் (*Franz Julius Luetkens 1650 –1712*) ஜெர்மனியில் வடக்குப் பகுதி நகரமான லூனபெர்கில் பிறந்து வளர்ந்தார். மார்ட்டின் லூதர் பணியாற்றிய விட்டன்பெர்க் பல்கலைக்கழகத்தில் கல்வி பயின்றார். பல இடங்களில் பணியாற்றி பின்னர் பெர்லின் நகரில் செயிண்ட் பீட்டர் தேவாலயத்தில் பாதிரியாராகப் பணிபுரிந்துவந்தார். அச்சமயத்தில் தான் டென்மார்க்கின் பேரரசர் நான்காம் ஃப்ரெடெரிக் (*Frederic IV*) தமது நாட்டின் வணிகத்தொடர்புகள் அமைந்திருக்கும் எல்லா நாடுகளிலும் லூதரன் மதப்பிரச்சாரத்தைத் தொடங்கி இக்கருத்தியல்கள் பரவலாக்கப்பட வேண்டும் என்ற முயற்சியைத் தொடங்க முயற்சித்துக்கொண்டிருந்தார். அதிலும் குறிப்பாக புதிதாக வணிகத் தொடர்பு தொடங்கியிருந்த தரங்கம்பாடியில் இது அமைக்கப்பட வேண்டும் என்ற ஆர்வம் அரசருக்கு இருந்தது. ஏனெனில், ஆசிய நாடுகள் முழுமைக்கும் இந்த லூதரன் சமயப் பிரிவு விரிவாக்கப்பட இந்தியாவின் தரங்கம்பாடி ஒரு முக்கியத் தளமாக அமையும் என்ற நம்பிக்கை அவருக்கு இருந்தது. திரு. லூட்கன்ஸின் திறமையை அறிந்து அவரை கோப்பன்ஹாகனுக்கு வரவழைத்து இந்த அமைப்பிற்கானப் பிரச்சாரகராகப் பதவி வழங்கி இந்த முயற்சியைச் செயல்படுத்த உத்தரவு பிறப்பித்தார் மன்னர். லூட்கன்ஸ், டென்மார்க்கின் ஸீலண்ட் நகரின் தலைமை போதகராக இருந்த டாக்டர். போர்னமானுடன் (*Dr. Bornemann*) இத்திட்டத்தைச் சாத்தியப்படுத்தும் வழிகளைக் கலந்தாலோசித்தார். ஆனால் பலன் கிட்டவில்லை.

லூதரன் திருச்சபையை ஒரு தூர தேசத்தில் அமைப்பதும், அதைச் செயல்படுத்துவதும் எளிதான காரியம் அல்ல. அதற்கு மிகுந்த அர்ப்பணிப்புத்தன்மையும், புதிய மனிதர்களை எதிர் கொள்ளும் தைரியமும், அதே வேளை தமது கடமையில் உறுதியும் நிச்சயம் தேவை. டென்மார்க்கில் உள்ள சமயப்பள்ளிகளில் இதற்குப் பொறுத்தமான யாரையும் அவர்களால் அடையாளப் படுத்த முடியாத சூழலில், லூட்கன்ஸ் தனது ஜெர்மானிய தொடர்புகளின் உதவியை நாடினார். அவர்களில் சிலரது உதவியுடன் ஹாலே ஃப்ராங்கெ கல்விக்கூடத்தை இதற்கு

தொடர்புகொள்வது நல்ல பலனளிக்கும் என்ற நம்பிக்கை அளிக்கவே அந்த கல்விக்கூடத்தின் தலைமைபீடத்தில் இருந்த பேராசிரியர் ஃப்ரான்ங்கெவைத் *(Prof. Francke)* தொடர்பு கொண்டார். தனது மாணவர்கள் இருவரை இப்பணிக்காக அனுப்பிவைக்கலாம் என பேராசிரியர் ஆகஸ்ட் ஹெர்மான் ஃப்ரான்ங்கெ எடுத்த முடிவுதான் தரங்கம்பாடி லூதரன் திருச்சபை உருவாகிய நிகழ்வுக்கு வித்தாக அமைந்தது. தனக்கு இத்தகைய ஒரு பணிக்குப் பொறுத்தமான இருவரைத் தெரியும் என்றும், அவர்கள் இருவருமே ஆழ்ந்த கடவுள் நம்பிக்கையும், கடவுளின்பால் அச்சமும் கொண்டவர்கள் என்றும், வேற்று சமய நம்பிக்கையுள்ளோர் நிறைந்த ஒரு புதிய நாட்டிற்குச் செல்ல ஆர்வத்துடன் இருப்பவர்கள் என்றும் கூறி சீகன்பால்க்கையும் ப்ளெட்சோவையும் இப்பணிக்காகத் தேர்ந்தெடுத்தார். இதன்வழி டென்மார்க்கிற்கும் ஹாலே ஃப்ராங்கெ கல்வி நிறுவனத்திற்குமான தொடர்பு உருவாகியது. அது நீண்டகாலம் தொடர்ந்தது.[1]

பார்த்தலோமஸ் சீகன்பால்க் (Bartholomäs Ziegenbalg)

லூதரன் திருச்சபையை முதன்முதலில் ஆசியாவில், அதாவது இந்தியாவின் தமிழகத்துத் தரங்கம்பாடியில் அமைத்தவர் பார்த்தலோமஸ் சீகன்பால்க் ஆவார். ஜெரூசலம் இலவசப் பள்ளிக்கூடத்தைத் தொடக்கியவர்; தரங்கம்பாடியில் 1712ஆம் ஆண்டு அச்சகத்தை நிருவியவர்; தமிழ் மொழியைக் கடமைப்பாட்டுடன் கற்றுத் தமிழ் இலக்கண நூற்களை லத்தீன், ஜெர்மானிய மொழிகளில் எழுதியவர்; தமிழ் மொழியின் சிறப்பையும் தமிழக மக்களின் இலக்கிய இலக்கண மேன்மை யையும், வாழ்வியல் கூறுகளையும் ஐரோப்பாவில், அதிலும் குறிப்பாக ஜெர்மானிய மொழி பேசப்படும் நாடுகளில் விரிவாக அளித்தவர் என்ற பெருமைக்குரியவர் இவர்.

சீகன்பால்க் 1683ஆம் ஆண்டு ஜூன் மாதம் 24ஆம் தேதி ஜெர்மனியின் பல்ஸ்னிட்ஸ் நகரில் பிறந்தார். மிக இளம் வயதிலேயே தமது பெற்றோரை இழந்தார். ஃப்ராங்கெ கல்விநிறுவனத்தில் பயின்றபோது அதன் தலைமைபீடத்தில் இருந்த பேராசிரியர் ஆகஸ்ட் ஹெர்மான் ஃப்ரான்ங்கெவுடன் அறிமுகமும் பழகும் வாய்ப்பும் இவருக்குக் கிட்டியது. தனது கல்வியை முடித்த பின்னர், முதலில் சில மாதங்கள் செர்சபுர்க் நகர தேவாலயத்தில் போதகராகப் பணியாற்றினார். பின்னர் ஓராண்டு எர்ஃபுர்ட் நகரில் போதகராகப் பணியாற்றினார். பின்னர் தனது கிராமமான பல்ஸ்னிட் நகர் வந்து தனது சகோதரியுடன் தங்கியிருந்து

1. History of the Tranqubar Mission, J.Ferd. Fenger, P 15.

அங்கிருந்து பெர்லினுக்குச் சென்றுவந்துகொண்டிருந்தார். அச்சமயத்தில் தான் கோப்பன்ஹாகனில் தரங்கம்பாடி செல்வதற்காக மதபோதகர்களைத் தேடுவது குறித்த லூட்கன்ஸின் கடிதம் ஹாலே கல்விக்கூடத்திற்கு வந்தது. எந்தத் தயக்கமும் காட்டாது இப்பணியை தாம் ஏற்றுக்கொள்வதாகச் சம்மதம் தெரிவித்தார் சீகன்பால்க். அப்போது சீகன்பால்கிற்கு 21 வயது தான். அவரது உடல்நிலையும் அவ்வப்போது பாதிப்புற்றவாறு இருந்தது. இதை ஒரு பொருட்டாக எண்ணாது இந்தப் பொறுப்பை தாம் ஏற்றுக் கொள்வதாக சம்மதம் தெரிவித்தார் சீகன்பால்க். அவருடன் அவரது பல்கலைக்கழக் நண்பர் ஹைன்ரிக் ப்ளட்சோவும் இணைந்துகொண்டார்.

1705ஆம் ஆண்டு நவம்பர் மாதம் 29ஆம் தேதி சீகன்பால்க்கும் ப்ளெட்சோவும் அரச உத்தரவு பெற்று கோப்பன்ஹாகனிலிருந்து கப்பல்வழி தரங்கம்பாடி நோக்கிய தமது பயணத்தைத் தொடங்கினர். இவர்களை ஏற்றிக்கொண்டு பயணித்த கப்பலின் பெயர் சோஃபியா ஹேடெவிக் (*Sophia Hedewik*). இந்தப் பயணம் மிகச் சீரானதாக, எந்த வித அசம்பாவிதமும், கடற்கொள்ளையர் தொல்லையையும் சந்திக்காத ஒரு பயணமாக அமைந்தது. 1706ஆம் ஆண்டு ஏப்ரல் மாதம் இக்கப்பல் ஆப்பிரிக்காவின் நம்பிக்கை முனையை (*Cape of Good Hope*) வந்தடைந்தது. சீகன்பால்க் ப்ளட்சோ இருவருக்கும் இங்குதான் ஐரோப்பியர் தவிர்த்த அன்னிய நில மக்களுடனான தொடர்பு முதன் முதலில் ஏற்பட்டது. அங்கிருந்து ஆப்பிரிக்க கண்டத்தில் சமயப் பணியாற்றலாம் என்ற எண்ணம் எழுந்தபோதிலும், அதனைத் தொடராது, தமக்கு அளிக்கப்பட்ட பணியைக் கருத்தில் கொண்டு பயணத்தைத் தொடர்ந்தனர். சில நாட்கள் ஓய்வுக்குப் பின் இக்கப்பல் பயணம் தொடர்ந்தது.

நவம்பர் மாதம் தொடங்கிய பயணம் அடுத்த ஆண்டு ஜூலை மாத வாக்கில் நிறைவேறியது. 1706ஆம் ஆண்டு ஜூலை மாதம் 9ஆம் தேதி சோஃபியா ஹேடெவிக் தரங்கம்பாடியை அடைந்தது. சீகன்பால்க், ப்ளெட்சோ இருவரும் தரங்கம்பாடி வந்திறங்கியபோது அங்கே ஏற்கெனவே டேனீஷ் வணிகர்கள் ஒரு கோட்டையை அமைத்து தங்கள் செல்வாக்கை அப்பகுதியில் நிலைநாட்டியிருந்தனர். ஆக, துறைமுகப்பகுதியில் டேனீஷ் மக்களுடன் தரங்கம்பாடி தமிழர்களும் இந்தக் கப்பலில் வந்திறங்கிய புதியவர்களுக்குக் காட்சியளித்தனர். ஆரம்பமே சற்று சோதனை நிரம்பிய அனுபவமாக இருவருக்கும் அமைந்தது. புதிதாக வந்த இருவரையும் அங்கு முகாமிட்டிருந்த டேனீஷ் அதிகாரிகள் வரவேற்கவில்லை. டென்மார்க் அரசரின் லச்சினை, பணிபுரிவதற்கான உத்தரவு கடிதம் ஆகியவற்றைக் காட்டிய

பின்னரும் கொளுத்தும் வெயிலில் இருவரும் வெளியே நிற்கவைக்கப்பட்டிருந்தனர். மாலையில் ஒருவழியாக டேனீஷ் ஈஸ்ட் இந்தியா கம்பெனியின் செயலாளர் திரு. அட்ரூப் மனம் இளகி தனது மாமனார் இல்லத்தில் இவர்கள் இருவரும் தங்குவதற்கு ஏற்பாடு செய்தார். இத்தகைய கசப்பான தொடக்கம் மேலும் சில ஆண்டுகள்வரை தொடர்ந்தது. சீகன்பாலக்கை டேனீஷ் ஈஸ்ட் இந்தியா கம்பெனி வரவேற்று பாதுகாப்பு அளித்து அவர்கள் செயல்பாடுகளுக்கு ஆதரவு அளிக்கவில்லை. பல இடர்பாடுகளை அவர் தொடர்ந்து சந்திந்துவந்தார் என்பதை அவரது கடிதங்களும், நாட்குறிப்பு ஆவணங்களும் குறிப்பிடுகின்றன[2].

சீகன்பால்க் எழுதிய குறிப்புகளின் அடிப்படையில் காணும் போது அக்காலத்துச் சூழலில் தரங்கம்பாடி, உள்ளூர் தமிழ் மக்களும் டேனீஷ் போர்த்துக்கீசிய வணிகர்களும் வணிகம் செய்து சென்ற ஒரு பரபரப்பான சூழல் கொண்ட ஒரு சிற்றூராகத் திகழ்ந்திருக்கிறது எனச் சொல்லலாம். தமிழர்களைச் சுட்டும்போது சீகன்பால்க் 'கருப்பு – பழுப்பு நிறத்து மலபார் மக்கள்' எனப் பதிகிறார். அக்காலச்சூழலில் தமிழர்கள் 'மலபார் மக்கள்' என்றே லூதரன் திருச்சபை சார்ந்த நூல்களில் குறிப்பிடப்படுகின்றார்கள். இம்மக்கள் பேசும் மொழி 'தமிழ்' என்றும் மக்கள் 'மலபார் மக்கள்' என்றும் அக்காலத்து லூதரன் பாதிமார்களின் பதிவுகள் குறிப்பிடுகின்றன.

சீகன்பால்க் தரங்கம்பாடி வந்திறங்கிய சில நாட்களிலேயே தமிழ் மக்களைப் பற்றியும், தமிழ் மொழி பற்றியும் அறிந்து கொள்ள முயற்சி எடுத்து அதைப் பற்றிய தமது கருத்தை ஹாலேவில் இருக்கும் கல்விக்கூடத்தில் தலைவர் டாக்டர்.ஃப்ராங்கே விற்கு எழுதும் கடிதத்தில் தனது பார்வையைப் பதிகிறார். அக்கடிதத்தில், "இந்த மக்கள் பேசும் மொழி பல்லாண்டுகளுக்கு முன்னரே எழுத்து வடிவம் பெற்றுள்ளது. இவர்கள் பனை ஓலை மேல் இரும்பால் செய்யப்பட்ட எழுத்தாணி கொண்டு எழுத்துகளைக் கீறி எழுதுகிறார்கள். இவர்கள் எல்லா வகை அறியியல் துறைகளிலும் நிபுணர்களைக் கொண்டிருக்கின்றார்கள். இவர்களுக்கு வர்த்தகம், கணிதம், கைவினைப்பொருட்கள் செய்தல் ஆகிய கலைகளும் சிறப்பாகத் தெரிகின்றன. ஐரோப்பாவில் இருக்கின்ற பெரும்பாலான ஐரோப்பியர்கள் இந்த மலபார் மக்கள் காட்டுவாசிகள் எனக் கருதிக்கொண்டிருக்கிறனர். ஆனால் அவர்கள் இந்த மலபார் மக்களின் அறிவித்திறனைப் பற்றி அறியாதிருக்கிறார்கள். இதற்குக் காரணம் இந்த மலபார்

---

2. History of the Tranqubar Mission, J.Ferd. Fenger, P 24.

மக்கள் (தமிழர்கள்) எழுதிய நூற்களை அவர்கள் இதுவரை வாசிக்காததேயாகும். ஆயினும் தமக்குக் கிடைத்திருக்கும் சொற்ப செய்திகளின் அடிப்படையில் இந்த மலபார் மக்கள் (தமிழர்கள்) நாகரிகமற்ற காட்டுவாசிகள் என அவர்கள் புறத்தோற்றத்தைக் கொண்டு எடைபோடுகின்றனர். இங்கு நான் வந்த ஆரம்பத்தில் இவர்களது மொழி இவ்வளவு ஆழமானது, சிறப்பானது என அறிந்திருக்கவில்லை. ஆனால் நாள்பட நாள்பட இவர்களது மொழி இலக்கணம் உடையதாகவும், பண்பட்டதாகவும் உள்ளது என்பதைத் தெரிந்துகொண்டேன். இவர்கள் வாழ்க்கையில் சட்டங்கள் உள்ளன. மக்கள் அனுசரிக்கும் சட்ட ஒழுங்குகள் மக்களால் மதிக்கப்படுகின்றன. ஆரம்பத்தில் அவர்கள் வாழ்க்கை முறை புரியாமல் இருந்தது. ஆனால் அவர்கள் மொழியை பேசக் கற்றுக்கொண்டு அவர்களுடன் உரையாட ஆரம்பித்ததும் அவர்களது மொழி, அவர்கள் வாழ்வியல் முறை, பண்பாடு ஆகியவற்றில் உள்ள நீதிமுறைகளை அறிய முடிகிறது. அவர்களது மொழியும் அதை எழுதும் விதமும் என்னை அதிசயிக்க வைத்தது" எனக் குறிப்பிடுகிறார்[3].

இந்த மலபார் மக்கள் (தமிழர்கள்) பற்றி மேலும் தமது கடிதத்தில் குறிப்பிடுகையில், "இவர்கள் வழிபாட்டில் பல தெய்வங்கள் இருக்கிறார்கள். இங்கே தரங்கம்பாடியில் ஐந்து இந்து சமயக் கோயில்கள் இருக்கின்றன. நாம் முன்னரே அறிந்தபடி, இவர்கள் சாதி அமைப்புக்களால் பிரிக்கப்பட்டிருக்கிறார்கள். இவர்கள் 96 வகை சாதிகள் இருப்பதாக நம்புகின்றனர். ஒவ்வொரு மனிதரும் ஒரு சாதிக்குழுவில் பிறப்பால் அடையாளப்படுத்தப்படுகின்றார். இவர்களது அரசர்களால் கூட இவர்களது பிறப்பால் அமைந்த சாதியை மாற்ற முடியாது. எந்த வகையிலும் ஒருவரது சாதியிலிருந்து அவரை மீட்க முடியாது. இவர்களது சாதி அமைப்பில், சாதிக் கட்டுப்பாட்டிற்கு மீறிய செயலைச் செய்யும் ஒருவரை சாதியிலிருந்து விலக்கி வைத்துவிடுகிறார்கள். அவரது நெருங்கிய உறவினர்களும் சொந்தங்களும்கூட அவர்களிடமிருந்து விலகிவிட வேண்டும் என்று இவர்களுக்கிடையே சட்டம் உள்ளது. இவர்களைப் பெருவாரியாக பிராமணர்கள், சூத்திரர்கள், பறையர்கள் எனப் பிரிக்கலாம். முதலாமவர், பிராமணர்கள். இவர்கள், உன்னதமான உயர்குலத்தோர், மதபோதகர்கள் என்போர். இவர்களில் சிலர் நிலமும் ஆடு மாடுகளும் வளர்த்து விவசாயம் செய்கின்றனர். இரண்டாமவர், சூத்திரர்கள் இவர்கள் வணிகம் செய்வதைத் தொழிலாகக் கொண்டிருப்பர். மூன்றாமர் பறையர்கள். இவர்கள் கடுமையான உடல்உழைப்பைத் தருபவர்கள். இத்தகைய

3. History of the Tranqubar Mission, J.Ferd. Fenger, P 26

கடுமையான உடல்உழைப்பைத் தருவதால் ஏனைய பிராமண சூத்திரர் வகுப்பினர்களால் சமூகத்தில் அவமானத்திற்குறிய தாழ்த்தப்பட்டவர்களாகக் கருதப்படுகிறார்கள். ஆனால் கிறித்துவ சமயத்தில் இவர்களில் யார் ஒருவர் மதமாற்றம் செய்து கொண்டாலும் இவர்கள் இந்தச் சாதிக் கட்டமைப்பிலிருந்து விடுவிக்கப்படுவார்கள்" எனக் குறிப்பிடுகின்றார்[4]. சீகன்பால்க் தமிழகம் வந்தபோது தமிழ்ச்சூழலில் இருந்த சாதிப்பிரிவினையின் உறுதியான கட்டமைப்பை அவர் தெரிந்துகொண்டார். தான் தெரிந்துகொண்ட செய்தியைத் தனது நாட்குறிப்புகளில் எழுதியிருக்கிறார். கிறித்துவ மதம் உருவான ஐரோப்பாவில் சாதிப்பிரிவினை இல்லை. ஆகவே கிறித்துவ மதத்திற்கு தமிழக மக்களும் மதம் மாறிவிட்டால் சாதி வட்டத்திற்குள் வாழ வேண்டிய அவசியம் இருக்காது என அவர் நம்பினார். ஆனால் அவர் காலத்துக்குப் பின்னர், தமிழர்கள் கிறித்துவ மதத்திற்கு மாறினாலும்கூட, அப்படி மாறிய தமிழ் கிறித்துவர்களுக்கிடையே ஏற்கெனவே இருந்த சாதிரீதியான சமூகப் பிளவில் மாற்றங்கள் ஏதும் நிகழவில்லை. மாறாக அது தொடர்ந்துகொண்டே வந்தது என்பதையும், இன்றும் அந்த நிலைப்பாட்டில் மாற்றங்கள் ஏதும் நிகழவில்லை என்பதையும் காண்கிறோம்.

தரங்கம்பாடியில் அக்காலகட்டத்தில் டேனீஷ் வர்த்தகர்கள் மற்றும் தமிழர்கள் போலவே அங்கு போர்த்துக்கீசிய மக்களும் இருந்தனர் என்பதை சீகன்பால்க்கின் குறிப்புகள் காட்டுகின்றன. ஆயினும், போர்த்துக்கீசியர்கள் என இவர் குறிப்பிடுவது, போர்த்துக்கீசியர்களையும் அதே வேளை ஐரோப்பிய தந்தையருக்கும் உள்ளூர் தமிழ் பெண்களுக்கும் பிறந்த குழந்தை களைக் குறிப்பிடும் சொல்லாகவும் பாவிக்கப்படுகிறது. இதில் இரண்டாவது வகையினரைப் போர்த்துக்கீசியர்கள் என அவர்கள் அழைக்கப்படுவதன் காரணத்தையும் சீகன்பால்க் குறிப்பிடுகிறார். ஏற்கனெவே சில நூற்றாண்டுகளுக்கு முன்னர் தமிழகக் கடற்கரை பகுதிகளுக்கு வந்த போர்த்துக்கீசியர்கள் இப்பகுதிகளில் தங்கள் ஆளுமையைக் கொண்டிருந்தனர். ஆகையால் இப்பகுதிகளில் போர்த்துக்கீசிய மொழியும் ஓரளவு மக்களில் ஒரு பகுதியினர் அறிந்த மொழியாகவும், உள்ளூர் பெண்களை மணந்து அவர்களுக்குப் பிறந்த குழந்தைகள் பேசும் மொழியாகவும் இருப்பது முக்கியக் காரணமாகிறது[5]. தரங்கம்பாடியிலும் டேனீஷ் ஈஸ்ட் இந்தியா கம்பெனி தனது வர்த்தகத்தைத் தொடங்கும் முன்னர் போர்த்துக்கீசியர்களின் ஆளுமை ஓங்கியிருந்து பின்னர் அது படிப்படியாகக் குறைந்தது

4. History of the Tranqubar Mission, J.Ferd. Fenger, P 27

5. History of the Tranqubar Mission, J.Ferd. Fenger, P 27

என்பதை நினைவுகூற வேண்டியுள்ளது. போர்த்துக்கீசியர்களின் வருகை குறிப்பிடத்தக்க சமூகவியல் மாற்றங்களையும் இப்பகுதியில் ஏற்படுத்தியிருந்தமையையும், மக்களின் உடை அலங்காரத்தில் இந்த மாற்றங்கள் தெரிவதையும் சீகன்பால்க் தனது கடிதங்களில் குறிப்பிடுகிறார். லூதரன் பாதிரிமார்கள் இங்கு வருவதற்கு முன்னர் போர்த்துக்கீசிய ரோமானிய கத்தோலிக்க மத போதகர்கள் வந்திருந்து செயல்படுத்திய மதமாற்றுப் பணிகளால் கணிசமான எண்ணிக்கையிலான உள்ளூர் தமிழ் மக்கள் கத்தோலிக்க சமயத்தைப் பின்பற்றுவோராக மாறி யிருந்தனர். இப்படி இனக்கலப்பினால் பிறந்தோரும் மதம் மாறியோரும் கருப்பு போர்த்துக்கீசியர்கள் *(Black Portuguese)* என அழைக்கப்பட்டனர்.

இந்தியாவின் கடற்கரையோர நகரங்களில் அரேபிய மூர் இன மக்களின் நடமாட்டமும் இருந்தது. மத்திய கிழக்காசியாவி லிருந்து வணிகம் செய்ய வந்த அரேபியர்கள் இவர்கள். டேனீஷ்காரர்களுக்கு முன்னர் இந்தியா வந்த ஸ்பானிஷ்காரர் களும் போர்த்துக்கீசியர்களும் எல்லா இஸ்லாமியர்களையும் 'மூர்' என்றே அடையாளப்படுத்தி அழைத்தனர். இந்த மூர் மக்கள் தமிழகத்தில் மன்னர்கள் மற்றும் சிற்றரசர்களின் போர்ப்படையில் இடம்பெற்றிருந்தனர் என்றும், சிலர் வணிகத்தில் ஈடுபட்டு பெரும் செல்வந்தர்களாக இருந்தனர் என்றும் சீகன்பால்க்கின் குறிப்புகள் காட்டுகின்றன. சீகன்பால்க் இஸ்லாமியர் அனைவருமே அரேபியாவிலிருந்து வந்தவர்கள் என்றும், உள்ளூர் தமிழ் இஸ்லாமியர்களைத் தாம் பார்க்கவில்லை என்றும் குறிப்பிடுகிறார்[6]. அனேகமாக இது அவர் வந்திறங்கிய சில நாட்களில் அவர் கண்களுக்குத் தென்பட்டோரைக் கொண்டு எழுந்த அவரது ஊகமாக இருக்கலாம் என்றே இங்கு கருதலாம். சீகன்பால்க் தவிர ஏனைய லூதரன் பாதிரிமார்களின் பிற்காலத்தைய குறிப்புகள் இதற்கு மாற்றான கருத்தைப் பதிகின்றன. அதாவது, இவர்களில் ஒரு வகையினர் மத்தியக் கிழக்காசியாவிலிருந்து வந்த அரேபியர்கள் என்றும், மற்றொரு வகையினர் இஸ்லாமிய மதத்தைப் பின்பற்றத் தொடங்கிய உள்ளூர் தமிழ் மக்கள் என்றும் இக்குறிப்புகள் சொல்கின்றன. இதுவே அக்கால உண்மை நிலையை விவரிப்பதாக நாம் எடுத்துக் கொள்ள வேண்டியுள்ளது. இதில் மத்திய கிழக்காசியாவிலிருந்து வந்தவர்களாகக் கருதப்படுவோருக்கு உள்ளூர் மொழியான தமிழ் தெரிந்தாலும் அவர்கள் உருது மொழி பேசுபவர்களாகவும், பெர்ஷிய எழுத்துகளை எழுதவும் அறிந்திருந்தனர். இஸ்லாமிய மதத்தைப் பின்பற்றத் தொடங்கிய தமிழர்கள் ஏனைய தமிழ்

---

6. History of the Tranqubar Mission, J.Ferd. Fenger, P 27

மக்கள்போல தமிழ் மொழியில் பேசுவதும் எழுதுவதும் வழக்கில் இருந்ததாக அறிகிறோம். சீகன்பால்க் தரங்கம்பாடி வந்தடைந்த சமயத்தில் அங்கு ஒரு பள்ளிவாசல் இருந்ததாகவும் மேலும் பல பள்ளிவாசல்கள் அருகாமையில் இருக்கும் பொறையாரில் இருந்ததாகவும் இக்குறிப்புகள் காட்டுகின்றன[7].

சீகன்பால்க், ப்ளெட்சோ இருவரும் தரங்கம்பாடி வந்தடைந்த வேளையில் அங்கு ஏற்கெனவே வந்திருந்த டேனீஷ் வர்த்தகர்கள் தங்கள் வழிபாட்டிற்காக சியொன் *(Zion)* தேவாலயத்தை நிறுவியிருந்தனர். அந்தத் தேவாலயத்தில் கப்பலில் பணியாற்றிய பாஸ்டர்கள் அவ்வப்போது வந்து வழிபாடு செய்து செல்லும் வகையில் ஏற்பாடு செய்யப்பட்டிருந்தது.

தரங்கம்பாடி வந்திறங்கிய 6 நாட்களில் சீகன்பால்கும் ப்ளெட்சோவும் போர்த்துக்கீசிய மொழியைக் கற்றுக்கொள்ள ஆரம்பித்தனர். ஏனெனில், உள்ளூர் மக்களிடமும் ஏனைய போர்த்துக்கீசிய மற்றும் மூர் மக்களுடன் போர்த்துக்கீசிய மொழியில் உரையாடுவது உதவும் என்பதைத் தெரிந்து கொண்டனர்.

இவர்களுக்கு ஆரம்பத்தில் தமிழ் மொழியைக் கற்பது சிரமமான கரியமாக இருந்தது. தமிழ் மொழியைக் கற்றுக் கொள்ளவும் பயிற்சி செய்யவும் எந்த அச்சு நூல்களும் அவர்களுக்குக் கிடைக்கவில்லை. டேனீஷ் அல்லது ஜெர்மானிய மொழி பேசக்கூடிய தமிழ் ஆசிரியர் ஒருவரையும் இவர்களால் அத்தருணத்தில் கண்டுபிடிக்கவும் முடியவில்லை. இவர்களின் தேடல் சில மாதங்கள் தொடர்ந்தது. சீகன்பால்கும் ப்ளெட்சோவும் தங்கியிருந்த வீட்டுக்காரர் *(Hans Paulsen)* முதலில் இவர்களுக்கு மொழிபெயர்ப்பாளாராகத் துணைபுரிந்தார். பின்னர் போர்த்துக்கீசிய மொழி பேசும் முதலியப்பன் என்ற பெயர் கொண்ட ஒரு தமிழர் இவர்களைக் காண வந்து, பின்னர் இவர்களுக்குச் சில நாட்கள் தமிழ் மொழியில் உரையாட உதவினார். இந்தக் காலகட்டத்தில், போர்த்துக்கீசிய மொழி அறிவு உள்ளூர் மக்கள் பேசுவதைப் புரிந்துகொள்ள மிக அவசியம் என்பதை இருவரும் புரிந்துகொண்டனர்[8]. முதலியப்பன் இவர்களோடு நெடுங்காலம் இருக்கவில்லை. ஐந்தாறு மாதங்களுக்குப் பின்னர் ஒரு பதவி ஓய்வு பெற்ற ஆசிரியரின் தொடர்பு இவர்களுக்குக் கிட்டியது. அவர் பாடம் சொல்ல ஆர்வம் கொண்டிருந்தாலும் அவருக்குப் போர்த்துக்கீசிய மொழி தெரியாது. ஆயினும், அவருக்கு மாதச்சம்பளம் அளிப்பதாகவும்,

---

7. History of the Tranqubar Mission, J.Ferd. Fenger, P 29
8. Daniel Jeyaraj, Bartholomäus Ziegenbalg, the Father of Modern Protestant Mission: An Indian Assessment, P 63

அவர் தமது வீட்டிற்கு வந்து அங்கே பள்ளிக்கூடம் அமைத்து இவர்கள் இருவருக்கும் தமிழ்ப்பாடம் போதிக்க வேண்டுமெனவும் அவரிடம் கேட்டுக்கொண்டனர். அது மட்டுமன்றி, இவர்கள் வீட்டில் நடத்தப்படும் பள்ளியில் உள்ளூர் தமிழ் மக்களின் குழந்தைகளும் வந்து படிக்க வேண்டும் எனவும், அந்த வகையில் அவர்கள் பாடம் கற்கிற முறையை உன்னிப்பாகக் கவனித்து தமிழ் மொழியைக் கற்றுக்கொள்வது எளிதாக அமையும் என்றும் கருதினர்.

இந்தப் பள்ளிக்கூடம் சீகன்பால்க், ப்ளெட்சோ இருவரும் தங்கியிருந்த வீட்டிலேயே தொடங்கியது. ஏனைய மாணவர் களோடு இருவரும் தரையில் அமர்ந்து சேர்ந்து அவர்களுடன் தமிழ்ப் பாடங்களைப் படிக்கத் தொடங்கினர். முதலில் எழுத்துகளைக் கற்று, பின்னர் அவற்றின் ஒலிகளைக் கற்று, பின்னர் சொற்களைக் கற்றனர். இவர்கள் தரையில் கை விரல்களால் மணலில் கீறி எழுதக்கற்றனர். இப்படி பயிற்சி செய்தபோதிலும் இச்சொற்களுக்கான சரியான பொருள் புரியாது சிரமப்பட்டனர். ஆக, ஒரு மொழிபெயர்ப்பாளரைப் பணிக்கு நியமிப்பது என முடிவு செய்தனர். தரங்கம்பாடிக்கு அருகே ஒரு சிற்றூரில் வசித்துவந்த அலேப்பா (*Aleppa* – அழகப்பாவாக இருக்கலாம்) பற்றி கேள்விப்பட்டனர். 46 வயது அலேப்பா தமிழ், போர்த்துக்கிசிய மொழி ஆகியவற்றுடன் டேனீஷ், ஜெர்மன், டச்சு ஆகிய மொழிகளையும் அங்கு வந்து செல்கிற வணிகர்களிடமிருந்து பழகிக் கற்றுக்கொண்டிருந்தார். அக்டோபர் 1706ஆம் ஆண்டு முதல் அடுத்த 2 ஆண்டுகள் அவரைத் தமக்கு மொழிபெயர்ப்பாளராக இருக்கும்படி பணியில் அமர்த்தினர். தமிழ் மொழியைப் போதிக்கும் திறன் அவருக்கு இல்லாவிடினும், தமிழ் சொற்களின் பொருளை மொழிபெயர்த்துக் கூறும் ஆற்றல் அவருக்கு இருந்தது. இது சீகன்பால்க், ப்ளெட்சோவ் இருவருக்கும் உதவியாக அமைந்தது. இவ்வகை ஏற்பாடுகளைக் கொண்டு இவர்கள் இருவரது தமிழ் கற்றலும் சீராகத் தொடங்கியது. தமிழ் மொழி இலக்கணத்தைப் படிப்படியாக, ஆனால் மிக விரைவாகக் கற்றுக்கொள்ள ஆரம்பித்தனர். ஒவ்வொருநாளும் தமிழ் ஓலைச்சுவடி நூல்களை வாசித்தனர். அதோடு, ஜெர்மானிய மொழியிலிருந்து நூல்களைத் தமிழுக்கும், தமிழிலிருந்து ஜெர்மானிய மொழிக்கும் மொழி பெயர்க்கும் பணியையும் தொடங்கினர்[9].

தரங்கம்பாடியில் இருந்த முதல் மூன்று ஆண்டுகளில் அதிகமான தமிழ் நூல்களை ஒவ்வொருநாளும் வாசித்ததாகவும்,

9. History of the Tranqubar Mission, J.Ferd. Fenger, P 32

இக்காலகட்டத்தில் ஜெர்மானிய, லத்தீன் மொழி நூல்களை வாசிப்பது மிகக் குறைந்தது என்றும் சீகன்பால்க் குறிப்பிடுகிறார். இந்த முயற்சிகளின் விளைவாக 1709ஆம் ஆண்டு தனது குறிப்பில், தமிழைத் தமது தாய்மொழிபோல மிக எளிமையாகப் பேசவும் எழுதவும் தாம் கற்றுக்கொண்டதாக சீகன்பால்க் குறிப்பிடுகிறார். தமிழைக் கற்றதோடு இந்த மூன்றாண்டுகளில் தமிழ் நூல்களைத் தாம் எழுதி முடித்தமையையும் சீகன்பால்க் குறிப்பிடுகிறார். சீகன்பால்க்கின் இந்த அர்ப்பணிப்புத் தன்மையும், விடாமுயற்சியும், மொழி கற்றலில் அவர் காட்டிய தீவிரத் தன்மையை நமக்குக் காட்டுகிறது.

சீகன்பால்க் தமிழகத்தின் தரங்கம்பாடி வந்தடைந்த இரண்டே வருடங்களில் தமிழ் மொழியை நன்கு பேசவும் எழுதவும் கற்றுக்கொண்டார். தமிழ் ஓலைச் சுவடி நூல்களை வாங்கி சேகரித்தும் வைத்துக்கொண்டார். தான் சேகரித்த நூல்களையும் தான் எழுதிய நூல்களையும் லூட்கன்ஸுக்குத் தரங்கம்பாடியிலிருந்து கோப்பன்ஹாகனுக்குப் புறப்பட்ட கப்பல் வழியாக அனுப்பிவைத்தார். இந்த நூல்கள் தற்சமயம் ஜெர்மனியின் ஹாலே நகரில் அமைந்திருக்கும் ஹாலே கல்விக்கூடத்து நூலகத்திலும் கோப்பன்ஹாகன் அரச நூலகத்திலும் உள்ளன. தான் சேகரித்துத் தொகுத்து அனுப்பிய நூல்களை சீகன்பால்க் நான்கு வகையாகப் பிரிக்கிறார்.

- *14 நூல்கள் சீகன்பால்க்கே தமிழில் கைப்பட எழுதிய நூல்கள் (ஓலைச்சுவடிகளும், தாள் சுவடிகளும்).*
- *21 நூல்கள் – ரோமன் கத்தோலிக்கப் பாதிரிமார்கள் எழுதிய தமிழ் நூல்கள் (ஓலைச்சுவடிகளும், தாள் சுவடிகளும்).*
- *119 தமிழ் நூல்கள் – இவை உள்ளூர் தமிழ் மக்களால் எழுதப்பட்டவை. இவை இந்து சமயம் சார்ந்த ஓலைச்சுவடி நூல்களாகும்.*
- *11 இஸ்லாமியத் தமிழ் நூல்கள் – இந்த நூல்கள் இஸ்லாமிய மதத்தைக் கடைபிடிப்போரால் தமிழில் எழுதப்பட்ட இஸ்லாமிய சமய நூல்கள்.*

தாம் எழுதியவை போக தாம் சேகரித்த ஏனைய நூல்களைத் தமக்குக் கிடைத்த பணத்தில் பிரதியெடுத்துச் சேகரித்துக் கொண்டார். சில நூல்களைப் பிராமண விதவைகளிடம் பணத்தை அளித்து வாங்கிக்கொண்டார்[10]. சீகன்பால்க் தனது தமிழ் மொழி கற்றலுக்குத் தன்னோடு துணையாக மூன்று பேரை

10. History of the Tranqubar Mission, J.Ferd. Fenger, P 33

சம்பளம் கொடுத்து பணிக்கு அமர்த்திக்கொண்டார். ஒருவர், மேல் குறிப்பிடப்பட்ட அலெப்பா. இவர் போர்த்துக்கீசிய மொழியும் ஏனைய சில மொழிகளும் பேசத் தெரிந்தவர். மற்றொருவர் ஒரு தமிழ்க்கவிஞர். இவர் சீகன்பால்க்குத் தமிழ்ச் செய்யுட்களை வாசித்துக் காட்டி அவற்றின் பொருளை விளக்கிச் சொல்லுவார். இந்த வகையில் சீகன்பால்க் செந்தமிழையும் கற்கும் வாய்ப்பை ஏற்படுத்திக்கொண்டார். இதன் அடிப்படையில் செந்தமிழ் இலக்கணம் ஒன்றையும் சீகன்பால்க் எழுதினார். மூன்றாமவர், ஒரு எழுத்தர். இவர் சீகன்பால்க் அறிந்திராத அல்லது அதுவரை கேள்விப்படாத சொற்களையும் வாசகங்களையும் எழுதித் தருபவர். இப்படி புதிய சொற்களையும் வாசகங்களையும் அறிமுகப்படுத்திக்கொண்டு தன் மொழிவளத்தை விரிவாக்கிவந்தார் சீகன்பால்க்.

இலக்கியம், இலக்கணம், செய்யுட்கள், பாடல்கள் என்று மட்டுமல்லாது தத்துவம், சமயம், மருத்துவம், தாவரவியல் என வெவ்வேறு தரப்பட்ட தமிழ் நூல்களைத் தமது வாசிப்பில் உட்புகுத்தினார் சீகன்பால்க். தமிழகத்தில் தான் வாழ்ந்த முதல் இரண்டு ஆண்டிற்குள்ளேயே 20,000 சொற்களும், வாசகங்களும் கொண்ட ஒரு தமிழ் அகராதியை உருவாக்கினார் சீகன்பால்க். இந்த நூலில் முதல் வரிசைச் சொல் முதலில் தமிழ் மொழியிலும், அடுத்த வரிசையில் அதே தமிழ்ச் சொல்லை ரோமன் எழுத்திலும் அடுத்து மூன்றாவது வரிசையில் அச்சொல்லிற்கான ஜெர்மானிய மொழியில் விளக்கத்தையும் வழங்கினார். முதலில் 20,000 சொற்களுடன் தொடங்கிய இந்த சொற்களஞ்சியம், பின்னர் நான்கே ஆண்டுகளில் 40,000 சொற்கள் அடங்கிய களஞ்சிய மாக வளர்ச்சியடைந்தது. இவற்றைத் தமிழ் எழுத்துகளின் அகரவரிசையின் அடிப்படையில் சீகன்பால்க் தொகுத்தார். இந்த சொற்களஞ்சியம் என்பது பெரும்பாலும் மக்கள் புழக்கத்தில் இருக்கும் தமிழ் சொற்களைக் கொண்டதாகவே அமைந்தது.

செய்யுட்களையும் கடினமான பழந்தமிழ் நூற்களையும் படிக்கத் தொடங்கிய சீகன்பால்க் அவ்விதமான செந்தமிழ் சொற்களுக்கான அகராதியும் தேவை என்ற கருத்துடன் செந்தமிழ் இலக்கணம் ஒன்றையும் உருவாக்கினார். 17,000 சொற்கள் அடங்கிய செந்தமிழ் அகராதியாக இது அமைந்தது. 'இவ்வகை உயர் தரமான செம்மொழியில்தான் இறைவனுக்கான பாடல்களைத் தமிழ் மக்கள் இயற்றியிருக்கிறார்கள். அதே போல லூதரேனிய சமய நூல்களைத் தாம் இந்த வகை உயர்தனிச் செம்மொழியால் உருவாக்க வேண்டும்' என மனதில் நினைத்துக்கொண்டதை ஒரு கடிதத்தில் சீகன்பால்க் சுட்டிக்காட்டுகிறார். சீகன்பால்க் மேம்போக்காக பொருளாதாரத்தைக் கொண்டு மக்களின்

மனதை மாற்றி அவர்களை மதமாற்றம் செய்துவிடலாம் என்று யோசிக்கவில்லை. மாறாக இத்தமிழ் மக்கள் பேசும் மொழியைக் கற்றுக்கொண்டு அவர்கள் சிந்தனைகளை அறிந்துகொண்டு, அவர்களின் இலக்கிய நூல்களையும் வழிபாட்டு நெறிகளையும் கற்றுக்கொண்டு, அதன் பின்னர் அதே உயர்தனிச் செம்மொழியில் தனது லூதரேனிய சமயத்திற்கான மறை நூல்களை உருவாக்கி தமிழிலேயே தமது சமயம் பரப்பும் பணியை மேற்கொள்ள வேண்டும் என செயல்பட்டார், என்றே கருத வேண்டியுள்ளது.

1706ஆம் ஆண்டில் தேவாலயத்தில் முதலில் போர்த்துக்கீச்சீய மொழியில் லூதரேனிய சமய நடவடிக்கைகளைச் சீகன்பால்க் தொடங்கினார். அடுத்த ஆண்டு, 1707 ஜனவரி மாதம் தமிழ் மொழியில் தேவாலயத்தில் வழிபாடு நடைபெறத் தொடங் கியது. தேவாலயத்தில் இறைவழிபாட்டிற்காக லத்தீன் மொழியில் அமைந்த நூல்கள் சிலவற்றை சீகன்பால்க் தமிழில் மொழிபெயர்த்தார். 1707ஆம் ஆண்டு மார்ச் மாதம் 16ஆம் தேதி தமிழ் எழுத்தர் ஒருவரை சீகன்பால்க் பணிக்கு அமர்த்தினார். இந்த எழுத்தரின் பணி லத்தீன் மொழியில் உள்ள மறை நூல்களை சீகன்பால்க் மொழிபெயர்த்துச் சொல்லும்போது எழுதுவதும், குறிப்பெடுத்துக்கொள்வதும், எழுதிய நூல்களை உரக்க வாசித்து பிழை திருத்தங்கள் செய்துகொள்வதுமாகும்[11]. தமிழ், போர்த்துக்கீசிய மொழி, ஜெர்மானிய மொழி என மூன்று மொழிகளில் தேவாலயத்திலும் சீகன்பால்க் தங்கியிருந்த வீட்டிலும் தினந்தோறும் சமய நிகழ்வுகள் நடந்துகொண்டிருந்தன. இதனால் உள்ளூர் மக்களில் பலர் இந்த நடவடிக்கைகளைக் காண ஆர்வமுடன் வந்துசென்றுகொண்டிருந்தனர். 1707ஆம் ஆண்டு முதன் முதலாக 'லூதரேனிய மதத்திற்கு மதமாற்றம்' என்பது நிகழ்ந்தது. போர்த்துக்கீசிய மொழி பேசக்கூடிய ஐந்து அடிமைகள் தங்களின் மதத்திலிருந்து லூதரேனிய மதத்திற்கு மாறினர். இவர்களுக்குப் போர்த்துக்கீசிய மொழியில் ஞானஸ்தானம் செய்விக்கப்பட்டது. இது சியோன் தேலாயத்தில் நிகழ்ந்தது. சியோன் தேவாலயம் டேனீஷ் வர்த்தகர்களாலும், அதிகாரிகளாலும் சீகன்பால்க் வருவதற்கு முன்னரே கட்டப் பட்ட தேவாலயம். தமது சமய நடவடிக்கைகளை விரிவாக்க இந்த தேவாலயத்தைவிட சற்று பெரிய அளவிலான ஒரு தேவாலயம் தேவை என சீகன்பால்க் நினைத்தார். அந்த நேரத்தில் டென்மார்க்கிலிருந்து வந்த கப்பலில் இவரது நடவடிக்கைகளுக்கு ஆதரவாக எந்த பாராட்டுச் செய்திகளும் வரவில்லை. பொருளுதவியும் அனுப்பி வைக்கப்படவில்லை.

---

11. Daniel Jeyaraj, Bartholomäus Ziegenbalg, the Father of Modern Protestant Mission: An Indian Assessment, P 66

ஆயினும், தான் மனதில் கொண்ட உறுதியைக் கைவிடாது தானே முன் நின்று ஒரு தேவாலயத்தை வடிவமைத்துக் கட்டத் தொடங்கினார் சீகன்பால்க். "நாம் தொடங்குவோம். இறைவன் அருள்புரிவார். செய்ய நினைத்த கரியம் நடக்கும்" என்ற எண்ணம் சீகன்பால்க் மனதில் உறுதியாக இருந்தது. 1707ஆம் ஆண்டு ஜூன் மாதம் 4ஆம் தேதி இந்தப் புதிய தேவாலயத்திற்கான அடித்தளம் அமைப்பதற்கான முதல் கல் நாட்டப்பட்டது. அடுத்த இரண்டு மாதங்களில், அதாவது ஆக்ஸ்ட் மாதம் 4ஆம் தேதி இந்த தேவாலயம் கட்டி எழுப்பப்பட்டது. உள்ளூர் தமிழ் மக்களும், இஸ்லாமியர்களும், ஜெர்மானியர்களும், போர்த்துக்கீசியர்களும் கூடியிருக்க, இந்தத் தேவாலயம் புதிய ஜெரூசலம் என்ற பெயரைப் பெற்றது. செப்டம்பர் 5ஆம் தேதி முதல் அங்கு வழிபாடுகள் தொடங்கப்பட்டன. அன்று சீகன்பால்க் புதிய ஜெரூசலம் தேவாலயத்தில் தொடங்கிவைத்த மறை போதனைகளும் வழிபாடுகளும் இன்றுவரை தொடர்ந்து நடைபெற்றுவருகின்றன.

அதே ஆண்டின் இறுதிக்குள் புதிய ஜெரூசலம் தேவாலயத்தின் பக்கத்தில் பள்ளிக்கூடம் அமைக்கப்பட்டது. ஒரு பள்ளிக்கூடம் போர்த்துக்கீசிய மொழியிலும், ஒரு பள்ளிக்கூடம் தமிழ் மொழியிலும் என இரு மொழி கல்விக்கூடமாக அது விளங்கியது.

சீகன்பால்க்கின் மறை ஓதும் பணிகள் நாளுக்கு நாள் உள்ளூர் தமிழ் மக்களையும் இஸ்லாமிய மக்களையும் ஏனைய ரோமன் கத்தோலிக்க சமயத்தவர்களையும் ஈர்த்த வண்ணம் இருந்தன. பலர் இவரது சமய போதனைகளைக் கேட்க வந்த வண்ணம் இருந்தனர். சீகன்பால்கின் இந்த வளர்ச்சி டேனீஷ் ஈஸ்ட் இந்தியா கம்பெனியில் உள்ள சில அதிகாரிகளுக்குப் பிடிக்கவில்லை. இந்தக் கம்பெனிக்கு எதிராகச் செயல்படுவதாக அவர்மேல் குற்றம்சாட்டி அவரை ஒரு கைதியைப் போல தெருவில் பொதுமக்கள் பார்க்கும் வகையில் சிறைச்சாலைக்கு அழைத்துச்சென்று சிறையில் அடைத்தனர். சிறைச்சாலையில் இருந்த காலத்தில் சீகன்பால்க் தனது எழுத்துப் பணிகளைத் தொடர விரும்பினார். சிறைக்குச் செல்வதற்குச் சில நாட்களுக்கு முன்னர்தான் அவர் பைபிளின் புதிய ஏற்பாட்டைத் தமிழாக்கம் செய்யத் தொடங்கியிருந்தார். ஆனால் சிறையில் அவர் எழுது வதற்கு உதவியாக பேனா, காகிதம், மை எதுவும் போதிய அளவில் சிறை அதிகாரிகள் வழங்கவில்லை. இவர் மேல் காழ்ப்புணர்ச்சி கொண்டிருந்த கமாண்டர் (Commandant Hassius) தான் இவரை சிறையில் அடைக்கக் காரணமானவர். இளகிய மனம் படைத்த சீகன்பால்க் அவருக்கும் சேர்த்தே புத்தாண்டு வழிபாட்டையும் சிறையில் இருந்தவாறு மேற்கொண்டார். இதைக் கேள்விப்பட்ட கமாண்டர் மனம் இளகி சீகன்பால்கிற்குச் சிறைவாசத்தில்

சில உதவிகளைச் செய்ய தான் விரும்புவதாகக் கேட்டும் அவற்றைப் பெற்றுக்கொள்ள சீகன்பால்க் மறுத்துவிட்டார். அப்படி உதவுவதென்றால் தனக்கு ஒரு தமிழ் எழுத்தரை ஏற்பாடு செய்யும்படி மட்டும் கேட்டுக் கொண்டார். சிறையில் இருந்த சமயத்தில் இரண்டு நூல்களை *(Ministry, Christianity)* சீகன்பால்க் எழுதி முடித்தார்[12]. நான்கு மாத சிறைவாசத்திற்குப் பிறகு சீகன்பால்க் சிறையிலிருந்து விடுவிக்கப்பட்டார். தவறான தகவல்களின் அடிப்படையில் இக்கைது நடவடிக்கை நிகழ்ந்தது என்று டேனீஷ் ஈஸ்ட் இந்தியா கம்பெனி கோப்பன்ஹாகன் மையத்திற்கு கடிதம் எழுதி இக்கைது நடவடிக்கை தொடர்பான தம் நிலைப்பாட்டை விளக்கினார்.

சீகன்பால்க் சிறையில் இருந்த சமயத்தில் அவர் தொடங்கி யிருந்த பள்ளிக்கூடம் செயல்படுவதில் பொருளாதாரச் சிக்கல்கள் பல ஏற்பட்டிருந்தன. சிறையிலிருந்து வெளிவந்த பின்னர் அதை நடத்துவதற்குத் தேவையான பொருளுதவியைத் பெறும் முயற்சிகளில் இறங்கினார். இவர் சிறை சென்றிருந்த காலகட்டத்தில் புதிய ஜெரூசலம் தேவாலயத்தில் வழிபாடுகள் நடைபெறுவதும் பொது மக்கள் வருவதும் குறைந்துபோயிருந்தது. உள்ளூர் மக்கள் டேனீஷ் ஈஸ்ட் இந்தியா அதிகாரிகள் சிலரது கண்டிப்பான செயல்பாடுகளால் அச்சமுடன் இருந்தனர். அவர் டென்மார்க்கிலிருந்து எதிர்பார்த்திருந்த பணமும் வந்து சேரவில்லை. கம்பெனியில் உள்ளோரிடமிருந்தே கடன் பெற்று இப்பள்ளியை நடத்தும் சூழல் இருந்தது. ஆனால் ஜூலை 20ஆம் தேதி டென்மார்க்கிலிருந்து தரங்கம்பாடி வந்த கப்பலில் சீகன்பால்கின் சமய நடவடிக்கைகளுக்காக 3000 ரிக்ஸ் டாலர் பணம் வந்துசேர்ந்தது. இந்தப் பணத்தோடு கப்பலில் க்ரூண்ட்லரும் வந்துசேர்ந்தார். சீகன்பால்க்கின் மறைவிற்குப் பின்னர் தரங்கம்பாடி லூதரன் திருச்சபையின் தலைமைப் பொறுப்பை ஏற்றுக்கொண்டவர் இவரே.

க்ரூண்ட்லர் (Johann Ernst Gruendler)

சீகன்பால்க் உடல்நலக் குறைவு ஏற்பட்டு காலமானவுடன் தரங்கம்பாடி லூதரன் திருச்சபையின் பொருப்பை ஏற்றுக் கொண்டவர் இவர். பாதிரியார் சீகன்பால்கை விட ஆறு வயது மூத்தவர். ஜெர்மனியின் தூரிங்கியா நகரில் பிறந்து ஃப்ராங்கெ கல்விநிறுவனத்தில் கல்வி பயின்றவர்.

தரங்கம்பாடிக்கு வந்த மூன்றாவது மறைபோதகர் என அறியப்படுபவர் இவர். இவருக்குத் தூரக்கிழக்கு நாடுகளுக்கு

12. History of the Tranqubar Mission, J.Ferd. Fenger, P 46

மறையோதும் பணிக்காகச் செல்ல வேண்டும் என்ற அளப்பறிய விருப்பம் இருந்தது. ஃப்ராங்கெ கல்விநிறுவனத்தில்தான் இவரும் பயிற்சிபெற்று வந்தார். கோப்பன்ஹாகனிலிருந்து, தரங்கம்பாடியில் பணிசெய்ய மேலும் சில மறைதூதருக்கான பணி இடம் காலியிருப்பதாகச் செய்தி கிட்டியதுமே இவர் ஆர்வத்துடன் புறப்பட்டுவிட்டார். போவிங், ஜோர்டன் என்ற மேலும் இரு பாதிரிமார்களுடன் கோப்பன்ஹாகனிலிருந்து தொடங்கியது இவரது பயணம். 1709ஆம் ஆண்டு ஜுலை மாதம் 20ஆம் தேதி, அதாவது சீகன்பால்கும் ப்ளெட்சோவும் தரங்கம்பாடி வந்த மூன்றாம் ஆண்டில் இவர்கள் வந்துசேர்ந்தனர். இவர்கள் வந்துசேர்ந்தபோது நிலைமை முன்னரைப் போல கடுமையானதாக இல்லை. சீகன்பால்கும் ப்ளெட்சோவும் புதிதாக வந்து இணைந்து கொண்ட இவர்கள் மூவருக்கும் நல்ல வரவேற்பை அளித்து தங்கும் இடங்களையும் செய்து கொடுத்தனர்.

தனது நெடுநாள் கனவு நனவாகிய மகிழ்ச்சியும் அங்கே தனது குழுவினரால் மதமாற்றம் செய்யப்பட்டு லூதரன் சமயத்திற்கு மாறியிருந்த தமிழர்கள் சிலரையும் பார்த்தபோது க்ருண்ட்லரின் கண்களில் ஆனந்தக்கண்ணீர் வந்தது. அவரது கடிதத்தில் அவர் தனது மகிழ்ச்சியைக் குறிப்பிட்டு எழுதி அதை ஹாலே கல்விக்கூடத்திற்கு அனுப்பினார். ஜெர்மனியிலிருந்தும் டென்மார்க்கிலிருந்தும் வந்த பாதிரிமார்களில் சிலர் குறிப்பிட்ட சில காலங்களுக்குப் பின்னர் தாயகம் திரும்ப வேண்டும் என்ற எண்ணம் கொண்டிருந்தனர். ஆனால் க்ருண்ட்லரோ ஜெர்மனிக்கு திரும்பிச்செல்லும் எண்ணமே இல்லாது முழுமையாக தமிழகத்திலேயே தனது இறுதிக்காலம்வரை வாழ வேண்டும் என்ற கருத்து கொண்டிருந்தார். அப்படியே வாழ்ந்தும் மறைந்தார். தனது விருப்பத்தை ஒரு கடிதத்தில் எழுதும்போது இப்படி எழுதுகிறார். "நான் என் தாயகத்திற்குத் திரும்பிச்செல்ல விருப்பம் கொண்டிருக்கவில்லை. நானும் எனது அருமைத் தோழர் சீகன்பால்கும் தரங்கம்பாடியிலேயே நிரந்தரமாகத் தங்கியிருந்து மறையோதும் பணி செய்ய முடிவெடுத்துவிட்டோம்"[13].

க்ருண்ட்லர் தரங்கம்பாடியிலிருந்து தனது வசிப்பிடத்தை அருகாமையில் உள்ள பொறையார் கிராமத்திற்கு மாற்றிக் கொண்டார். ஏனைய டேனீஷ் மக்களோடு தங்கியிருப்பதை விட்டு அவர் உள்ளூர் தமிழ் மக்களுடன் சேர்ந்து அவர்கள் வசிப்பிடத்திலேயே தமிழர்களோடு தமிழராக வாழ விரும்பினார்.

---

13. C.S.Mohanavelu, German Tamilology – German contributions to Tamil language, literature and culture during the period 1706 – 1945. P 44

1719ஆம் ஆண்டு பெப்ரவரி மாதம் 20ஆம் தேதி தனது தரங்கம்பாடி வசிப்பிடத்தை மாற்றிக்கொண்டு பொறையார் கிராமத்திற்கு இடம்பெயர்ந்தார். அங்கு தமிழ் மக்களின் அன்றாட வாழ்வியல் விபரங்களை உன்னிப்பாகக் கவனித்து அவர்கள் எவ்வாறு உடை உடுத்துகின்றனர், எப்படி சாப்பிடுகின்றனர், எவ்வாறு பேசுகின்றனர் என அவர்களைப் பார்த்துப் பழகி கற்றுக்கொண்டு தமிழ் மக்களைப் போலவே புறத்தோற்றத்தில் மாறிக்கொண்டார்.

க்ருண்ட்லர் மருத்துவத்துறையில் தனக்கிருந்த ஆர்வத்தின் காரணத்தால் உள்ளூர் தமிழ் மக்களின் சித்த வைத்திய நூல்களைப் பெறுவதற்கும் அவற்றை வாசிப்பதற்கும் முயன்றார். தமிழ் மக்கள் வசிக்கும் ஊரில் அவர்களுடன் தங்கியிருப்பது இந்த முயற்சிக்கு ஏதுவாக அமைந்தது. சித்த வைத்திய நூல்கள் கிடைக்கும்போதெல்லாம் அவற்றை வாங்கி சேர்ப்பதையும் முக்கியக் கடமையாகக் கொண்டிருந்தார். தமிழ் நூல்களில் மிகுந்த ஆர்வம் கொண்டிருந்தாலும் இவர் எந்த தமிழ் இலக்கண நூல்களையும் எழுதவில்லை. இவரது பணி பெரும்பாலும் மருத்துவ ஓலைச்சுவடிகளை ஆராய்வது, அதில் சொல்லப்பட்டிருக்கும் செய்திகளை ஐரோப்பாவில் உள்ள மருத்துவத்துறை அறிஞர்களுக்கு கிடைக்கும் வகையில் செய்வது, என்ற வகையிலேயே இருந்தது[14]. தமிழ் இலக்கிய இலக்கண நூல்களை எழுதாவிடினும் ஒரு மாபெரும் மருத்துவ நூலை எழுதி முடித்தார் க்ரூண்ட்லர். ‘மலாபார் மெடிக்கஸ்’ (தமிழ் மருத்துவர்) என லத்தீனில் பெயர் வழங்கப்பட்ட நூல் அது. தமிழகத்தில் மருத்துவ ஓலைச்சுவடிகளை வாசித்து தான் அறிந்துகொண்ட மருத்துவக் குறிப்புகளைத் தொகுத்து உருவாக்கிய நூல் இது. ஆசிய நாடுகளில் ஏற்படுகிற நோய்கள், நோய் அறியும் முறை, இந்த நோய்களைக் குணமாக்கக் கூடிய தமிழக மூலிகைகள் போன்ற தகவல்கள் இந்த நூலில் வழங்கப்பட்டுள்ளன[15]. பொறையாருக்கு வந்த பின்னர் குறிப்பிடத்தக்க எண்ணிக்கையிலான சித்த வைத்திய மருத்துவச் சுவடிகளை வாங்கிச் சேகரிக்கும் முயற்சியில் அவருக்கு வெற்றியே கிடைத்தது. அப்படி தான் சேகரித்த ஓலைச் சுவடி நூல்களை அவர் அடுத்து ஜெர்மனிக்குச் செல்லும் கப்பலில் அனுப்பிவைத்தார்.

தமிழகம் வந்த ஐரோப்பியர்களுக்கு மொழி எப்படி ஒரு பிரச்சினையாக அமைந்ததோ அதைவிட மேலும் சிரமம் அளிப்பதாக அவர்கள் உடல்நிலை பாதிக்கப்பட்ட செய்திகளை

---

14. C.S.Mohanavelu, German Tamilology – German contributions to Tamil language, literature and culture during the period 1706 – 1945. P 15

15. C.S.Mohanavelu, German Tamilology – German contributions to Tamil language, literature and culture during the period 1706 – 1945. P 45

நாம் புறந்தள்ளிவிட முடியாது. குளிர் நாடுகளிலிருந்து வந்த இப்பாதிரிமார்களின் உடலுக்கு ஏற்ற உணவும் தட்பவெப்ப நிலையும் தமிழகச் சூழலில் அமைவதற்கு வாய்ப்பில்லை. ஆகையால் உடல்நிலை பாதிக்கப்பட்டோரைப் பற்றிய செய்திகள் கோப்பன்ஹாகனுக்கும், ஜெர்மனிக்கும் சென்றடைந்திருந்தன. சீகன்பால்க் உடல் நோய் ஏற்பட்டு தனது 36வது வயதில் காலமானார். இவரைப் போல மறை ஓதும் பணிக்காக வந்த பல பாதிரிமார்களின் நிலையும் ஏறக்குறைய இத்தகையதே. ஆக, தமிழக சூழலில், இங்குள்ள தட்பவெப்பநிலைக்கு ஏற்ற வகையில் உடல் நலத்தைப் பேண தமிழ் நிலத்துக்கே உரிய மருத்துவக் குறிப்புகளை அறிந்திருக்க வேண்டியது அவசியம் என்பதை குறிப்பாக, க்ரூண்ட்லர் அறிந்து அதில் தன் கவனத்தைச் செலுத்தினார்.

கடினமான உழைப்பாளியும் தீவிரமாகத் தமிழ் மொழியையும் தமிழ் மருத்துவத்தையும் கற்றவரான க்ருண்ட்லர் நெடுநாட்கள் உயிர்வாழவில்லை. சீகன்பால்க் மறைந்த பின்னர், அதாவது 1719ஆம் ஆண்டில் தரங்கம்பாடி லூதரன் திருச்சபையில் தலைமைப்பொறுப்பை ஏற்றுக்கொண்டார். ஆனால் ஒரு வருடகாலமே அவர் இப்பணியை மேற்கொண்டார். உடல்நிலை பாதிக்கப்பட்டு 1720ஆம் ஆண்டு இவர் காலமானார்.

இவருக்குப் பின் தரங்கம்பாடி லூதரன் திருச்சபையில் தலைமைப்பொறுப்பை சூல்ட்ஷே ஏற்றுக்கொண்டார். தரங்கம்பாடி லூதரன் திருச்சபைக்கு மறையோதும் பணிக்காக வந்தவர்களில் பாதிரியார் சூல்ட்ஷே முக்கியமானவர். இவர் ஐரோப்பிய மொழிகள் தவிர்த்து தமிழ், தெலுங்கு, ஹிந்தி ஆகிய மூன்று மொழிகளிலும் சிறந்த வல்லமையைப் பெற்றவராக விளங்கினார்.

தமிழ் மொழியை மிகவும் உயர்வான ஒரு மொழியாக க்ரூண்ட்லர் கருதினார். திராவிட மொழிகளிலேயே இலக்கியத் தரமும் முக்கியத்துவமும் பெற்ற இம்மொழியானது ஜெர்மனியில் பல்கலைக்கழகங்களில் பாடமாகப் போதிக்கப்பட வேண்டும் என்ற கருத்தை தனது தலைமையகத்துக்கு 15.1.1715ஆம் ஆண்டு தேதியிட்ட ஒரு கடிதத்தில் க்ருண்ட்லர் இப்படிக் குறிப்பிடுகின்றார். *"wuerdig, dass sie in Europa auf Universitaeten getrieben werde.*[16]*"* அதாவது, இம்மொழியானது ஐரோப்பாவின் பல்கலைக்கழகங்களில் ஒரு பாடமாக கற்பிக்கப்படவேண்டும்.

16. C.S.Mohanavelu, German Tamilology – German contributions to Tamil language, literature and culture during the period 1706 – 1945. P 75

இச்செய்தியின்வழி தமிழ் மொழி மேல் அவர் கொண்டிருந்த உயர்ந்த மதிப்பையும் இதை ஐரோப்பியர்கள் கற்று இதில் உள்ள இலக்கியச் செழுமைகளையும் ஏனைய அறிவுக் களஞ் சியங்களையும் அறிமுகப்படுத்திக்கொள்ள வேண்டும் என்ற எதிர்பார்ப்பும் அறியக்கூடியதாக உள்ளது.

பெஞ்சமின் சூல்ட்ஷே (Benjamin Schultze)

ஃபெங்கரின் குறிப்புகளின் அடிப்படையில் காணும்போது பெஞ்சமின் சூல்ட்ஷே வெகு விரையில் தமிழ் மொழியைக் கற்றுக்கொண்டமையை அறிய முடிகிறது. க்ருண்ட்லரின் மறைவுக்குப் பிறகு தரங்கம்பாடி லூதரன் திருச்சபையின் தலைமைப்பொறுப்பு இவருக்கு வந்தது. இவர் ஜெர்மனியின் சோன்னென்பெர்க் நகரில் பிறந்தவர். ஒரு மொழியியல் வல்லுனராகக் கல்வி கற்றுத் தேர்ந்தவர். தரங்கம்பாடி லூதரன் திருச்சபையில் பணியாற்ற உத்தரவு கிடைத்து 1719ஆம் ஆண்டு இவர் தரங்கம்பாடி வந்துசேர்ந்தார். பாதிரியார் க்ரூண்ட்லரிடம் தமிழ் கற்றார். ஒரு சில மாதங்களிலேயே தமிழ் மொழியில் உரையாடவும் எழுதவும் இவர் தேர்ச்சி பெற்றார். 1720ஆம் ஆண்டு ஏப்ரல் மாதம் தமிழ் மொழியில் ஒரு சொற்பொழிவை ஆற்றும் அளவிற்குத் திறனை வளர்த்துக் கொண்டார்[17] என்பது இவர் விரைவாகத் தமிழ் மொழியைக் கற்றுக்கொண்டமைக்குச் சான்றாக அமைகிறது. மொழியியல் துறையில் அவர் தேர்ச்சி பெற்றிருந்தமையால் தரங்கம்பாடி வந்த சில நாட்களிலேயே பைபிள் மற்றும் இறை வசனங்களை மொழி பெயர்ப்பு செய்வது போன்ற பணிகளில் ஈடுபட்டார். இன்று ஜெர்மனியின் ஹாலே நகரில் இருக்கும் கல்வி நிறுவனத்தில் உள்ள ஓலைச்சுவடிகளில் பல இவரது கையெழுத்து ஆவணங்கள் என்பது குறிப்பிடத்தக்க ஒரு செய்தியாகும்.

தமிழ் மொழி மட்டுமன்றி இவர் தெலுங்கும் ஹிந்தி மொழியும் கற்றார். சில ஆண்டுகள் தரங்கம்பாடியில் மறையோதும் பணியில் இருந்தார். 1728ஆம் ஆண்டு மெட்ராஸ் லூதரன் திருச்சபையை நிர்மாணித்தார். அது முதல் அங்கேயே தங்கியிருந்து லூதரன் சமயப் பணிகளை மேற்கொண்டுவந்தார். மெட்ராஸில் இருந்த போது அவருக்குத் தெலுங்கும் ஹிந்தியும் கற்றுக்கொள்ளும் வாய்ப்பு ஏற்பட்டது. மேம்போக்காகக் கற்றல் என்றில்லாமல் தெலுங்கு மொழியை ஆழமாகக் கற்றதோடு தெலுங்கு மொழிக்கும் தமிழுக்கும் உள்ள ஒற்றுமை வேற்றுமைகளை ஆராய்ந்தார்.

---

17. C.S.Mohanavelu, German Tamilology – German contributions to Tamil language, literature and culture during the period 1706 – 1945. P 77

சூல்ட்ஷே பைபிளைத் தமிழில் மொழிபெயர்க்கும் பணியை மேற்கொண்டிருந்தார். ஒரு சமஸ்கிருதப் பண்டிதரோடு அமர்ந்து தமிழ் நூல்கள் சிலவற்றையும் ஆராயத் தொடங்கியபோது அவருக்கு கிரந்த எண்களை அந்த சமஸ்கிருத பண்டிதர் விளக்கினார். கிரந்த எண்கள் லத்தீன் எழுத்துகளிலிருந்து உருவாக்கப்பட்டவை என்ற எண்ணம் எழுந்ததாக சூல்ட்ஷே தனது ஒரு கடிதத்தில் குறிப்பிடுகிறார். ஹாலே கல்விக் கூடத்தின் இயக்குனர் டாக்டர். ஃப்ராங்கெவுக்கு, சூல்ட்ஷே எழுதிய, 23.8.1726 என தேதியிடப்பட்ட ஒரு கடிதத்தில் இதைக் குறிப்பிடுகிறார். அதோடு சமஸ்கிருதத்திற்கும் ஐரோப்பிய மொழிகளான கிரேக்கம், லத்தீன், ஜெர்மானிய டோய்ச் மொழிக்கும் நிறைய ஒற்றுமைகள் இருப்பதாகத் தான் உணர்வதாகவும் அவர் தனது கடிதத்தில் குறிப்பிடுகிறார்[18].

சூல்ட்ஷே தனது 71ஆம் வயதில் காலமானார். தனது 24 வருடகால தமிழக வாழ்க்கையில் அவர் விட்டுச்சென்ற எழுத்துப் படைப்புகள் மிக அதிகம் என்பதை மறுப்பதற்கில்லை. ஜெர்மனியிலிருந்து தமிழகம் வந்த லூதரன் பாதிரிமார்களில் சீகன்பால்க் தமிழ் மொழியில் பல படைப்புகளை உருவாக்கியது போல, சூல்ட்ஷே தெலுங்கு மொழியில் பல படைப்புகளை உருவாக்கினார்.

ரைனுஸ் (Karl Theophil Ewald Rheinus)

தமிழகத்திற்கு வந்த லூதரன் பாதிரிமார்களில் தனித்துவம் மிக்கவர் இவர். மிகுந்த சேவை மனப்பான்மை கொண்டவர் என பலரால் புகழப்படுபவர் ரைனுஸ். 1790ஆம் ஆண்டு ஜூலை மாதம் 5ஆம் தேதி இவர் ஜெர்மனியின் க்ரௌடென்ஸ் என்ற நகரில் பிறந்தார். இவரது தந்தை அப்போதைய பெரூசிய அரசில் ஒரு அதிகாரியாகப் பணிபுரிந்துவந்தார். ரைனுஸுக்கு ஆறு வயது வாக்கில் அவரது தந்தையார் காலமானார். தாயாரின் அரவணைப்பிலேயே வளர்ந்துவந்தார். 15 வயது வாக்கில் கல்வியை முடித்து அரசு ஊழியத்தில் தனது மாமாவுடன் இணைந்து பணியாற்றிவந்தார். குழந்தைகள் இல்லாத இவரது மாமா இவரை மிகுந்த அன்புடன் வளர்த்துவந்ததோடு இவரது வாழ்க்கை நலனுக்கு நல்லதொரு வழிகாட்டியாகவும் அமைந்திருந் தார். தனது மாமாவுடன் வசித்துவந்தபோது மத சம்பந்தமான விசயங்களில் அதிக நாட்டம் இவருக்கு ஏற்பட்டது. லூதரன் திருச்சபை பணிகளில் மிகுந்த ஆர்வமும் ஈடுபாடும் இவருக்குத் தோன்றியது.

---

18. C.S.Mohanavelu, German Tamilology – German contributions to Tamil language, literature and culture during the period 1706 – 1945. P 77

1814ஆம் ஆண்டு பெப்ரவரி மாதம் 4ஆம் தேதி இவர் இங்கிலாந்திலிருந்து தமிழகம் நோக்கி கடல்பயணத்தைத் துவங்கினார். அதே ஆண்டு ஜூலை மாதம் 4ஆம் தேதி, அதாவது புறப்பட்டு சரியாக 5 மாதங்களுக்குப் பின்னர் மெட்ராஸை வந்தடைந்தார். இவருக்குத் தமிழகத்தின் திருநெல்வேலியில் லூதரன் திருச்சபையில் சேவை செய்யப் பணிக்கப்பட்டிருந்து. அங்கு பணியாற்றத் துவங்கிய காலத்தில் மகத்தான சேவையை எளிய மக்களுக்கு வழங்கினார்.

1832ஆம் ஆண்டு திருநெல்வேலியில் கடுமையான பஞ்சம் தாக்கியது. பஞ்சம் மட்டுமன்றி காலரா நோயும் பரவியதால் மக்கள் நோயினால் துன்புற்று இறந்தனர். பசியாலும் நோயாலும் வாடிக்கொண்டிருந்த மக்களுக்காகப் பணம் சேர்க்கும் முயற்சியைத் தீவிரமாகச் செயல்படுத்தினார் ரைனுஸ். ஐரோப்பாவின் லூதரன் சமய அமைப்புகளையும் நாடினார். அதன்வழி ஐரோப்பாவிலிருந்தும் இவருக்கு உதவிகள் வந்தடைந்தன. இதன்வழி கிராமத்து மக்களுக்கு உணவளிக்கும் சேவையை இவர் செய்துவந்தார்[19].

திருநெல்வேலியில் தாழ்ந்த சாதி என அடையாளப்படுத்தப் பட்ட மக்களுக்கு கல்வி வாய்ப்புகள் அமையாத சூழல் நிலவிக் கொண்டிருந்த காலகட்டமது. உயர்சாதி சமூகத்துவருக்கு மட்டுமே கல்வி என்ற சூழல் நடைமுறைப்பட்டிருந்து. பள்ளிகளில் தாழ்ந்த சாதியைச் சார்ந்த குழந்தைகளுக்கு இடம் இல்லை என்ற சூழலில் இவ்வித ஏற்றத்தாழ்வு கொண்ட கல்வி அமைப்புக்கு எதிரான முயற்சிகளை ரைனுஸ் மேற்கொண்டார். சமூகக் கட்டமைப்பில் பெரிய மாற்றத்தை ஏற்படுத்திய இந்த முயற்சிக்கு காலங்காலமாக கல்வியைப் பெற்றுவந்த சமூகத்தினரிடமிருந்து கடும் எதிர்ப்பை ரைனுஸ் எதிர்நோக்க வேண்டியிருந்து. மக்கள் அனைவரும் ஒரே வகையில் சமத்துவப்போக்குடன் நடத்தப்பட வேண்டும் என மிகுந்த ஈடுபாட்டுடன் உழைத்தார் ரைனுஸ். சமூக சேவையின்வழி மக்கள் வாழ்வில் நலனை ஏற்படுத்தியதில் லூதரன் பாதிரிமார்களாகச் சேவையாற்ற ஐரோப்பாவிலிருந்து வந்த ஏனைய பாதிரிமார்கள் சாதித்தைவிட ரைனுஸ் தனது 24 வருட கால தமிழகச் சேவையில் சாதித்தது அதிகம். பிஷப் கால்டுவெல் இதைக் குறிப்பிடும்போது, “ரைனுஸ் மிகுந்த சேவை மனப்பான்மையைக் கொண்டிருந்தாகவும், அதிலும் குறிப்பாகத் திருநெல்வேலியில் அவர் சேவைபுரிந்த வந்த காலமான 1820 முதல் 1838 வரை மிகத் தீவிரமாக மக்கள் நலனுக்காக சேவையாற்றினார்” என்பதைக் குறிப்பிடுகிறார்.

---

19. Holocomb Helen, H., op. cit., p1 151/152

“இவர் நல்ல தமிழில் உரையாற்றவும் அறிந்திருந்தார். மக்களோடு மக்களாகப் பழகினார். இவர் கடுமையான உழைப்பாளி” என்றும் குறிப்பிட்டுப் புகழ்கிறார்[20].

ஜெரூசலம் இலவச கிறித்துவ பள்ளிக்கூடம்

சீர்திருத்தக் கிறித்தவ சமயத்தைப் பரப்ப தரங்கம்பாடி வந்த பாதிரிமார்கள் அங்கே தாம் சந்தித்த சமூகச் சூழலைக் கண்ணுற்று கல்விச்சேவையிலும் தம்மை ஈடுபடுத்திக்கொண்டனர்.

சீகன்பால், ரெவரண்ட் லூவிஸுக்கு (Rev.Mr.Geo. Lewis) லத்தீன் மொழியில் எழுதி அனுப்பிய முதல் கடிதத்தின் தொடர்ச்சியாக போர்த்துக்கீசிய மொழியில் மேலும் ஒரு கடிதத்தை 7.4.1713ஆம் ஆண்டு அனுப்புகிறார். இந்தக் கடிதம் சீகன்பால்க் ஆரம்பித்த தரங்கபாடி அச்சகத்தில் அச்சுப்பதிப்பு நூலாக 1713ஆம் ஆண்டில் வெளியிடப்பட்டது. இந்த நூலின் ஆங்கில மொழியாக்கம் 1917ஆம் ஆண்டில் வெளியிடப்பட்டது. இங்கிலாந்தின் லண்டன் நகரில் ஜே. டவ்னிங் (J. Downing) என்பவரால் பார்த்தலோமியோ க்ளோஸ் (Bartholomew-Close) என்ற அச்சகத்தில் இது அச்சடிக்கப்பட்டு விற்பனைக்கு வைக்கப் பட்டது. இந்த மொழிபெயர்ப்பு நூலில் உள்ள செய்திகள் லூதரன் சமய போதகர்கள் தரங்கம்பாடியில் ஆரம்பித்த ‘ஜெரூசலம்’ என்ற பெயரிலான இலவச பள்ளிக்கூடத்தின் தேவை, அதன் நோக்கம், அதில் கட்டமைக்கப்பட்ட பாடத்திட்டம், அங்கு பள்ளியில் கற்க வந்த மாணவர்கள் ?, மாணவர்கள் எண்ணிக்கை என்ற வகையில் பல செய்திகளை வழங்குகிறது[21].

இதே நூலில் இவர் அனுப்பிய கடிதத்தில் தாமும் தமது ப்ரோட்டஸ்டண்ட் மதகுருமார்கள் குழுவும் 32 நூல்களை எழுதியும் மொழிபெயர்த்தும் முடித்தனர் என்றும் சீகன்பால்க் குறிப்பிடுகிறார். (இந்த நூல்களின் பட்டியல் அட்டவணை 1இல் இணைக்கப்பட்டுள்ளது) இந்தப் பட்டியலில் குறிப்பிடப்பட்டுள்ள நூல்கள் மட்டுமன்றி, ரோமன் கத்தோலிக்க மதகுருமார்களால் எழுதி தரங்கம்பாடி அச்சுப்பதிப்பகத்தில் மேலும் 14 நூல்கள் வெளியிடப்பட்டதாகவும் சீகன்பால்க் குறிப்பிடுகிறார். அத்துடன் தாமும் தமது குழுவினரும் தமிழில் (Malabarick) இறையியல், தத்துவம் போன்ற துறைகளில் 156 நூல்களைத் தொகுத்துள்ள

---

20. Holocomb Helen, H., Men of Might in India, new York, 1901, p.150

21. A Letter to the Reverend Mr.Geo. Lewis, Chaplain to the Honourable the East India-Company, at Fort St.George: Giving an Account of the method of Instruction used in the Charity-Schools of the Church, call’d Jerusalem, in Tranquebar; By the Protestant Missionaries there. Translated from the Portugueze-Copy printed at Tranquebar.

தாகவும் அது மட்டுமன்றி 12 இஸ்லாமிய (*Mahometan*) நூல்களைத் தொகுத்துள்ளதாகவும் குறிப்பிடுகிறார். இவற்றோடு மேலும் 22 போர்த்துக்கீசிய மொழியில் அமைந்த நூல்களும் தம்மிடம் இருப்பதாகத் தகவல் தெரிவிக்கிறார். ஆக, மொத்தம் 237 நூல்கள் தம் வசம் தரங்கம்பாடியில் தாம் அமைத்துள்ள இந்தத் தமிழ் போர்த்துக்கீசிய நூலகத்தில் இருப்பதாகவும், இவை தாம் தொடங்கிய ஜெரூசலம் இலவச பள்ளிக்கூடத்தின் பாடத்திட்டக் கல்வி போதனைகளுக்கு உதவும் நூல்கள் என்றும் குறிப்பிடுகிறார். இந்தக் கடிதத்தைத் தரங்கம்பாடியின் கிழக்கிந்திய அலுவலகத்திலிருந்து (*Tranquebar, in the East-Indies, on the Coast of Coromandel*) எழுதி அனுப்புவதாக ஏப்ரல் 7, 1713ஆம் தேதி கையெழுத்திட்ட கடிதத்தில் சீகன்பால்க் குறிப்பிடுகிறார்.

கல்வி அமைப்பு

இந்த ஜெரூசலம் பள்ளியில் ஆண், பெண் இருபாலரும் இணைந்து கல்வி கற்கும் வகையில் சீகன்பால்க் இப்பள்ளிக்கான பாட அமைப்பை வடிவமைத்தார். இது கி.பி 1706 வாக்கில் நடைபெற்ற ஒரு நிகழ்வு. அன்றைய தமிழகத்தின் கல்வி நிலையைப் பார்க்கும்போது ஆண் பெண் இருபாலரும் கற்கும் வகையில் பள்ளிக்கூடங்களைச் சீகன்பால்க் உருவாக்கியது கல்வித்துறையில் அவர் ஏற்படுத்திய புரட்சி என்றே கூற வேண்டியுள்ளது. அது மட்டுமல்லாது, கல்வி கற்க குறிப்பிட்ட சாதியைச் சேர்ந்த குழந்தைகளுக்கு மட்டும் வாய்ப்பு என்ற நிலைக்கு எதிர்மாறான ஒரு முயற்சியாகவும் இதைக் காண வேண்டியிருக்கின்றது.

இப்பள்ளியில் 78 மாணாக்கர்கள் கல்வி கற்றனர். இன்று நாம் காணக்கூடிய தங்கும் விடுதிகளுடன் கூடிய பள்ளிக்கூடங்களுக்கு முன்னோடி சீகன்பால்க் அமைத்த இந்த ஜெரூசலம் பள்ளிக்கூடம் தான் என்பது குறிப்பிடத்தக்கது. இதில் 56 மாணவர்கள் தங்கிப் படிக்கும் வகையில் விடுதி ஏற்பாடு செயப்பட்டிருந்தது. ஆண் மாணாக்கர்கள் மற்றும் அவர்களுக்கான ஆசிரியர் ஆகியோர் தங்கும் விடுதியை ஒரு தனி கட்டிடத்திலும், பெண் மாணாக்கர்களும் அவர்களுக்குப் போதிக்கும் பெண் ஆசிரியரும் தங்கும் விடுதியை ஒரு தனி கட்டிடத்திலும் ஏற்பாடு செய்தனர். மாணாக்கர்களுக்கும் அங்கு பணியில் இருந்த ஊழியர்களுக்கும் இலவச உணவும் வழங்கப்பட்டது. மாணாக்கர்களுக்கான உடைகளையும் பள்ளியே வழங்கியது. விடுதியில் தங்கி கல்வி கற்கும் மாணாக்கர்கள் வார இறுதி நாட்களில் அருகாமையில் இருக்கும் கிராமங்களுக்குப் பாதிரிமார்களுடன் சென்று சமயப் பிரச்சாரம் செய்யும் பணியிலும் ஈடுபட்டனர். இந்தத் தங்கும் விடுதி, மாணாக்கர்களுக்கு உணவு உடை போன்ற வசதிகள்

என்பது ஜெர்மனியில் தாம் கல்வி கற்ற ஹாலே ஃப்ராங்கெ கல்விக்கூடம் நடத்திவந்த அனாதைக் குழந்தைகள் இல்லமும் – பள்ளிக்கூடமும் என்ற திட்டத்தின் அடிப்படையில் சீகன்பால்க் உருவாக்கியிருக்கலாம் எனக் கருதலாம்.

பாடத்திட்ட அமைப்பு

ஜெரூசலம் இலவச கிறித்துவ பள்ளிக்கூடத்தில் ஆண் குழந்தைகள் மட்டுமன்றி பெண் குழந்தைகளும் இணைந்து படிக்க அனுமதிக்கப்பட்டனர். இப்பள்ளிகள் மாணக்கர்களின் சமய அறிவையும் பொது அறிவையும் விருத்தி செய்ய வேண்டும் என்ற முதன்மை நோக்கத்துடன் தொடங்கப்பட்டன. ஒரே வளாகத் திற்குள் ஐந்து பள்ளிக்கூடங்களை ஆரம்பகட்டப் பணியாக சீகன்பால்க் உருவாக்கினார். அவற்றுள் மூன்று பள்ளிக்கூடங்கள் தமிழ் மொழியை முதன்மை பயிற்று மொழியாகக் கொண்ட பள்ளிக்கூடங்கள். ஒரு போர்த்துக்கீசிய பயிற்று மொழி பள்ளிக்கூடமும் ஒரு டேனீஷ் மொழியைப் பயிற்று மொழியாகக் கொண்ட பள்ளிக்கூடமும் உருவாக்கப்பட்டன. இந்த ஐந்து பள்ளிக்கூடங்களிலும் சற்று மாறுபட்ட வகையில் அமைந்த பாடத்திட்டங்களுடன் பாடங்கள் நடத்தப்பட்டன.

பள்ளிக்கூடம் 1 – ஆண் மாணாக்கர்களுக்கான ஆரம்பநிலைத் தமிழ்ப்பள்ளி

இது இளம் ஆண்பால் மாணாக்கர்களுக்காக உருவாக்கப்பட்ட பள்ளிக்கூடம். இந்தப் பள்ளிக்கூடத்தில் 21 இளம் ஆண் சிறார்கள் கல்வி கற்றனர். இவர்களுக்கு ஒரு தமிழ் ஆசிரியர் மட்டுமே பாடம் போதிக்க நியமிக்கப்பட்டிருந்தார். ஏறக்குறைய இரண்டாம் பள்ளிக்கூடத்தில் அமைக்கப்பட்ட பாடத்திட்டம்போலவே இந்தப் பள்ளியிலும் அமைக்கப்பட்டிருந்தது. ஆனால் இங்கு மாணவர்கள் பனை ஓலைச்சுவடியில் எழுத்தாணி கொண்டு எழுதும் பாடம் இருக்காது. மாறாக மணலில் கைவிரல்களால் கீறி எழுத்துப் பயிற்சியை மேற்கொள்வர். இந்த வகையில் விரலால் எழுத்துப் பயிற்சி மேற்கொள்வது அன்றைய தமிழகத்தில் பள்ளிக்கூட பாட போதனையில் வழக்கில் இருந்த ஒரு பயிற்சி முறையாகும்.

பள்ளிக்கூடம் 2 – ஆண் மாணாக்கர்களுக்கான உயர்நிலைத் தமிழ்ப்பள்ளி

வயதில் சற்று உயர்ந்த ஆண் மாணாக்கர்களுக்காக உருவாக்கப்பட்ட, தமிழ் மொழியைப் பயிற்று மொழியாகக்

கொண்ட பள்ளிக்கூடம் இது. இதில் பதினொரு மாணவர்கள் கல்வி கற்றனர். ஒரு ஆசிரியர் நியமிக்கப்பட்டிருந்தார். இந்தப் பள்ளியில் பாடங்கள் காலை ஆறு மணிக்குத் தொடங்கி மாலை ஏழறைக்கு முடிவுறும் வகையில் பாடத்திட்டத்தை வகுத்திருந்தனர்.

காலை ஆறு மணி முதல் ஏழு மணி வரை – இங்கு மாணாக்கர்கள் கிறித்துவ சமய மத போதனைகள் அடங்கிய தமிழ் நூல்களைப் படிப்பார்கள். இந்த வேளையில் சுற்றுச் சூழலில் கிறித்துவர்களாக மதமாற்றம் செய்துகொண்டவர்களும் இறைவனைத் துதிக்க தேவாலயத்திற்கு வருபவர்களும் இவர்களுடன் இணைந்துகொள்வார்கள்.

காலை ஏழு மணியிலிருந்து எட்டு மணி வரை – பள்ளிக்கூட மாணவர்கள் அனைவருக்கும் பாடம் தொடங்கும். இதில் மாணாக்கர்கள் கிறித்துவ மறை நூலான புதிய ஏற்பாட்டின் பக்கங்களைக் கற்பார்கள்.

காலை எட்டு மணி முதல் ஒன்பது மணி வரை – ஆசிரியர்கள் கிறித்துவ மறையான புதிய ஏற்பாட்டை வாசிப்பது. பழைய ஏற்பாட்டின் வரலாற்றைப் பற்றி அறிந்துகொள்ளச் செய்வது என்பன போன்ற பாடங்களைப் போதிப்பார்கள். நல்ல குணங்கள், நற்சிந்தனைகள், நல்லொழுக்கம் என்பன போன்றவையும் இந்தப் பாட நேரத்தில் இடம்பெறும்.

காலை ஒன்பதிலிருந்து பத்து வரை – இந்த நேரத்தில் ஆசிரியர்கள் மாணாக்கர்களுக்கு மறை நூல்களை வாசிக்கப் பழக்குவார்கள். வாசித்ததை எழுதுதல் போன்ற பயிற்சியும் வழங்கப்படும்.

காலை பத்து முதல் பனிரெண்டு வரை – தமிழாசிரியர்கள் தமிழ் செய்யுட்களை மாணாக்கர்களுக்கு வாசித்துக் காட்டுவர். இந்த நூல்கள் இந்து சமயக் கடவுள்களின் உருவ வழிபாட்டைப் பற்றியதாக இருக்கிற காரணத்தால் இந்த உருவ வழிபாட்டுக் கருத்துகள் நிறைந்த நூல்கள் தவறான நூல்கள் என்று மாணவர்களுக்குப் போதிப்பார்கள். அதோடு மாணவர்கள் தாம் வாசித்த தமிழ் செய்யுட்களை எழுதவும் பயிற்சி பெறுவார்கள். செவ்வாய் மற்றும் வியாழக்கிழமைகளில் பூகோளப் பாடமும் நிலவரையியல் பற்றியும் பயில்வார்கள்.

மதியம் ஒரு மணி முதல் இரண்டு மணி வரை – இந்த நேரத்தில் மாணாக்கர்கள் போர்த்துக்கீசிய பள்ளிக்கூடத்திற்குச் சென்று போர்த்துக்கீசிய மொழியை எழுதவும் வாசிக்கவும் பேசவும் கற்பார்கள்.

மதியம் இரண்டிலிருந்து நான்கு வரை – இந்த நேரத்தில் மாணாக்கர்கள் பனை ஓலைச்சுவடிகளில் எழுதப்பட்ட நூல் களை எழுத்து வடிவில் எழுதப் பழகுவார்கள். எழுத்தாணி கொண்டு புதிய பனைஓலைச்சுவடிகளில் எழுதப் பழகும் பயிற்சியும் அளிக்கப்படும்.

மாலை நான்கு முதல் ஆறு வரை – இந்தப் பாட நேரத்தில் மாணாக்கர்கள் கணிதப் பயிற்சி மேற்கொள்வர். கணிதங்களை மனனம் செய்தல், வாய்ப்பாட்டு பயிற்சி ஆகியன வழங்கப்படும். தமிழகத்தில் வழக்கிலிருந்த கணிதப் பயிற்சி முறையிலேயே மாணாக்கர்கள் பயின்றார்கள்.

மாலை ஆறு முதல் ஏழரை வரை – இளம் வயதினருக்காக உருவாக்கப்பட்ட முதலாம் பள்ளிக்கூடத்திலிருந்து மாணாக்கர்கள் வந்து இணைந்துகொள்வார்கள். காலையில் வாசித்து கற்ற சமய மறை போதனைகளை மீண்டும் மீள்பார்வை செய்யும் பயிற்சி நடைபெறும்.

பள்ளிக்கூடம் 3 – பெண் மாணாக்கர்களுக்கான தமிழ்ப்பள்ளி

இது பெண்பால் மாணாக்கர்களுக்காக உருவாக்கப்பட்ட பள்ளிக்கூடம். இந்தப் பள்ளிக்கூடத்தில் 11 இளம் பெண் குழந்தைகள் கல்வி கற்றனர். இவர்களுக்கு ஒரு தமிழ் ஆசிரியை பாடம் போதிக்க நியமிக்கப்பட்டிருந்தார். பெண் மாணாக்கர்களுக் கானப் பள்ளிக்கூடமும் காலை ஆறு மணிக்குத் தொடங்கி மாலை ஏழரை மணிக்கு முடிவடையும் வகையில் பாடத்திட்டம் வகுக்கப்பட்டிருந்தது.

காலை ஆறு மணி முதல் ஏழு மணி வரை – மாணாக்கர்கள் கிறித்துவ சமய மத போதனைகள் அடங்கிய தமிழ் நூல்களைப் படிப்பார்கள்.

காலை ஏழு மணியிலிருந்து எட்டு மணி வரை – பள்ளிக்கூட மாணவர்கள் அனைவருக்கும் பாடம் தொடங்கும். இதில் மாணாக்கர்கள் கிறித்துவ மறை நூலான புதிய ஏற்பாட்டின் அத்தியாயங்களைக் கற்பார்கள்.

காலை எட்டு மணி முதல் ஒன்பது மணி வரை – சமய நம்பிக்கைகள் பற்றிய கலந்துரையாடல்கள், சமய நூல்களை வாசித்தறிதல் என்பன போன்ற பயிற்சிகள் இந்தப் பாட நேரத்தில் நடைபெறும்.

காலை பத்து முதல் பனிரெண்டு வரை – ஆசிரியர்கள் கிறித்துவ மறையான புதிய ஏற்பாட்டினை வாசிப்பது, பழைய

ஏற்பாட்டின் வரலாற்றைப் பற்றி அறிந்துகொள்ளச் செய்வது என்பன போன்ற பாடங்களைப் போதிப்பார்கள். இளம் பெண் சிறார்கள் எழுத்துப் பயிற்சி, வாசிப்புப் பயிற்சி போன்றவற்றில் ஈடுபடுவார்கள்.

மதியம் இரண்டிலிருந்து நான்கு வரை – இந்த நேரத்தில் வயதில் மூத்த மாணாக்கர்கள் எழுத்தாணி கொண்டு எழுதப் பழகுவார்கள். இளம் பெண் சிறார்கள் தங்கள் கை விரல்களால் மணலில் எழுதி எழுத்துப் பயிற்சி மேற்கொள்வர்.

மாலை நான்கு முதல் ஆறு வரை – இந்த நேரத்தில் வயதில் மூத்த மாணாக்கர்கள் பனை ஓலைச்சுவடிகளில் எழுதப்பட்ட நூல்களை எழுத்து வடிவில் எழுதப்பழகுவார்கள். எழுத்தாணி கொண்டு புதிய பனைஓலைச்சுவடிகளில் எழுதப் பழகும் பயிற்சியும் அளிக்கப்படும். இளம் பெண் சிறார்கள் காலை எட்டு மணியிலிருந்து பத்து மணி வரை கற்ற பாடங்களை மீள்பார்வை செய்வார்கள்.

மாலை ஆறு முதல் ஏழரை வரை – சமய சிந்தனைகள் பற்றிய கேள்விகளை எழுப்பி அவற்றிற்கு விடைகாணும் வகையில் கலந்துரையாடுவார்கள். ஒருவருக்கொருவர் மாற்றி மாற்றி கேள்விகள் கேட்டு பயிற்சி மேற்கொள்வார்கள்.

பள்ளிக்கூடம் 4 – போர்த்துக்கீசிய மொழிப் பள்ளி

போர்த்துக்கீசிய மொழியைப் பயிற்று மொழியாகக் கொண்ட பள்ளிக்கூடம் இது. இது ஆண் பெண் மாணாக்கர் இருபாலரும் இணைந்து படிக்கும் வகையில் அமைக்கப்பட்ட பள்ளிக்கூடம். இதில் இருபத்தியொரு மாணாக்கர்கள் கல்வி கற்கப் பதிந்திருந்தனர். இப்பள்ளியில் ஒரு ஆசிரியர் நியமிக்கப் பட்டிருந்தார். இந்தப் பள்ளியில் பாடங்கள் காலை ஆறு மணிக்குத் தொடங்கி மாலை ஏழரைக்கு முடிவுறும் வகையில் பாடத்திட்டத்தை வகுத்திருந்தனர்.

காலை ஆறு மணி முதல் ஏழு மணி வரை – இந்தப் பாட வேளையில் மாணாக்கர்கள் இறையுணர்வு பற்றிய பாடங்களைக் கற்பர். டேனிஷ் பயிற்றுமொழி பள்ளியிலிருந்தும் (பள்ளிக்கூடம் 5) மாணாக்கர்கள் இந்தப் பாட போதனையின்போது இந்தப் பள்ளிக்கூடம் வந்து போதனையில் கலந்து கொள்வர்.

காலை ஏழு மணியிலிருந்து எட்டு மணி வரை – கிறித்துவ மறையான புதிய ஏற்பாட்டிலிருந்து இரண்டு பக்கங்களை வாசித்தல் என்பது இந்த நேரத்தில் உள்ள பாடம். மீண்டும்

மீண்டும் வாசித்தல், வாசித்து எழுதுதல் என்பதாக இந்தப் பாட நேரத்தின் போதனை இருக்கும்.

காலை எட்டு மணி முதல் ஒன்பது மணி வரை – இந்தப் பாட வேளையில் மாணவர்கள் இறையியல் கல்வி கற்பர். கேள்விகள் கேட்டல், அதற்கான விடைகளைத் தேடுதல் கலந்துரையாடுதல் என்பன வகுப்பறை நடவடிக்கைகளாக இருக்கும்.

காலை ஒன்பது முதல் பத்து வரை – இதற்கு முன்னர் வாசித்த நூற்களை மாணாக்கர்கள் வாசித்து மேலதிக பயிற்சியை இப்பாட நேரத்தில் மேற்கொள்வர்.

காலை பத்து முதல் பதினொன்று வரை – வயதில் மூத்த மாணாக்கர்கள் வணிகம் தொடர்பான கணக்குகள் பற்றி கற்பர். வயதில் சிறிய மாணாக்கர்கள் இறையியல் பாடத்தைத் தொடர்வர்.

காலை பதினொன்று முதல் பனிரெண்டு வரை – வயதில் மூத்த மாணாக்கர்கள் பூகோளம், புவியியல் பற்றிய பாடங்களைக் கற்பர். உலகைப் பற்றிய புவியியல் பாடமாக இது இருக்கும். வயதில் சிறிய மாணாக்கர்கள் இறையியல் பாடத்தைத் தொடர்வர்.

மதியம் ஒன்றிலிருந்து இரண்டு வரை – வயதில் மூத்த மாணாக்கர்கள் தமிழ் மொழி பயிற்று மொழியாக உள்ள பள்ளிக்கூடத்திற்குச் சென்று (பள்ளிக்கூடம் 2) அங்கு அந்த மாணாக்கர்களுடன் இணைந்து தமிழ் மொழியை எழுதவும் வாசிக்கவும் கற்பார்கள். வயதில் சிறிய மாணாக்கர்கள் கிறித்துவ மறை பழைய ஏற்பாட்டிலுள்ள இறையியல் பகுதிகளை வாசிப்பார்கள்.

மதியம் இரண்டிலிருந்து நான்கு வரை – இது கையெழுத்துப் பயிற்சிக்கான நேரம். மாணாக்கர்கள் எழுத்துப் பயிற்சி மேற்கொள்வார்கள்.

மதியம் நான்கிலிருந்து ஐந்து வரை – இந்தப் பாட நேரத்தில் மாணாக்கர்கள் கணித வாய்ப்பாடு மனனம் செய்து ஒப்புவிக்கும் பயிற்சி மேற்கொள்வர்.

மாலை ஐந்து முதல் ஆறு வரை – மாணாக்கர்கள் தமிழ் மொழி பயிற்று மொழியாக உள்ள பள்ளிக்கூடத்திற்குச் சென்று (பள்ளிக்கூடம் 2) அங்கு அந்த மாணாக்கர்களுடன் இணைந்து தமிழ் மொழியை எழுதவும் வாசிக்கவும் கற்பார்கள்.

மாலை ஆறு முதல் ஏழரை வரை – இந்தப் பாட நேரத்தில் மாணாக்கர்கள் இறையியல் பற்றி அன்றைய நாளில் வாசித்து கற்ற பாடங்களின் தொடர்பில் கலந்துரையாடலை நிகழ்த்து வார்கள். வயதில் சிறிய மாணாக்கர்கள் இறையியல் தொடர்பான நூல்களை ஆசிரியர் துணையுடன் வாசிப்பார்கள்

பள்ளிக்கூடம் 5 – டேனீஷ் மொழிப் பள்ளி

டேனீஷ் மொழியைப் பயிற்று மொழியாகக் கொண்ட பள்ளிக்கூடம் இது. இது ஆண் பெண் மாணாக்கர் இருபாலரும் இணைந்து படிக்கும் வகையில் அமைக்கப்பட்ட பள்ளிக்கூடம். இதில் பதினான்கு மாணாக்கர்கள் கல்வி கற்கப் பதிந்திருந்தனர். இப்பள்ளியில் ஒரு ஆசிரியர் நியமிக்கப்பட்டிருந்தார். இந்தப் பள்ளியில் பாடங்கள் காலை ஆறு மணிக்குத் தொடங்கி மாலை ஏழரைக்கு முடிவுறும் வகையில் பாடத்திட்டத்தை வகுத்திருந்தனர்.

காலை ஆறு மணி முதல் ஏழு மணி வரை – இந்தப் பாட வேளையில் மாணாக்கர்கள் இறையுணர்வு பற்றிய பாடங்களைக் கற்பர். இந்தப் பாட போதனையின்போது மாணாக்கர்கள் போர்த்துக்கீசிய பயிற்றுமொழி பள்ளிக்குச் சென்று (பள்ளிக்கூடம் 4) அந்தப் பள்ளி மாணவர்களுடன் இணைந்துகொள்வார்கள்.

காலை ஏழு மணியிலிருந்து எட்டு மணி வரை – கிறித்துவ மறையான புதிய ஏற்பாட்டிலிருந்து இரண்டு பக்கங்களை வாசித்தல் என்பது இந்த நேரத்தில் உள்ள பாடம். மீண்டும் மீண்டும் வாசித்தல், வாசித்து எழுதுதல் என்பதாக இந்தப் பாட நேரத்தின் போதனை இருக்கும்

காலை எட்டு மணி முதல் ஒன்பது மணி வரை – பைபிளை வாசித்து பயிற்சி செய்வார்கள். மறைப்பாடல்களை *(Gospels)* அதன் செய்யுள் வடிவங்களை வாசித்து அறிவார்கள்.

காலை ஒன்பது முதல் பத்து வரை – இறையியல் கல்வி நேரம் இது. செய்யுட்களை வாசித்தல், புனித நூற்களை மீண்டும் மீண்டும் வாசித்தல் என்ற வகையான பயிற்சிகள் வழங்கப்படும்.

காலை பத்து முதல் பதினொன்று வரை – இந்தப் பாட நேரத்தில் இறையியல் தத்துவம் தொடர்பான கேள்விகளைக் கேட்டல், அவற்றிற்கான பதிலைத் தேடுதல் என்ற வகையில் பாட போதனை அமைந்திருக்கும்.

மதியம் ஒன்றிலிருந்து இரண்டு வரை – வயதில் மூத்த மாணாக்கர்கள் தமிழ் மொழி பயிற்று மொழியாக உள்ள

பள்ளிக்கூடத்திற்குச் சென்று (பள்ளிக்கூடம் 2) அங்கு அந்த மாணாக்கர்களுடன் இணைந்து தமிழ் மொழியை எழுதவும் வாசிக்கவும் கற்பார்கள். வயதில் சிறிய மாணாக்கர்கள் கிறித்துவ மறை பழைய ஏற்பாட்டிலுள்ள இறையியல் பகுதிகளை வாசிப்பார்கள்.

மதியம் இரண்டிலிருந்து நான்கு வரை – இந்த நேரத்தில் மாணாக்கர்கள் கிறித்துவ மறை நூலான பழைய ஏற்பாட்டை வாசித்து அறிவர்.

மதியம் நான்கிலிருந்து ஐந்து வரை – இந்தப் பாட நேரத்தில் மாணாக்கர்கள் கணித வாய்ப்பாடு மனனம் செய்து ஒப்புவிக்கும் பயிற்சி மேற்கொள்வர்.

மாலை ஐந்து முதல் ஆறு வரை – மாணாக்கர்கள் தமிழ் மொழி பயிற்று மொழியாக உள்ள பள்ளிக்கூடத்திற்குச் சென்று (பள்ளிக்கூடம் 2) அங்கு அந்த மாணாக்கர்களுடன் இணைந்து தமிழ் மொழியை எழுதவும் வாசிக்கவும் கற்பார்கள்.

மாலை ஆறு முதல் ஏழரை வரை –இந்தப் பாட நேரத்தில் மாணாக்கர்கள் இறையியல் பற்றி அன்றைய நாளில் வாசித்து கற்ற பாடங்களின் தொடர்பில் கலந்துரையாடலை நிகழ்த்துவார்கள். வயதில் சிறிய மாணாக்கர்கள் இறையியல் தொடர்பான நூல்களை ஆசிரியர் துணையுடன் வாசிப்பார்கள்.

சீகன்பால்க் மக்களைச் சந்தித்து உரையாற்றும் காட்சி, ஓவியமாக.[1]

---
1. Lives of Missionaries –Southern India, pg 105

3

லூதரன் பாதிரிமார்களின் பார்வையில் 300 ஆண்டுகளுக்கு முற்பட்ட தமிழக தமிழ் மக்களின் வாழ்க்கைமுறை

இன்று ஒரு கண்டத்திலிருந்து மற்றொரு கண்டத்திற்கு நேரில் செல்வது பெரிதும் எளிமைப் பட்டுவிட்டது. பயணம் செய்யாமலேயேகூட ஒரு நாட்டின் கலாச்சாரத்தை உலகின் ஏனைய நாடுகளில் வாழ்வோர் அறிந்துகொள்ளும் வகையில் தொழில்நுட்பம் சாத்தியப்படுத்தியுள்ளது. மனிதர்கள் புக முடியாத காடுகளிற்குள்ளும், கடலுக்கடியிலும் சென்று ஆய்வு செய்து புதிய செய்திகளை மக்களுக்கு வழங்குகிறது அறிவியல். நிலத்தில் மட்டுமன்றி பூமிக்கு வெளியே ஏனைய கோளங்களுக்கும் கருவிகளையும் மனிதர்களையும் அனுப்பி சோதிக்கும் முயற்சிகளும் வளர்ந்துவிட்ட காலம் இது. இந்தச் சூழலில் கலாச்சார மாறுபாடுகளை நம்மால் விரைவாகவும் எளிதாகவும் புரிந்துகொள்ள முடிகிறது என்பதோடு புதிய தகவல்களை உள்வாங்கி அளந்து ஆராய்ந்து புரிந்துகொள்ளும் மனப்பக்குவமும் நமக்கு வளர்ந்துள்ளது. ஆனால் முன்னூறு ஆண்டுகளுக்கு முற்பட்ட நிகழ்வுகள் அப்படியான சூழலை மக்களுக்கு வழங்கவில்லை.

ஐரோப்பிய சூழலைப் பொறுத்தவரை ஈராயிரம் ஆண்டு களுக்கு முன்னர் மக்கள் தமிழகம் பற்றியும் தமிழ் மக்கள் பற்றியும் கொண்டிருந்த பார்வை என்பது மாறுபாடு கொண்டது. கிரேக்க, ரோமானிய, எகிப்திய வணிகர்கள் தமிழகம் வந்து செல்வதும், திரைகடல் ஓடி திரவியம் தேட தமிழ் மக்கள் நாலாபக்கமும் கடல்மார்க்கமாகப் பரவலாகச் சென்றதும் நிகழ்ந்த காலம் அது. சங்ககால துறைமுகப்பட்டினங்களான முசிறி, தொண்டி, கொற்கை போன்றவை அயல்நாட்டார், அதிலும் குறிப்பாக கிரேக்க, ரோமானிய, அரேபிய, எகிப்திய வணிகர்கள் இங்கு வந்து வணிகம் செய்து சென்றதற்கான சான்றுகளை வழங்குகின்றன. தமிழகத்தின் ஆதிச்சநல்லூர், கொடுமணல், அரிக்கமேடு போன்ற மிகப் புகழ்வாய்ந்த அகழ்வாராய்ச்சிகளும் அண்மையகால கீழடி, அழகன்குளம் ஆகிய இடங்களில் மேற்கொள்ளப்பட்ட ஆய்வுகளும் சங்ககாலத்திலேயே, அதாவது இன்றைக்கு ஏறக்குறைய ஈராயிரத்து இருநூறு ஆண்டுகள் வாக்கிலேயே தமிழ் நிலம் நாகரிகத்தில் உயர்ந்து இருந்த மக்கள் வாழ் நிலையை நமக்குப் புலப்படுத்துவதாக இருக்கின்றன. ஆக, இந்தப் பின்னணியில் அக்காலத்தில் தமிழகம் என்பது மிக முக்கிய வணிகத்தலமாகத்தான் ஐரோப்பியர் பார்வையில் இருந்தது. ஆனால் இந்த நிலை கால ஓட்டத்தில் வேறு கோணத்தில் மாறியதையும் காண்கிறோம். உள்நாட்டுப் போர், பெரிய அரசுகள் வலுவிழந்துபோன நிலை, தமிழ் மக்களுக்குள்ளே சாதி வேறுபாடுகள் வளர்ந்தமையாலும், அரசின் ஆதரவுடன் வளர்ந்து வந்த வைதீகப்பண்பாட்டுத் தாக்கத்தின் காரணத்தாலும், இயல்பான தமிழ் மக்களின் பண்பாட்டுக் கூறுகள் வழக்கொழிந்து மறைந்து புறந்தள்ளப்பட்டு தமிழகத்தின் பூர்வகுடிகளும் பழங்குடிகளும் சமூகப்பார்வையின் கீழ் நிலைக்குச் சென்ற அவல நிலை ஏற்பட்டுப்போனது என்பதை முக்கியக் கூறாக நாம் காண வேண்டியுள்ளது. அதிலும் குறிப்பாக கி.பி 12ஆம் நூற்றாண்டுக்குப் பின்னரான தமிழக நிலை என்பது அரசியல் நிலைத்தன்மை குன்றிப்போன ஒரு சூழலை ஏற்படுத்தியிருந்தது. படிப்படியாக இந்த நிலை வளர்ந்ததால் தமிழக மக்களின் உயர்ந்த பண்பாடும் கலாச்சாரமும் வேற்று சமூகத்தை தாக்கத்தினை ஈடுகொடுக்க முடியாமல் வலுவிழந்து போன நிலையில் இருந்தது என்றே காண முடிகிறது.

சமூகமும் சமயமும்

கி.பி. 15ஆம் நூற்றாண்டுக்குப் பின்னரான ஐரோப்பியர்களின் தமிழக வருகை அல்லது தென்னிந்திய வருகை என்பது இரண்டு முக்கிய நோக்கங்களையே அடிப்படையாகக் கொண்டிருந்தது எனலாம்.

1. கிழக்காசிய நாடுகளில் வணிகம் செய்வது. அதற்குத் தகுந்த நிலப்பகுதிகளை ஏதாவது ஒரு வகையில் கையகப்படுத்துவது.
2. அடுத்ததாக கிறித்துவ மத போதனைகளைக் கிழக்காசிய நாடுகளில் பரப்புவது. குறிப்பாக 15ஆம் நூற்றாண்டு வாக்கில் இந்த அலையை எற்படுத்தியவர்கள் ஸ்பெயின் அரசின் பொருளாதார ஆதரவுடன் வந்துசேர்ந்த போர்த்துக்கீசிய, இத்தாலிய, பிரெஞ்சுப் பாதிமார்களுமாகும். இதற்கு அடுத்த அலை மார்ட்டின் லூதர் ஜெர்மனியில் கத்தோலிக்க கிறித்துவத் திற்கு எதிரான லூதரேனிய சமயத்தை அறிமுகப்படுத்தியதும் டேனீஷ் அரசு அம்மதத்தை ஏற்றுக்கொண்டதாலும், லூதரேனிய சமயத்தை 18ஆம் நூற்றாண்டின் ஆரம்பத்தில் கிழக்காசிய நாடுகளில் பரப்ப வேண்டும் என்று தொடங்கிய முயற்சியுமாகும்.

ஆனால் இவர்கள் வருகைக்கு முன்னர் ஐரோப்பாவிலிருந்து வந்துசென்ற வணிகர்கள் எழுதி வைத்த குறிப்புகள் ஐரோப்பிய மக்களுக்குத் தமிழகத்தைப் பற்றிய குறிப்பிட்ட ஒரு பார்வையை ஏற்படுத்தியிருந்தது. இது ஈராயிரம் ஆண்டுகளுக்கு முன்னர் ஐரோப்பியர் தமிழகத்தின்பால் கொண்டிருந்த பார்வைக்கு நேர்மாறானது. தமிழக மக்கள் கல்வியறிவு அற்றோர் என்றும், பெண்களை மிக இளம் வயதில் திருமணம் செய்து கொடுப்பர் என்றும், கணவன் இறந்தால் வாழ்நாள் முழுவதும் ஒரு பெண் மறுமணம் செய்ய முடியாது என்றும், கணவன் இறந்தால் அந்த நெருப்பில் விழுந்து மனைவியும் உயிரை மாய்த்துக்கொள்வார் என்றும், ஒரு கணவருக்கு ஒன்றுக்கும் மேற்பட்ட மனைவியர் இருப்பர் என்றும், இந்தக் கொள்கைகள் எல்லாம் நடைமுறையில் சமூகத்தில் ஏற்றுக்கொள்ளப்பட்ட சமூக அம்சங்களாக அங்கீகரிக்கப்பட்டிருந்தன என்றும் ஐரோப்பியர் தமிழகத்தைப் பற்றிய தகவல் பெற்றிருந்தனர். இதுவே அக்காலகட்டங்களில் இந்தியா வந்த யாத்திரிகர்களும் வணிகர்களும் நேரில் கண்டு பதிந்து வைத்த குறிப்புகள். இவை ஒரு சில குறிப்பிட்ட சமூகங்களில் நிலவிய சூழல் என்பதையும் பெரும்பாலான மக்களின் இயல்பான வாழ்க்கை அல்ல என்பதையும் அவர்கள் அறிந்திருக்கவில்லை அல்லது வாய்ப்பு ஏற்பட்டிருக்கவில்லை எனக் கொள்ளலாம். இதை அடிப்படையாகக் கொண்டு தமிழக மக்கள் காட்டுமிராண்டிகள் என்ற எண்ணமே அவர்களுக்கு மனதில் மேலோங்கியிருந்தது. அதனால் தமிழகம் வந்து சமயம் பரப்ப வரும் பணிகள் எளிதாக இருக்கும் என்றே அவர்கள் எண்ண ஓட்டமும், தயார் நிலையும் இருந்தது.

இந்த மாறுபாடான பார்வை எதனால் ஏற்பட்டிருக்கலாம் என்பதை முனைவர் மோகனவேலு தனது நூலில் அலசும்

போது சில முக்கியச் செய்திகளைக் குறிப்பிடுகிறார். திராவிடர்களான தமிழர்களின் பண்பாட்டிலிருந்து ஆரிய பிராமணர்களின் பண்பாட்டுக் கூறுகள் மாறுபட்டவை என்றும், அக்கால பிராமண சமூகத்தில் பால்ய விவாகங்கள் வழக்கில் இருந்தன என்றும், கணவன் இறந்தால் வாழ்நாள் முழுவதும் அப்பெண் கைமை நோன்பினை ஏற்க வேண்டும் என சமூக எதிர்பார்ப்பு இருந்ததையும் குறிப்பிடுகிறார்[1]. தமிழ் நிலத்தின் மிகப் பழம் குடிகளான திராவிட இனத்தின் சமூகப் பண்பாட்டுக் கூறுகளை அல்லாது, பிராமண வைதீகச் சடங்குகளை மட்டுமே ஐரோப்பியர்கள் அறிந்திருந்ததால் ஏற்பட்ட ஒரு குழப்பத்தினாலேயே ஐரோப்பியர் தமிழக மக்கள் காட்டுமிராண்டிகள் என தவறான ஒரு அபிப்ராயத்தைப் பெற்றிருந்தனர் எனக் குறிப்பிடுகிறார். 'திரைகடலோடியும் திரவியம் தேடு' என்ற கொன்றை வேந்தன் வரிகளை ஆரிய பிராமணர்களின் வழக்கான கடல் தாண்டாமை என்ற கருத்தோடு ஒப்பிட்டுக் குறிப்பிடும் டாக்டர்.மோகனவேலு, தமிழ் நிலத்துக்கு உரியவர்கள் திராவிட மக்களேயன்றி தமிழகம் வந்து சேர்ந்த ஆரிய பிராமணர்கள் அல்ல என்றும் குறிப்பிடுகிறார்[2].

தரங்கம்பாடியில் லூதரன் சமயபோதனைக்காக அனுப்பப் பட்ட பணியாளர்கள் ஒவ்வொருவரும் நாட்குறிப்பை எழுத வேண்டும் என்ற கட்டளையை டென்மார்க் அரசர் வலியுறுத்தி யிருந்தார். தரங்கம்பாடிக்கு வந்துசேர்ந்த சீகன்பால்க்கும் ப்ளெட்சோவும் இதைத் தங்கள் தினசரி கடமையாக செய்தனர் என்பதை அவர்களது கையெழுத்து காகிதக் குறிப்புகள் உணர்த்துகின்றன. தாங்கள் பார்த்த, கேட்ட, அறிந்துகொண்ட, அனுபவித்த, அனைத்து தகவல்களையும் தங்கள் நாளேட்டில் குறித்துவைத்தனர் இப்பாதிரிமார்கள். இன்று இவையே நமக்கு அக்கால தரங்கம்பாடியின் சூழலை மானுடவியல் பார்வையில் ஆராய உதவும் முதன்மை ஆவணங்களாகத் திகழ்கின்றன.

சீகன்பால்க்கின் நாட்குறிப்புகள் சொல்லும் செய்திகள் மக்களிடையே இருந்த குறிப்பிடத்தக்க சமூக ரீதியிலான பிரிவினையை வெளிப்படுத்துவதாக அமைகின்றன. பிராமணர்கள் தமிழ் மக்களுடன் சேராமல் தனிக்குடியிருப்புப் பகுதியில் வாழ்கிறார்கள்[3]. தமிழர்கள், பிராமணர்கள் ஆகியோருடன்

---

1. C.S.Mohanavelu, *German Tamilology – German contributions to Tamil language, literature and culture during the period* 1706 – 1945. P 155

2. C.S.Mohanavelu, *German Tamilology – German contributions to Tamil language, literature and culture during the period* 1706 – 1945. P 160

3. J.Thomas Philipps, *Thirtyfour Conferences between the Danish Missionaries and the malabarian Bramans, in the east Indies*, London, 1719, p.iii

அரேபிய மூர்கள், யூதர்கள் ஆகியோர் தமிழகத்தில் வாழ்ந்தனர் என்பதை அறிகிறோம். மெட்ராஸில் பணியாற்றிய பாதிரியார் பெஞ்சமின் சூல்ட்ஷே தனது நாட்குறிப்பில் பதினைந்து அயல் நாடுகளைச் சேர்ந்த சமூகத்தினர் தமிழகத்தில் வாழ்கிறனர் என்றும் இந்தியாவின் பன்னிரெண்டு வெவ்வேறு பகுதியைச் சார்ந்த மக்கள் மெட்ராஸில் இருப்பதையும் தனது நாட்குறிப்பில் பதிகிறார். இவர் தனது நாட்குறிப்பு ஆவணங்களில் வழங்கியிருக்கும் தகவல்கள் மிக விரிவான குறிப்பாக அமைகின்றன என்பதோடு அக்கால சூழலில் மெட்ராஸில் வாழ்ந்த அயலகத்தாரைப் பற்றிய துல்லியமான விவரங்களைத் தருவதாக அமைகின்றன. அவர் குறிப்பிடுகையில் '8700 வீடுகள் கருப்பு நகரத்திலும் *(Black Town)* 85 வீடுகள் வெள்ளை நகரத்திலும் *(White Town)* இருந்தன. அதில் 363 தெருக்கள் கருப்பு நகரத்தில் மட்டும் இருந்தன. அங்கே இங்கிலாந்தினர், போர்த்துக்கீசியர், பிரஞ்சுக்காரர்கள், ஸ்பெயின் நாட்டினர், இத்தாலியர், டச்சுக்காரர்கள், ஜெர்மானியர்கள், டென்மார் நாட்டினர், சுவீடன் நாட்டினர், ரஷியாவின் மோஸ்கோவைச் சேர்ந்தவர்கள், கிரேக்கத்தினர், அரேபியர், பெர்சியர்கள், துருக்கியர்கள், அர்மேனியர்கள், பிராமணர்கள், மராட்டியர்கள், குஜராத்தியர், சீனர்கள், மலாய்க்காரர்கள், யூதர்கள், சிரியர்கள், ஜப்பானியர்கள், கனேரிய தீவுகளைச் சேர்ந்தோர், மூர், பட்டாணியர் ஆகியோர் மெட்ராஸில் இருந்தனர் என்று அவரது நாட்குறிப்பு காட்டுகிறது[4]. கி.பி 18ஆம் நூற்றாண்டின் ஆரம்பகால மெட்ராஸில் பல நாட்டினர் வந்து வணிகம் செய்து வாழ்ந்துவந்த சூழலை இது நமக்குத் தெளிவாகக் காட்டுகிறது.

சீகன்பால்கின் குறிப்புகள் சமயம் சார்ந்த செய்திகளை வெளிப்படுத்துகின்றன. 'பிராமண சமூகத்தினர் மலபார் மக்களை (அதாவது தமிழக தமிழ் மக்களை) தங்களின் பொய்களால் ஏமாற்றினர் என்று குறிப்பிடுகிறார். பல கடவுள் வழிபாடுகளை உருவாக்கி, கதைகளைச் சொல்லி, தமிழக மக்களை ஏமாற்றி வைத்திருக்கின்றனர். இதன்வழி அவர்கள் சௌகரியமான வாழ்க்கையை வாழ்கின்றனர். இவர்கள் ஒவ்வொருநாளும் ஒரு பொய்யை உருவாக்கி தமிழ் மக்களை ஏமாற்றுகின்றனர். புராணக்கதைகளைச் சொல்லி மூடப்பழக்கங்களை மக்கள் நம்பச் செய்கின்றனர். உதாரணமாக கடவுளும் மனிதர்கள் போல சாப்பிடுவார் எனச் சொல்லி படையலை வைப்பது, மிகப் பெரிய உருவங்களை அமைப்பது, போன்றவை. இவ்வகையில் பிராமணர்கள் உருவாக்கி நடைமுறைப்படுத்தியிருக்கும்

4. Benjamin Schultze, op. cit., 1st dialogue.

பொய்கள் எனத் தன் நாட்குறிப்பில் பட்டியலிட்டு எழுதுகிறார்[5]. பிராமணர்களைச் சாடும் அதே வேளை, திருவள்ளுவரும் சிவவாக்கியரும் தமது நூல்களில் தெய்வீகத்தன்மையைச் சிறப்பாக விளக்கியிருக்கின்றனர்' என்று புகழ்கிறார்[6]. திருக்குறளையும் சிவவாக்கியத்தையும் அவர் கற்றிருந்தமையால் அவரால் வழக்கில் இருக்கும் மூடநம்பிக்கைகள் நிறைந்த சடங்கு முறைகளையும், பண்டைய தமிழ் நூல்களையும் ஒப்பிட்டுப் பார்த்து கருத்து கூற முடிவதை நாம் காண்கிறோம்.

தனது பார்வையை வெளிப்படுத்தும் வகையில் அவரது 26.5.1714 என்ற தேதியிட்ட நாட்குறிப்பு இவ்வாறு குறிப்பிடுகிறது. 'பிராமணர்கள் தமிழர்கள் தங்கள் வழிபாட்டில் பிராமணர்களுக்கு அன்னதானம் வழங்கப்பட வேண்டும் என ஒரு நியதியை உருவாக்கி வைத்திருக்கின்றனர். அதோடு இறந்துபோன தங்களின் மூதாதையர்களுக்குச் சொர்க்கத்தில் இடம் வேண்டி சில சடங்குகளைச் செய்வதை நியதி ஆக்கி வைத்திருக்கின்றனர். இவையனைத்துமே உருவாக்கப்பட்ட கட்டுக்கதைகளே' எனக் குறிப்பிடுகிறார்[7].

இந்தக் கட்டுக்கதைகளைத் தமிழர்கள் ஏமாந்துபோய் ஏற்கக் கூடாது என வலியுறுத்தும் வகையில் தனது பிரச்சாரங்களை எளிய மக்கள் மத்தியில் செய்தார். இதனால் இரண்டு மாற்றங்கள் நிகழ்ந்தன எனக் கோடிட்டுக் காட்டுகிறார் டாக்டர். மோகனவேலு. அதாவது,

• சில தமிழர்கள் அறிவுப்பூர்வமாக சிந்திக்கத் தொடங்கினர். அவர்களில் சிலர் லூதரன் புதிய மதத்தை ஏற்றுக்கொண்டனர்.

• இத்தீவிரப் பிரச்சாரத்தால் பிராமணர்களால் வெறுக்கப்படும் ஒரு நிலையை எட்டினார் சீகன்பால்க். இது அதிகரித்தபோது ஒருமுறை அவரைக் கொல்ல ஒரு சதி நிகழ, அதிலிருந்து தப்பித்துச்சென்ற சம்பவத்தையும் சீகன்பால்கின் நாட்குறிப்புச் செய்தி வழி அறிய முடிகிறது[8].

இந்தக் குறிப்புகளின்வழி லூதரன் பாதிரிமார்களின் ஆரம்பகால முயற்சிகள் எளிமையானவை அல்ல என்பதும்

---

5. J.Thomas Philipps, *Thirtyfour Conferences between the Danish Missionaries and the malabarian Bramans, in the east Indies*, London, 1719, p.iv

6. J.Thomas Philipps, *Thirtyfour Conferences between the Danish Missionaries and the malabarian Bramans, in the east Indies*, London, 1719, p.82

7. J.Thomas Philipps, *Thirtyfour Conferences between the Danish Missionaries and the malabarian Bramans, in the east Indies*, London, 1719, p.280

8. *Life of Ziegenbalg*, pages.24/25

முள்வேலிகளுக்குட் கடந்துசெல்லும் பயணம் போன்றதாகவே அமைந்திருந்தது என்பதையும் அறியக்கூடியதாக உள்ளது.

பண்பாடு, வாழ்வியல் முறைகள்

ஜெர்மனியிலிருந்து தரங்கம்பாடி வந்த ஐரோப்பிய பாதிரிமார்கள் தம்மை மக்களிடமிருந்து ஒதுக்கிக்கொள்ளவில்லை. மாறாக, தமிழக கிராமத்து மக்களோடு சேர்ந்து வாழ்ந்தனர். இதற்கு உதாரணமாக பாதிரியார் க்ருண்ட்லரைக் குறிப்பிடலாம். தரங்கம்பாடியில் டேனீஷ் அரசு வழங்கியிருந்த இருப்பிடத்தைக் காலி செய்துவிட்டு அருகாமையில் இருக்கும் பொறையார் கிராமத்திற்குச் சென்று மக்களோடு சேர்ந்து அவர்கள் இருப்பிடத்திலேயே இவர் வாழ்ந்தார். இந்த வகையில் மக்களோடு இணைந்து வாழ்ந்து பழகியமையால் அவர்களது அன்றாட வாழ்வியல் கூறுகளில் அடங்கியுள்ள பண்பாட்டுக் கூறுகளை உன்னிப்பாக் கவனித்து அவற்றைத் தமது நாட்குறிப்பில் எழுதி வைத்துள்ளார்.

'தமிழர்கள் அதிகாலை தொடங்கி மாலைவரை சுறுசுறுப்பாக இயங்குகின்றனர். அவர்கள் சோம்பேறிகளாக இல்லை. ஆனால் இதற்கு எதிர்மாறாக பிராமணர்கள் நகராத சோம்பேறித்தனமான வாழ்க்கை வாழ்கின்றனர்' என சீகன்பால்கின் ஒரு நாட்குறிப்பு காட்டுகிறது. 'தமிழர்கள் தங்கள் கடின உழைப்பால் வாழ்க்கையை நடத்துகின்றனர். உழைக்கும் வர்க்கமாக இருக்கும் எளிய தமிழ் மக்கள் அதிகாலை மூன்று மணிக்கு எழுந்துவிடுகின்றனர். பல்துலக்கி, ஆற்றில் குளித்து விட்டு பானம் தயார் செய்கின்றனர். தங்கள் வழிபாட்டிற்காக தேன், பால், வெல்லம், எலுமிச்சை சாறு, இளநீர், குங்கும மலர்கள் வாசனைப் பொருட்கள் ஆகியவற்றை வைத்து தங்கள் தெய்வத்தை வழிபடுகின்றனர். இவை ஆசாரக் கோவை எனப்படும் தமிழ் நூலில் குறிப்பிடப்பட்டிருக்கிறது' எனக் குறிப்பிடுகிறார்.

ஆசாரக் கோவை நூலைப் பற்றி குறிப்பிடும்போது சீகன்பால்க், அது நூற்றுக்கும் மேற்பட்ட செய்யுட்களைக் கொண்ட நுல் என்றும், தமிழர்களிடையே வழக்கில் உள்ள தெய்வீகச் சடங்குகளை அனுசரிக்கும் முறையை விளக்கும் நூல் என்றும் குறிப்பிடுகிறார். இதன் ஆசிரியர் பெயர் கண்கட்டு மறைஞான பண்டாரம் என்றும், தமிழர்களால் முக்கியமாகக் கருதப்படுபவர் என்றும், ஆச்சாரக் கோவை தவிர மேலும் சில நூல்களையும் எழுதிய அறிஞர் அவர் என்றும் குறிப்பிடுகிறார்[9].

9. W.Germann, *Ziegnebalgs Bibliotheca Malabarica, in Missionsnachrichten der Ostindischen Missionsanstadlt zu Halle*, Jg. 32, heft 1 und 2, alle, 1880, p.74.

ஆச்சாரக் கோவையை சீகன்பால்க் மிக விரும்பி வாசித்திருக்க வேண்டும். இதைப் பற்றி பல குறிப்புகளை தமது நாட்குறிப்பில் முன்வைக்கிறார் அவர். 'ஆசாரக் கோவை சில நியதிகளை முன்வைக்கிறது. அதாவது, ஒருவர் உணவு உண்ணும் முன்னர் தமது உடையைத் தூய்மை செய்திருக்க வேண்டும். பாதங்களைக் கழுவி சுத்தம் செய்திருக்க வேண்டும். வாய் கொப்புளித்து சுத்தம் செய்ய வேண்டும். உணவருந்தும் இடம் தூய்மையாக இருக்க வேண்டும். நீரைக் கொண்டு தூய்மைப்படுத்தப்பட்டு சுத்தம் செய்யப்பட வேண்டும். உணவருந்தி முடித்த பின்னரும் இதேபோல சுத்தம் செய்யப்பட வேண்டும். சாப்பிடும்போது முதலில் வானத்தை அண்ணாந்து பார்த்துவிட்டு பின்னர் வேறு யாரையும் நோக்காது, யாருடனும் பேசாது சிந்தனையை வேறு எங்கும் செலுத்தாது உணவு உண்ண வேண்டும். உணவருந்தும்போது உடலையும் மனதையும் மட்டும் நினைத்திருக்க வேண்டும். வீட்டில் விருந்தினர்கள் வந்திருந்தால் அவர்களுக்கு முதலில் உணவை வழங்கிவிட்டுத்தான் வீட்டிலுல்ளோர் சாப்பிட வேண்டும். அதுமட்டுமன்றி வீட்டில் உள்ள வயதில் மூத்தோர், மாடுகள், விலங்குகள், வீட்டில் பணிபுரிவோர் குழந்தைகள் அனைவருக்கும் உணவளித்துவிட்டுத்தான் வீட்டின் தலைவன் உணவருந்த வேண்டும். படுத்துக்கொண்டிருக்கும்போதோ, நின்றுகொண்டோ, கால்களை நீட்டிக்கொண்டோ மரத்தின் கீழ் இருந்தவாறோ உணவருந்தக் கூடாது. வயதில் மூத்தோர் வீட்டில் இருந்தால் அவர்களுக்கு முன் உணவருந்தக் கூடாது. பெரியோருடன் நெருங்கி அமர்ந்துகொண்டும் சாப்பிடக் கூடாது. ஏனையோர் உணவருந்தி முடிக்கும்வரை எழக் கூடாது. சாப்பிடும்போது மூன்று முறைக்கு மேல் நீர் அருந்தக் கூடாது. உணவை வாயிலிருந்து துப்பக் கூடாது. எல்லா உணவையும் அது கசப்பாக இருந்தாலும்கூட சாப்பிட்டு முடிக்க வேண்டும். கசப்பானவை உடலுக்கு நன்மை விளைவிப்பவை. இனிப்புப் பண்டங்கள் உடலுக்கு கேடு விளைவிப்பவை. சாப்பிடும்போது கைவிரல்களின் நுனிப்பகுதியால் மட்டுமே உணவை எடுத்து உட்கொள்ள வேண்டும். முழு கையையும் வாயினுள்ளே வைத்து உணவை திணிக்கக் கூடாது' என ஆச்சாரக் கோவை தரும் வழிகாட்டுதலைத் தமது நாட்குறிப்பில் குறிப்பிடுகிறார்[10]. தூய்மையையும் உணவருந்ததுதலில் உயரிய ஒழுக்கத்தையும் இந்த நூல் சுட்டிக்காட்டுவதைச் சரியாக உணர்ந்து அதை வியந்து தனது குறிப்பில் எழுதி, அதை ஐரோப்பியர்களும் வாசித்து தமிழ் மக்களின் உயரிய பண்பாட்டு ஒழுக்கங்களை அறிந்து கொள்ள வேண்டும் என்ற ஆர்வம் சீகன்பால்க்குக்கு இருந்தது.

---

10. W. Caland (Hrsg.), *Ziegenbalg's Malabarisches heidenthum Amsterdam*, 1926, p.200

இன்றைக்கு 300 ஆண்டுகளுக்கு முன் ஆசாரக் கோவை தமிழ் மக்கள் வாழ்வியலில் முக்கிய அங்கம் வகித்த ஒரு நூலாகத் திகழ்ந்திருக்கிறது என்பதனையும் இக்குறிப்புகளின்வழி அறிய முடிகிறது.

சீகன்பால்க்போலவே மெட்ராஸில் இருந்த காலத்தில் தனது அனுபவங்களை மிக விரிவாக சூல்ட்ஷேயும் பதிகிறார். தரங்கம்பாடியிலிருந்து பெயர்ந்து மெட்ராஸில் உருவாக்கப்பட்ட இங்கிலாந்தின் லூதரன் திருச்சபையில் பணியேற்றுக்கொண்ட பிறகு மெட்ராஸில் பல மக்களுடன் பழகும் வாய்ப்பு அவருக்கு அமைந்தது. ஏறக்குறைய 20 ஆண்டுகள் மெட்ராஸ் வாழ்க்கையில் அவர் சந்தித்த அனுபவங்கள் இன்று நமக்கு அக்கால வழக்கத்தைச் சொல்லும் சான்றுகளாக அமைகின்றன.

தனது அனுபவங்களின் தொகுப்பாக சூல்ட்ஷே *Madras Stadt* என்ற நூலை எழுதியிருக்கிறார். இன்றைக்கு 300 ஆண்டுகளுக்கு முற்பட்ட மெட்ராஸ் சூழலை விவரிக்கும் முக்கிய ஆவணமாகத்தான் இதைக் கருத வேண்டும். இந்த நூலில் 34 உரையாடல்களின்வழி சூல்ட்ஷே கேள்விகளை வைத்து அவற்றிற்குத் தனது பார்வையைப் பதிலாக அளிக்கிறார்.

இந்த நூலில் இடம்பெறும் மூன்றாம் கலந்துரையாடல் பல்லக்குகள் பற்றி தகவல் சொல்கின்றன. நான்கு பணம் காசிற்கு பல்லக்கு சவாரி இருந்தது என்றும் ஆறு சிறுவர்கள் இதைத் தூக்கிக்கொண்டு செல்வார்கள் என்றும் குறிப்பிடுகிறார். ஒரு புதிய பல்லக்கு செய்ய நாற்பது பகோடா பணம் தேவைப்படும். இதைத் தயாரிக்க மூங்கில், பஞ்சு படுக்கை, தலையணைகள் ஆகியவைத் தேவைப்படும். 'ஒரு சிறுவனுக்கு ஒரு மாதத்திற்கு ஐந்து பகோடா பணம் கொடுத்தால் தேவைப்படும்போது பல்லக்கில் தூக்கிச்செல்லும் சேவை வழங்குவர்' என்று குறிப்பிடுகிறார்[11].

தனது நூலின் பதின்மூன்றாம் உரையாடலில் மெட்ராஸில் இருந்த ஒரு சாதாரன வீட்டிலும்கூட பெரிய தோட்டங்கள் இருந்ததாகவும், பல தாவரங்கள் நட்டுவைக்கப்பட்டிருந்தன என்றும், ஒரு வீட்டில் மட்டுமேகூட 25 வகையான மரங்களும், 24 வகை மலர்ச்செடிகளும், 14 வகையான மூலிகை மற்றும் காய்கறி தாவரங்கள் பயிரிடப்பட்டிருந்தன என்றும் குறிப்பிடுகிறார்.

300 ஆண்டுகளுக்கு முன்னர் மெட்ராஸ் ஒரு சோலைவனமாகத் தான் இருந்திருக்க வேண்டும் என்பதை இந்தக் குறிப்பு நமக்கு உணர்த்துகிறது. இன்றைய எக்மோர் மற்றும் திருவல்லிக்கேணி பகுதிகள் அன்று வனங்களாக இருந்தன என்பதையும், ஒரு நாள்

---

11. Benjamin Schultze, 3rd Dialogue

மதியம் 4 மணி வாக்கில் சில வன விலங்குகள் உலாவுவதை மக்கள் எக்மோர் அரண்மனைக்கருகில் உள்ள குடியிருப்புப் பகுதியில் பார்த்தனர் என்பதையும் அவரது குறிப்புகள் காட்டுகின்றன[12].

திருமண விழாக்களைப் பற்றிய குறிப்புகளையும் சூல்ட்ஷே யின் நாட்குறிப்பு இணைக்கத் தவறவில்லை. அவர் ஒரு திருமணத்தில் கலந்துகொள்ளச் சென்றிருக்கிறார். அத்திருமண நிகழ்வைப் பற்றி கீழ்க்கண்ட வகையில் விவரிக்கிறார்.

"மாப்பிள்ளைக்கு 15 வயது. மணப்பெண்ணுக்கு 12 வயது. திருமண விழாவுக்கு 900 பகோடாக்கள் செல்வாயின. 5000 பிராமணர்களுக்கு 5 நாட்களுக்குத் தொடர்ச்சியாக அன்னதானம் வழங்கப்பட்டது. அவர்கள், கொய்யா போன்ற பலவகை பழங்கள், பலவகையான காய்கறிகள், பலவகையான் இனிப்புப் பண்டங்களை ஐந்து நாட்களும் உண்டனர். இந்த பிராமணர்கள் தவிர உறவினர்களும், ஏழை மக்களும் உணவு உண்டனர். திருமணத்தில் வானவேடிக்கைகளும் நிகழ்த்தப்பட்டன. விதம் விதமான வானவேடிக்கைகள் விழாவில் இருந்தன. 700 தீவட்டி ஏந்திகள் இந்தத் திருமணத்தில் பணியாற்றினர். இசைக்கச்சேரி நிகழ்ச்சியும் நடைபெற்றது. திருமண ஊர்வலம் நடைபெற்றது. உறவினர்களும் நண்பர்களும் பரிசுகள் கொண்டுவந்து கொடுத்து மணமக்களை வாழ்த்தினர். திருமணத்திற்குச் செய்யப்பட்ட செலவும், கலந்துகொள்ள வந்த விருந்தினர் கொடுத்துச் சென்ற பணமும் பரிசும் ஏறக்குறைய ஒன்றாகத்தான் இருக்கும்" எனக் குறிப்பிடுகிறார். மிக நுணுக்கமாகச் செய்திகளைச் சேகரித்து அவற்றை குறிப்பெடுத்து எழுதி வைத்துள்ளார் சூல்ட்ஷே. இக்குறிப்புகளை வாசிக்கும்போது ஏறக்குறைய 250 ஆண்டுகளுக்கு முன்னர் இப்படி விமரிசையாக ஒரு திருமணம் மெட்ராஸில் நிகழ்ந்தது என்பதை வாசிப்போர் அறிந்துகொள்ள முடிகின்றது.

மாடுகளை வழிபடுவது தமிழர்கள் வாழ்வில் முக்கியமான ஒன்றாக இருந்தது என ஐரோப்பிய பாதிரிமார்கள் தங்கள் குறிப்புகளில் எழுதியிருக்கின்றனர். இது அவர்களுக்கு மிக வித்தியாசமானதொரு கலாச்சார அதிர்ச்சியாகவும்கூட இருந்திருக்கலாம். மாடுகளை வீட்டு விலங்காக உணவுக்காக வளர்க்கும் ஐரோப்பிய சூழலிலிருந்து முற்றிலும் மாறுபட்ட வகையில் பெரும்பாலான தமிழ் மக்கள் மாடுகளை வீட்டில் உள்ள ஒரு உறுப்பினர்போலவே கருதுவதும், ஒரு சிலர் மாடுகளை வழிபடுவதும் அவர்களுக்குப் புதிய அனுபவங்கள் தான். தமது அனுபவத்தில் நீதிமன்றத்தில் நிகழ்ந்த ஒரு வழக்கில்

12. Benjamin Schultze, 20th Dialogue

பொய் சொல்லிக்கொண்டிருந்த ஒருவரிடம், 'உனது மாடுகள் மேல் சத்தியம் செய்து சொல்' என நீதிபதி கேட்க, அவர் உடனே தான் இதுவரை கூறியவை அனைத்தும் பொய்யென்று சொல்லி தனது தவற்றை ஒத்துக்கொண்ட நிகழ்வை சூல்ட்ஷே குறித்துவைக்கிறார்[13].

சூல்ட்ஷே அவர்களின் *Madras Stadt* நூலின் 29ஆம் உரையாடல் முக்கியத்துவம் வாய்ந்தது. இதில் அவர் தமிழர்களைப் பற்றிய ஐரோப்பியர்களின் அறியாமையைக் குறை கூறுகிறார். இந்த உரையாடலின்வழி, தமிழர்களைப் பற்றிய மிகத் தவறான புரிதலை ஐரோப்பியர்கள் கொண்டிருக்கின்றனர் என்றும், அதாவது, 'கிழக்காசியர்கள் மரங்களின் மேல் வீடு கட்டிக்கொண்டும் இலைகளை ஆடைகளாக அணிந்து கொண்டும் வாழ்கின்றனர்' என ஐரோப்பியர் நினைத்துக் கொண்டிருக்கின்றனர். ஆனால் அவர்களில் யாரேனும் தமிழகம் வந்து பார்த்தால் அவர்களது கருத்துகள் தவறானவை என்பதை உணர்வார்கள். இது துரதிருஷ்டமான ஒரு விஷயமே. தமிழர்களைப் பற்றிய தவறான கருத்துகளை ஐரோப்பியர் கொண்டிருக்கிறார்கள். அவர்கள் இங்கு வந்து மக்களை நேரில் சந்தித்தால்தான் புரிந்துகொள்ள முடியும்' எனக் குறிப்பிடுகிறார்[14].

இப்படி பாதிரியார் சீகன்பால்க், சூல்ட்ஷே போன்றோரின் நாட்குறிப்புகளும் ஏனைய பாதிரிமார்களின் நாட்குறிப்புகளும் அக்காலத்து நிகழ்வுகளை வரலாற்று, சமூகவியல் கோணத்தில் நாம் அறிந்துகொள்ள உதவும் ஆவணங்களாகத் திகழ்கின்றன. அத்தோடு, அக்காலச் சூழலை விவரிக்கும் முதன்மை ஆவணங்களாகவும் இவை திகழ்கின்றன. இந்த நாட்குறிப்புகள் அனைத்தும் முழுமையாகத் தமிழில் மொழிபெயர்க்கப்பட்டு அவை மீண்டும் வாசிக்கப்படும்போது அக்காலச் சூழலை மேலும் விரிவாக நாம் அறிந்துகொள்வது சாத்தியப்படும்.

தமிழ் மருத்துவ ஈடுபாடு

லூதரன் திருச்சபையில் பணியாற்ற தமிழகம் சென்ற பாதிரிமார்களுக்கு இருந்த மிகப் பெரிய சவால்கள் இரண்டு. ஒன்று தமிழ் மொழி. தங்கள் தாய்நாட்டில் வழக்கில் இல்லாத ஒரு மொழியில் உரையாட வேண்டிய சூழல் ஏற்படுத்திய சவால். அடுத்தாக அவர்களை மிக கடுமையாகத் தாக்கிய ஒன்று தமிழகத்தில் நீண்ட கோடை வெயில் தட்பவெப்ப நிலை தான். இயற்கையிலேயே நான்கு பருவகாலங்களைக் கொண்ட ஜெர்மனி

---

13. Benjamin Schultze, 26th Dialogue
14. Benjamin Schultze, 29th Dialogue

குறிப்பாக ஒரு குளிர் நாடு என்ற வரையறைக்குள் அடங்கும் தட்பவெப்ப நிலையைக் கொண்டிருக்கிறது. தமிழகத்தின் தட்பவெப்ப நிலை பற்றிய எந்தவித அடிப்படை தகவல்களும் இன்றி தமிழகம் சென்ற பாதிரிமார்களில் பலர் பல்வேறு நோய்களுக்கு ஆட்பட்டு சிரமத்திற்குள்ளாகியதோடு பெரிய எண்ணிக்கையிலானோர் இளம் வயதிலேயே இறந்து போயினர்.

உதாரணமாக தமிழகத்தில் கால் பதித்த முதல் லூதரன் பாதிரியாரான சீகன்பால்க், தமிழகத்தின் தட்பவெப்ப நிலையின் காரணத்தாலும் அடிக்கடி ஏற்பட்ட உடல் நோய் பாதிப்பாலும் மிக இளம் வயதில், அதாவது தனது 39ஆம் வயதில் காலமாக நேரிட்டது. தமிழகத்துக்கு மதம் பரப்ப மட்டுமன்றி மருத்துவ உதவிக்காக அனுப்பப்பட்ட முதல் திருச்சபை சேவகரான ஸ்லேகல்மில்ஷ் தமிழகம் வந்த இருபத்தொன்பதாம் நாளே உடல்நலம் பாதிப்புற்று காலமானார். திருச்சபை பணிகளின் ஆரம்பகாலத்தில் பாதிரியார்கள் பல்வேறு நோய்களுக்கு ஆட்பட்டு உயிர் இழப்பு அதிகமாக ஏற்பட்டது. தமிழகத்திற்குத் திருச்சபை பணிக்காக வந்த லூதரன் பாதிரிமார்கள் ஐம்பத்தைந்து பேரில் ஏறக்குறைய இருபது பேர் தமது முப்பத்தைந்தாம் வயது நிறைவதற்கு முன்னரே தமிழகத்தில் பணியில் இருக்கும்போதே இறந்துபோயினர். ஏனையோரில் பெரும்பாலானோர் தமது நாற்பத்து மூன்று வயதிற்குள்ளேயே காலமாயினர். இதற்கு முக்கியக் காரணம், வெப்ப நாடுகளில் சாப்பிடப்படும் உணவுகள், எதிர்கொள்ளும் நோய்கள் அந்நோய்களை எதிர்கொண்டு உடலைப் பாதுகாக்க உட்கொள்ள வேண்டிய மருந்து ஆகியன பற்றிய எந்தவித அடிப்படைத் தகவலும் புரிதலும் இன்றியே அவர்கள் ஐரோப்பாவிலிருந்து தமிழகம் வந்தடைந்தனர். ஐரோப்பாவில் ஏற்படும் உடல் நோய்களைவிட வெப்ப பூமியான தமிழகத்தில் தாங்கள் எதிர்பார்க்காத பலவிதமான நோய்களால் பாதிக்கப்பட்டு இப்பாதிரிமார்களில் பெரும்பாலானோர் அல்லலுற்றனர்[15].

நோய்வாய்ப்படும்போது தாமே தமது நோய்களுக்கு நிவாரணம் தேட முயற்சித்துத் தோற்றுப்போயினர். நோய் தீராமல் தொடர்ந்தபோது தமிழகத்தில் உள்ளூர் மருத்துவர்களின் உதவியை நாடி இவர்கள் தங்கள் நோய்க்கு நிவாரணம் தேடிக்கொள்ள முயற்சித்தனர். இந்த முயற்சி இந்தப் பாதிரிமார்களுக்குத் தமிழகத்தில் வழிவழியாக மக்கள் வாழ்வில் நீங்கா இடம்பெற்ற சித்த மருத்துவம் பற்றிய அறிமுகத்தை

---

15. C.S.Mohanavelu, German Tamilology – German contributions to Tamil language, literature and culture during the period 1706 – 1945. P 122

வழங்கியது. ஆரம்பகால லூதரன் பாதிரிமார்களுக்கு இது மிகுந்த வியப்பையே ஏற்படுத்தியது என்பதை அவர்களது கையெழுத்துக் குறிப்புகள் உறுதி செய்கின்றன. 'தூர தேசத்தில் நாகரிகமற்ற மக்கள் கூட்டத்திற்கு நாகரிகத்தை கற்றுத் தரவும் மருத்துவம் கல்வி போன்ற வகையில் உதவவும்'அனுப்பப்பட்ட இப்பாதிரிமார்கள் தமிழகத்தில் மிகக் கைதேர்ந்த மருத்துவர்கள் இருப்பதையும் உயர்தர மருத்துவத்தை விளக்கும் பல நுட்பமான நூல்கள் இயற்றப்பட்டு அவை வழிவழியாக வாசிக்கப்பட்டும் ஆராயப்பட்டும் நடைமுறைப்படுத்தப்பட்டும் வருவதையும் உணர்ந்துகொண்டபோது வியந்தனர்.

அந்த வியப்பை விவரித்து எவ்வகையான நோயால் தாம் பாதிக்கப்பட்டோம் என்பதையும், எவ்வகையில் உள்ளூர் மருத்துவர்களால் தங்கள் உடல் சோதிக்கபட்டு நோயிலிருந்து விடுவிக்கப்பட்டோம் என்ற குறிப்புகளை எழுதி ஜெர்மனிக்கு அனுப்பிவைத்தனர். தமிழகத்தில் மருத்துவம் விரிவான ஒரு துறையாக நீண்ட ஆண்டுகள் பயிற்சியில் இருக்கும் ஒரு கலை என்றும், தமிழகத்திற்கு வருகிற பாதிரிமார்கள் இச்செய்தியை அறிந்து வருவது அவர்களுக்கு உதவும் என்ற வகையிலும் இக்கடிதங்களை எழுதி தரங்கம்பாடியிலிருந்து ஜெர்மனிக்குத் திரும்பிச்செல்லும் கப்பல்வாயிலாக ஹாலே கல்வி நிறுவனத்திற்கு அனுப்பிவைத்தனர். மருத்துவம் என்பது தமிழ் மக்கள் வாழ்வில் ஒவ்வொரு குடும்பங்களிலும் பெரியோர்களால் நடைமுறையில் இலகுவாகக் கடைபிடிக்கப்படுவதையும், பல நோய்களைப் பற்றியும் அவற்றைக் குணப்படுத்துவதன் முறையையும் தமிழ் மருத்துவர்கள் அறிந்திருந்தமையைப் பற்றியும் இப்பாதிரிமார்கள் தேடித் தேடி தகவல் அறிந்துகொண்டனர். தாங்கள் தமிழகம் வந்த பிறகு உடல் நோயால் பாதிக்கப்பட்ட போது தாம் எவ்வகையில் இத்தமிழ் மருத்துவர்களால் சிகிச்சை அளிக்கப்பட்டனர் என்பதை இப்பாதிரிமார்கள் கடிதங்களில் எழுதி ஜெர்மனிக்கு அனுப்பிவைத்தனர். தமிழ் மருத்துவர்களின் மருத்துவம் தொடர் பான அறிவு என்பது ஒரு பேரரசுக்கு சமமாக மிகப் பெரியது என்று அவர்கள் தங்கள் கடிதங்களில் குறிப்பிட்டுச் செய்தியை அனுப்பிவைத்தனர்[16].

இப்படி அனுப்பிவைக்கப்பட்ட செய்திகளை வாசித்ததன் விளைவாக தமிழகத்தில் உள்ள மருத்துவ நுணுக்கங்களை அறிந்துகொள்ளவும், ஆராயவும் பிரத்தியேக மருத்துவ திருச்சபை சேவகர்களை அனுப்ப லூதரன் திருச்சபை முடிவு செய்து

---

16. Arno Lehmann, Es began in Tranquebar, Die Geschichte der ersten evangelischen Kirche in Indien, Berlin, 1956, p.177

அத்தகைய நிபுணர்களைத் தமிழகத்திற்கு அனுப்பத் தொடங்கியது. இவர்களது மைய நோக்கம் என்பது தமிழகத்தின் நிலத்திற் கேற்பவும் தட்பவெப்ப சூழலுக்கேற்பவும் ஏற்படுகிற நோய்களை அறிந்துகொள்வதும் அதைக் குணமாக்கப் பயன்படுத்தப்படும் மூலிகைகளைப் பற்றி அறிந்துகொள்வதும், அவற்றை மருந்தாகத் தயாரிக்க மேற்கொள்ளும் உத்திகளை அறிந்து கொள்வதுமாகும். இப்படி தமிழகம் வந்த திருச்சபை மருத்துவச் சேவகர்கள் தமிழகத்தில் அவர்கள் தேடி அறிந்து சேகரித்த மூலிகை களையும் அவற்றைப் பயன்படுத்தும் வழிமுறைகளையும் குறிப்பெழுதி கப்பல்வழி ஜெர்மனிக்கு அனுப்பிவைத்தனர். இவற்றை நேரில் பார்ப்பதன் வழியாகவும் இவற்றின் மருத்துவ குணங்களை அறிந்துகொள்வதன் வழியாகவும் அடுத்தடுத்து தமிழகம் வரவிருக்கும் பாதிரிமார்கள் தங்களை உடல்ரீதியாக தயார்படுத்திக்கொள்ள முடியும் என்பதும் இதன் நோக்கமாக இருந்தது.

மருத்துவம் பற்றிய நூல்கள் தமிழ் மக்களால் எழுதப்பட்டு வழிவழியாக அவை பேணப்படுவதை அறிந்துகொண்டபோது ஜெர்மானிய லூதரன் திருச்சபை பாதிரிமார்களுக்கு அந்த மருத்துவக் குறிப்புகளை ஆராய வேண்டியது அவசியம் என்ற சிந்தனை வலுவாக எழுந்தது.

சீகன்பால்க் தாம் ஒரு தமிழ் மருத்துவரை சந்திக்க நேரிட்ட போது அவரிடம், மருத்துவக் குறிப்புகளை அவர் எழுதி வைத்திருந்த ஒரு ஓலைச்சுவடியைத் தான் பார்க்க முடியுமா எனக் கேட்டதை, தனது 1708ஆம் ஆண்டு மே மாதம் 1ஆம் தேதி எழுதிய நாட்குறிப்பில் குறிப்பிடுகிறார்[17]. சீகன்பால்க் தான் பார்த்த ஒரு தமிழ் மருத்துவச் சுவடி நூலைப் பற்றிக் குறிப்பிடும்போது அதில் 80 பகுதிகள் 120 அத்தியாயங்களில் 6 தொகுப்புகளாக அமைந்திருந்தன என்றும் குறிப்பிடுகிறார். 'வகுடசாஸ்திரம்' என்ற பெயர் கொண்ட அந்த நூலின் முதல் தொகுப்பு 30 அத்தியாயங்களைக் கொண்டதும் 'சூஸ்த்ரதானம்' பற்றியது என்றும், 2ஆம் தொகுப்பு 6 அத்தியாயங்களைக் கொண்டதும் 'சரீரஸ்தானம்' பற்றியது என்றும், மூன்றாம் தொகுப்பு உடற்கூறியல் பற்றிய 16 அத்தியாயங்களைக் கொண்டது என்றும், 4ஆம் தொகுப்பு 16 அத்தியாயங்களைக் கொண்டதும், நிவாரணம் மற்றும் அறுவை சிகிச்சை பற்றியது என்றும், 5ஆம் தொகுப்பு 'கல்பஸ்தானம்' அதாவது விஷங்களைப் பற்றியது என்றும், 6ஆம் தொகுப்பு 41 அத்தியாயங்களைக்

---

17. J.Thomas Phillipps, Thirtyfour Conferences between the Danish Missionarries and the Malabarian Brahmans, London, 1719, p.133.

கொண்டதும் 'சாங்கியானிதானம்' பற்றியது என்றும் தாம் அறிந்து கொண்டதைக் குறிப்பிடுகின்றார்[18]. 'வகுடசாஸ்திரம்' போல இன்னொரு மருத்துவ நூலான 'வாகடச் சுவடி' பற்றியும் தமது நாட்குறிப்பில் சீகன்பால்க் குறிப்பிடுகிறார்[19]. உடற்கூறு ஆய்வு தொடர்பான நூல் ஒன்றைத் தான் வாசிக்க நேரிட்டதாகவும், இந்த நூல் தமிழ் மருத்துவத்துறையில் ஒரு கிடைத்தற்கரிய நூல் என்றும், மனித உடலைப் பற்றிய விரிவான தகவல்களை வழங்கும் நூல் என்றும், இந்த நூலை உள்ளூர் பிராமணர்களால் வாசிக்க இயலவில்லை என்றும், ஆனால் சில உள்ளூர் தமிழ் மருத்துவர்களால் மட்டுமே அதை வாசிக்க முடிந்தது என்றும் குறிப்பிடுகிறார். இந்தக் கடினமான தமிழ் மருத்துவ நூலை வாசித்துப் புரிந்துகொள்ளும் வகையில் சீகன்பால்க்கின் தமிழ் அறிவு உயர்வாக இருந்தமையை அறிகிற அதே வேளை, மருத்துவத்துறையில் தேர்ச்சி பெற்றவர்களாக பிராமணர்கள் அல்லாத தமிழர்களே இருந்தார்கள் என்பதையும் இதன் வழி அறியக்கூடியதாக இருக்கிறது[20].

அதேபோல, டாக்டர். கார்ல் கிரவுலின் 30 மாதத் தமிழகப் பயணத்தில் அவர் சேகரித்த தமிழ் ஓலைச்சுவடி நூல்களில் மருத்துவ நூல்களும் அடங்கும். 'சித்தர் ஆருட நொண்டிச் சிந்து' என்ற பெயர் கொண்ட ஒரு நூல். இந்த நூல் விஷத்தன்மை கொண்ட விலங்குகளைப் பற்றிய தகவல் அடங்கிய ஓலைச் சுவடி நூல். அடுத்து, 'மாலிகா சங்கலிதம்' என்ற தெலுங்கிலிருந்து ஆங்கிலத்திற்கு மொழிபெயர்க்கப்பட்ட ஒரு நூல். இதில் மருத்துகளின் பெயர்கள் தமிழ் மொழியில் எழுதப்பட்டுள்ளன.

க்ரூண்ட்லரோ தரங்கம்பாடியில் அவருக்கு ஒதுக்கப்பட்டிருந்த வீட்டைக் காலி செய்துவிட்டு அருகில் இருந்த பொறையார் கிராமத்திற்குக் குடிபெயர்ந்து போனார். அங்கு எளிய மக்களுடன் தங்கியிருந்து, மருத்துவம் பற்றி மிகத் தீவிரமான ஆய்வு செய்து கிராமத்திலிருந்த தமிழ் மருத்துவர்களிடமிருந்து தாம் சேகரித்த தகவல்களையும், தாம் ஓலைச்சுவடி நூல்களில் வாசித்து அறிந்து கொண்ட தகவல்களையும் ஒன்றிணைத்து 'தமிழ் மருத்துவர்' *(Malabar Medicus)* என்ற பெயரில் ஒரு நூலையே எழுதினார்.[21]

---

18. W.Caland, (Hersg.) *Ziegenbalgs Malabarisches Heidenthum*, Amsterdam, 1926, p.217 ff.
19. W.Germann, Ziegenbalgs bibliotheca Malabarica, in: Missions nachrichten der Ostindischen Missionansanstalt zu halle, Jg.XXXII, H.1 & 2, Halle, 1880, p.91
20. W.Germann, Ziegenbalgs bibliotheca Malabarica, in: Missions nachrichten der Ostindischen Missionansanstalt zu halle, Jg.XXXII, H.1 & 2, Halle, 1880, p.84
21. Halle Reports, Vol.I pp. 286/287

ஜெர்மானிய திருச்சபை பணியாளர்கள் தமிழகத்தில் எதிர்நோக்கிய உடல் உபாதைகள், அவற்றிற்காக அவர்கள் எடுத்துக் கொண்ட சிகிச்சைகள், மருந்து தயாரிக்கப் பயன்படுத்தப்பட்ட மூலிகைகள் அடங்கிய தகவல்கள் இவ்வகையிலே தமிழகத்திலிருந்து ஜெர்மனிக்குச் சென்றடைந்தன. ஐரோப்பிய சூழலுக்குத் தமிழக மருத்துவக் குறிப்புகளை முதன்முதலாக ஒரு ஆய்வு நூலின் வழியாக அறிமுகம் செய்தவர் என்ற சிறப்பு க்ருண்ட்லரைத்தான் சாரும். ஆயினும் மதபோதனை, திருச்சபை பணிகள் என்பதைவிட இவரது கவனம் மருத்துவக் குறிப்புகளையெல்லாம் வாசித்து விட வேண்டும் என்றும், அவற்றை ஜெர்மானிய அல்லது லத்தீன் மொழிக்கு மொழிபெயர்த்து ஐரோப்பிய மக்கள் அறிந்து கொள்ளச் செய்ய வேண்டும் என்பதிலுமே அதிகம் இருந்தது என்பதை அவரது வாழ்க்கைக்குறிப்பை வாசிக்கும்போது அறிய முடிகிறது.

க்ருண்ட்லருக்குப் பின்னர் மருத்துவக் குறிப்புகளை விரிவாக எழுதியவர்களாக இருவரைக் குறிப்பிடலாம். ப்ரெஸ்ஸியரும் வால்த்தரும் மருத்துவம் தொடர்பான மிக விரிவான தகவல் களைத் தமது நாட்குறிப்புகளில் எழுதியுள்ளனர். அதில் 20.2.1726 என்று தேதியிடப்பட்ட இவர்களது நாட்குறிப்பானது, தமிழ் மருத்துவர்கள் ஏறக்குறைய 4448 நோய்களைப் பற்றி அறிந்திருந்தனர் என்றும், அவற்றை விரிவாக ஆராய்ந்து எழுதியிருக்கின்றனர் என்ற செய்தியைக் குறிப்பிடுகிறது[22]. இது வியப்பினால் அவர்கள் எழுதியதா அல்லது உண்மையில் அவர்கள் ஒரு நூலில் தாங்கள் நேரில் கண்டதைக் குறிப்பிட்டு இப்படி எழுதினரா என்பது ஆய்வுக்குரியதே. மக்கள் அடிக்கடி பாதிப்புறும் நோய்கள், தமிழக வெப்பச் சூழலின் காரணத்தால் உண்டாகும் நோய்கள் பற்றிய தகவல்களை இந்த நாட்குறிப்புச் செய்திகள் வழங்குகின்றன.

தமிழகத்திற்கு வந்த முதல் லூதரன் திருச்சபை ஊழியர் சீகன்பால்க். அவருக்கு முன்னர் வேறு யாரும் இங்கு வந்திருக்காத சூழலில் தமிழகம் எப்படிப்பட்ட ஒரு நிலம், எப்படிப்பட்ட வாழ்க்கை இங்குள்ளது, மக்கள் எவ்வாறு வாழ்கின்றனர், இதன் தட்பவெட்ப நிலையானது என்ன என்ற எந்த அடிப்படைத் தகவலும் அவருக்கு கிடைக்கவில்லை. ஆக அவரது சுய அனுபவம் ஒவ்வொன்றும் அவருக்கு புதிய பாடங்களைத் தினந்தோறும் கற்றுக்கொடுத்துக்கொண்டேயிருந்தது. தான் அனுபவத்தின்

---

22. Arno Lehmann, Hallesche Mediziner und medizinen am Anfang deutsch- indischer Beziehungen, in : Wissenschaftliche Zeitschrift der Univ. Halle. Jg. V. Heft 2. Halle/S., Dez., 1955, p.125

வழி பெற்றுக்கொண்ட புதிய தகவல்களைத் தமிழகத்திற்கு வரவிருக்கும் ஏனைய பாதிரிமார்களும் அறிந்திருக்க வேண்டும் என்ற நோக்கத்தில் தான் பெற்ற அனுபவங்களையெல்லாம் நாட்குறிப்பில் எழுதி ஃப்ராங்கெ கல்விநிறுவனத்தில் தலைமை இயக்குனராக இருந்த பேராசிரியர் ஃப்ராங்கெவுக்கு அனுப்பி வைத்தார். ஆனால், தூர தேசத்தில், அதிலும் தமிழகத்தில் இத்தகைய மிக உயர்ந்த மருத்துவ அறிவுடன் கூடிய நூல்கள் இருக்கின்றன, மருத்துவர்களும் அறிஞர்களும் வாழ்கிறார்கள்; அங்கும் மருத்துவம் மிக விரிவான வகையில் மக்கள் வாழ்க்கையில் நடைமுறையில் இருக்கிறது என்பதை பேராசிரியர் ஃப்ராங்கெவால் ஏற்றுக்கொள்ள முடியவில்லைபோலும். சீகன்பால்கின் அக்கடிதங்களையும் நாட்குறிப்புகளையும் அச்சிட்டு வெளியிடாது அவற்றை ஒதுக்கிவிட்டார். ஆனால் சீகன்பால்க் மறைந்து 217 ஆண்டுகளுக்குப் பின்னர் காலாண்ட் *(Caland)* என்பவர் அவற்றை தேடி எடுத்து அவற்றைத் 'தமிழ்க் களஞ்சியம்' *(Malabar Heathendom)* என்ற பெயர் கொடுத்து அச்சிட்டு வெளியிட்டார்[23].

சீகன்பால்க் ஏற்படுத்திய பள்ளியில் ஒரு தமிழ் மருத்துவரைப் பணிக்கு அமர்த்தி அவரை மருத்துவம் தொடர்பான பாடங்களை நடத்தச் செய்த முயற்சி பற்றிய தகவல்கள் 27.6.1712 என்று தேதியிட்ட திருச்சபை நாட்குறிப்பேட்டில் காணப்படுகிறது. இதில் எழுதப்பட்டுள்ள குறிப்புகள் கீழ்வருமாறுஅமைந்திருக்கின்றன.

தரங்கம்பாடி திருச்சபை ஒரு தமிழ் மருத்துவரை அப்பள்ளியில் ஆசிரியராகப் பணிக்கு அமர்த்தியது. அவரது பணிகள் கீழ்வருமாறு அமைந்திருந்தன.

- அவர் பள்ளியில் படிக்கும் மாணவர்களுக்கும், திருச்சபை ஊழியர்களுக்கும் மூலிகைகளை வழங்கி அவர்களது உடல் நலத்தைப் பாதுகாக்க வேண்டும்.
- அவர் பள்ளியில் படிக்கும் வளர்ந்த மாணாக்கர்களுக்கு ஒவ்வொருநாளும் 1 மணி நேரம் தமிழக மக்களிடையே புழக்கத்தில் உள்ள மருத்துவங்களைப் பற்றிக் கூறி பாடம் நடத்த வேண்டும்.
- அவர் ஒவ்வொருவாரமும் திங்கட்கிழமை அன்று மாணவர்களை அருகாமையில் இருக்கும் கிராமங்களுக்கு அழைத்துச் சென்று அங்கு வளரும் மூலிகைகளையும் உண்ணக்கூடிய

23. W.Caland, (Hersg.) *Ziegenbalgs Malabarisches Heidenthum*, Amsterdam, 1926, p.217 ff.

தாவரங்களையும் பற்றி அறிமுகப் பாடம் நடத்த வேண்டும். தேவைப்பட்டால் மூலிகைகளைக் கொண்டு மருந்துகளைத் தயாரிக்கும் முறையை மாணாக்கருக்குப் பயிற்சி அளிக்க வேண்டும்.

- அவர் பல இடங்களிலிருந்து மூலிகைகளைச் சேகரித்து பள்ளிக்கூடத்தில் உருவாக்கப்பட்ட மருந்தகத்தில் அவற்றைக் காட்சிப்படுத்தி பாதுகாக்க வேண்டும்.
- அவர் தனக்குக் கிடைக்கும் உபரி நேரத்தில் வேறு ஊர்களுக்குச் சென்று மருத்துவ தமிழ்ச்சுவடி நூல்களைத் தேடிப் பெற்று அவற்றைப் பிரதி எடுத்துக்கொண்டு வர வேண்டும்.

ஆக, பள்ளிக்கூடத்தில் படிக்கும் மாணவர்களும் திருச்சபை ஊழியர்களும் நோயால் அவதிப்படுவதைத் தவிர்க்க வேண்டும் என்ற நோக்கம் முதன்மையானதாக இருந்தாலும்கூட, சமூகத்தின் எல்லா தரப்பிலிருந்தும், அதிலும் குறிப்பாக, ஒடுக்கப்பட்டு மிகத் தாழ்மையான நிலையில் வைக்கப்பட்ட சமூகத்துக் குழந்தைகளும் மருத்துவ அறிவைப் பெற வேண்டும் என்ற நோக்கமும் இப்பாதிரிமார்களின் செயல்பாட்டில் இருந்தமையைக் காண்கிறோம். பல காலங்களாகக் கல்வியை ஒரு சாராருக்கு மட்டுமே அனுமதித்து, மக்களில் பெரும்பாலோரை உழைக்கும் இயந்திரங்களாக மட்டுமே பாவித்த சூழல்தான் அப்போதைய காலகட்டத்திலும் நிலவிக்கொண்டிருந்தது. அந்த இருக்கமான சூழலை உடைத்து, மருத்துவம் தொடர்பான கல்வியையும் எளிய மக்கள் பெறுவதற்கு லூதரன் பாதிரிமார்கள் தொடங்கிய பள்ளிகள் வழிவகுத்தன என்பதை இக்குறிப்புகள் வழி அறிய முடிகிறது.

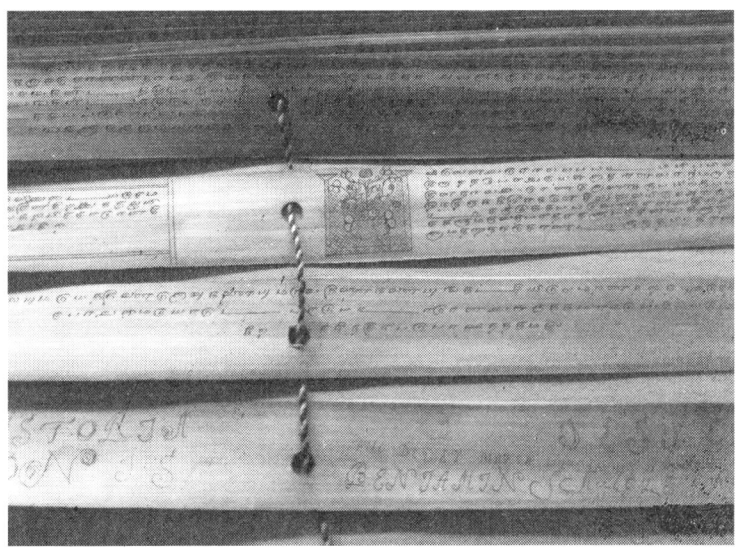

பாதிரியார் சூல்ட்ஷே கையெழுத்தில் எழுதப்பட்ட ஒரு தமிழ் ஓலைச்சுவடி – ஹாலே ஃப்ராங்கன் கல்வி நிறுவனத்தின் அரிய ஆவணங்கள் பகுதியில் இது பாதுகாக்கப்படுகிறது. (நூலாசிரியரின் சேகரிப்பு)

4

தரங்கம்பாடி அச்சுக்கூடம்

மக்கள் பேசும் மொழியிலேயே நூல்களை எழுதி அவற்றின் வழியாக மதம் சம்பந்தமான சித்தாந்தங்களைப் பொதுமக்களிடம் கொண்டு சேர்க்க முடியும். இதைத்தான் இன்றைக்கு 300 ஆண்டுகளுக்கு முன்னர் ஜெர்மனியிலிருந்து டேனீஷ் அரசால் பணிக்கு அமர்த்தப்பட்ட லூதரன் பாதிரிமார்களும் சரி, அவர்களுக்கு முன்னரே தமிழகம் வந்த போர்த்துக்கீசிய கத்தோலிக்க பாதிரிமார்களும் சரி நடைமுறையில் கையாண்டனர். நூல்களை அச்சிட அச்சுக்கூடமும் அச்சு இயந்திரமும் அவசியம். 16ஆம் நூற்றாண்டின் இடைக்காலத்தில் கொல்லத்திலும், பின்னர் தூத்துக்குடி புன்னைக்காயலில் அமைக்கப்பட்ட அச்சுக்கூடத்தில் வெளியிடப்பட்ட நூல்களுக்குப் பிறகு நீண்டகாலத்திற்குத் தமிழகத்தில் அச்சு இயந்திரம் பயன்பாட்டில் இல்லாத நிலை உருவாகியிருந்தது.

சீகன்பால்க் தரங்கம்பாடி வந்த பின்னர் உள்ளூர் மக்களிடையே உரையாடுவதற்கும் அவர்களை லூதரேனிய மதத்தின்பால் ஈர்ப்பதற்கும் உதவும் வகையில் லூதரேனிய கருத்துகள் அடங்கிய கிறித்துவ மதப்பிரச்சார நூல்களை எழுதி அச்சிடவேண்டிய தேவை ஏற்பட்டது. அத்தோடு பைபிளின் புதிய ஏற்பாட்டைத் தமிழில் மொழிபெயர்த்திருந்தார் சீகன்பால்க். அதை அச்சிட வேண்டிய நிலையும் ஏற்பட்டது. தங்கள் பதிப்புப் பணிக்கு ஏதுவாக அச்சு இயந்திரம் தேவைப்படுவதைக் குறிப்பிட்டு டென்மார்க் அரசுக்கும், ஜெர்மனியில் உள்ள

ஹாலே கல்விக்கூடத்திற்கும், இங்கிலாந்துக்கும் கடிதம் அனுப்பி வைத்தார் சீகன்பால்க். லூதரன் திருச்சபையின் ஏதாவது ஒரு அமைப்பு இந்தத் தேவைக்கு உதவக்கூடும் என்ற நம்பிக்கை சீகன்பால்கிற்கு இருந்தது. அவர் எதிர்பார்ப்பு வீண்போகவில்லை. இங்கிலாந்திலிருந்து தமிழகத்தின் தரங்கம்பாடிக்கு ஒரு அச்சு இயந்திரத்தை இங்கிலாந்தின் அமைப்பு அனுப்பியது. இதற்கு அடிப்படைக் காரணமும் இருந்தது.

சீகன்பால்க் தரங்கம்பாடி வந்தது முதல் அவர் ஒரு நாளும் ஓயாமல் திருச்சபை பணிகளை முன்னெடுத்துச் சென்றுகொண்டிருந்தார். தனது முயற்சிகள், படிப்படியான நடவடிக்கைகள், மதமாற்ற நடவடிக்கைகள், பள்ளிக்கூட ஏற்பாடு, தேவாலய கட்டுமானப் பணி என எல்லா தகவல்களையும் அவர் அனுப்பிவைக்க, அச்செய்திகள் ஜெர்மனியில் பல்கலைக்கழக ஆய்வறிக்கைகளில் பதிப்பிக்கப்பட்டு வெளியிடப்பட்டன. இவை மிகுந்த ஆச்சரியம் கலந்த ஒரு சூழலை ஜெர்மனியில் ஏற்படுத்தியதோடு மக்கள் மத்தியில் புதிய எதிர்பார்ப்புகளையும் உருவாக்கத் தொடங்கியது. டென்மார்க் அரசின் *A.W. Boehme* சீகன்பால்கின் அறிக்கைகளை ஜெர்மானிய டோய்ச் மொழியிலிருந்து ஆங்கிலத்திற்கு மொழிபெயர்த்து 1709ஆம் ஆண்டில் அதை அச்சிட்டு வெளியிட்டார். இந்த நூலுக்குத் தான் எழுதிய முன்னுரையில் அவர் *de propaganda fide in partibus transmarinis* என்ற அமைப்பைக் குறிப்பிட்டுச் சொல்லி, தரங்கம்பாடி திருச்சபை அமைப்புக்கு உதவுமாறும் கேட்டுக்கொண்டார். இந்த அமைப்பின் அங்கத்தினர்களும் அதன் தலைவர் மற்றும் இங்கிலாந்து கேண்டபரி தேவாலயத்தின் தலைமை குருவும் தரங்கம்பாடி திருச்சபையினருக்கு உதவுவது தங்கள் அமைப்பைக் கிழக்காசியப் பகுதிகளில் விரிவடையச் செய்ய உதவும் எனக் கருதத் தொடங்கினர். ஆனால் இங்கிலாந்திலேயே இயங்கிவந்த *Society for Promoting Christan Knowledge (SPCK)* துரிதமாக தரங்கம்பாடி திருச்சபைக்கு உதவ முன்வந்தது. இந்த அமைப்புக்கும் தரங்கம்பாடி திருச்சபைக்குமான தொடர்பு பின்னர் நீண்டகாலம் தொடர்ந்தது[1].

இந்த அமைப்பு இங்கிலாந்தில் சில முயற்சிகளைச் செய்து ஒரு அச்சு இயந்திரத்தை வாங்கி அத்துடன் ரோமன் அச்சு எழுத்துகளையும் அச்சுப்பதிப்பாக்கத்திற்குத் தேவையான ஏனைய கருவிகளையும் தயார் செய்தது. அச்சு இயந்திரத்தையும் கருவிகளையும் மட்டும் தரங்கம்பாடிக்கு அனுப்பிவைப்பதால் பயன் ஏதும் இருக்காது. மாறாக அந்த அச்சு இயந்திரத்தை

1. History of the Tranqubar Mission, J.Ferd. Fenger, P 86.

இயக்கத் தெரிந்தவர்கள் உடன் இருந்தால்தான் அச்சுப் பணிகள் நடைபெறும் என்ற சிந்தனை எழவே, யோனாஸ் ஃபிங்கெ *(Jonas Fincke)* என்ற இங்கிலாந்தில் வசித்த ஜெர்மானிய ஆசிரியருக்கு அச்சு இயந்திரம் தொடர்பான பயிற்சிகளை அளித்து அவரைத் தயார் செய்தது. அவர் 1711ஆம் ஆண்டு இங்கிலாந்திலிருந்து தரங்கம்பாடி புறப்பட்ட கப்பலில் பயணமானார். ஆனால் கடல் பயணத்தின்போது துரதிஷ்டவசமாக இக்கப்பலைப் பிரெஞ்சு கப்பற்படை தாக்கிக் கைப்பற்றியது. சில காலங்கள் சிறைவைக்கப்பட்டிருந்து பின்னர் அனைவரும் விடுவிக்கப்பட பயணம் மீண்டும் தொடர்ந்தது. ஆனால் ஆப்பிரிக்காவின் தென் முனையில் கப்பல் நிறுத்தப்பட்டிருந்த வேளையில் ஃபிங்கெ உடல்நலம் பாதிப்புற்று காலமானார்.

அச்சு இயந்திரத்தோடு தரங்கம்பாடிக்கு அக்கப்பல் 1712ஆம் ஆண்டு ஆகஸ்ட் மாதம் வந்தடைந்தது. ஃபிங்கெ இல்லாத குறையைப் போக்கும் வகையில் டேனீஷ் படையில் தரங்கம்பாடியில் இருந்த ஒருவருக்கு அச்சுத் தொழில் பற்றிய முன்அனுபவம் இருந்தது தெரியவந்தது. தரங்கம்பாடி லூதரன் திருச்சபை அவருக்கு ஊதியம் வழங்கி அச்சுப் பணிக்காக அவரைப் பணிக்கு அமர்த்திக்கொண்டது.

இந்த அச்சகத்தின் முதல் வெளியீடாக ஹாலே கல்விக் கூடத்து தலைமை இயக்குநர் பேராசிரியர் ஃப்ராங்கேயின் நூல் போர்த்துக்கீசிய மொழிக்கு மொழிபெயர்க்கப்பட்டு அச்சிடப் பட்டு வெளிவந்தது. அடுத்ததாக 1713ஆம் ஆண்டில் மேலும் சில கிறித்துவ சமய சார்பு நூல்கள் போர்த்துக்கீசிய மொழியில் மொழிபெயர்க்கப்பட்டு இந்தத் தரங்கம்பாடி அச்சுக்கூடத்தில் அச்சிடப்பட்டன. போர்த்துக்கிசிய மொழியில் மட்டுமே நூல்களை அச்சிடுவதால் முழுமையாக நோக்கம் நிறைவேறாது என்பதையும், தமிழ் மொழியில் இந்த அச்சுக்கூடம் இயங்க வேண்டியது அவசியம் என்றும் உணர்ந்ததால் தமிழ் அச்சு எழுத்துகள் உருவாக்கும் பணி ஜெர்மனியில் தொடங்கியது. தாங்கள் அறிந்துகொண்ட தமிழ் எழுத்துகளை அடிப்படையாகக் கொண்டு ஜெர்மனியில் இப்பணி தொடங்கப்பட்டு தமிழ் அச்செழுத்து உருவாக்கம் நிறைவுபெற்றது. புதிதாக உருவாக்கிய அச்சு எழுத்துகளையும் ஒரு புதிய அச்சு இயந்திரத்தையும் கப்பல்வழி தரங்கம்பாடிக்கு ஹாலே கல்வி நிறுவனம் அனுப்பியது. இந்த முயற்சியின்வழி பைபிளின் புதிய ஏற்பாடு தமிழில் வெளியிடப்பட வேண்டும் என்பது அவர்களின் எண்ணமாகவும் இருந்தது. தரங்கம்பாடிக்கு அனுப்பிய அச்சு இயந்திரத்துடன் ஜெர்மனியிலிருந்து மூவர் இணைந்து பயணித்தனர் *(Johann Berlin, Johan Gottlieb* மற்றும் அவரது இளைய சகோதரர் *Adler)*.

இவர்களில் பெர்லின் தரங்கம்பாடி லூதரன் திருச்சபை நடத்திய போர்த்துக்கீசிய பள்ளியில் பணிக்கு அமர்த்தப்பட்டார். ஆட்லர் பொறியியலாளராகவும் திருச்சபை உதவியாளராகவும் பல ஆண்டுகள் பணியில் இருந்துவந்தார். ஐரோப்பாவிற்கு அனுப்ப வேண்டிய நீண்ட கடிதங்களை எழுதித் தயாரிப்பதும் இவரது பணியாக இருந்தது. அந்த சமயத்தில் ஐரோப்பாவிலிருந்து காகிதங்களை இறக்குமதி செய்வது அதிக விலையாக இருந்தது. இப்பிரச்சனைக்குத் தீர்வுகாண அருகாமையில் இருந்த கிராமமான பொறையாரில் ஒரு காகிதத் தொழிற்சாலையை இவர் நிறுவினார். ஆனால் இந்தத் தொழிற்சாலை நீண்டகாலம் இயங்கவில்லை[2].

தரங்கம்பாடியில் சீகன்பால்க் ஏற்படுத்திய அச்சுக்கூடத்திலே முதன்முதலாக தமிழில் அச்சிடப்பட்ட நூல் சீகன்பால்க் தமிழுக்கு மொழிபெயர்த்த பைபிளின் புதிய ஏற்பாடு. இதை இரண்டு பகுதிகளாகப் பிரித்து இந்த அச்சுப்பதிப்பு பணி நடைபெற்றது. இதன் முதல் பகுதி 1714ஆம் ஆண்டிலும் இரண்டாம் பகுதி அதற்கடுத்த ஆண்டில் 1715இலும் வெளிவந்தன.

முக்கிய நூல்கள்
சீகன்பால்க்

தமிழ் மொழியைக் கற்று அதில் தேர்ச்சி பெற்று லூதரன் சமய போதனையை உள்ளூர் தமிழ் மக்களிடம் பரவச் செய்ய வேண்டும் என்ற தீவிர எண்ணம் சீகன்பால்க்குக்கிருந்தது. ஆனால் தமிழகம் வந்து தமிழ் மொழியைக் கற்க ஆரம்பித்த போது தனது கடமையைச் செய்வதற்குத் தமிழில் நூல்கள் அத்தியாவசியமான தேவை என்பதை அவர் உணர்ந்தார்.

பைபிள் புதிய ஏற்பாடு

1708ஆம் ஆண்டின் இறுதியில், அதாவது அக்டோபர் மாதம் 17ஆம் தேதி அவர் பைபிளின் புதிய ஏற்பாட்டை தமிழில் மொழி பெயர்க்கும் பணியைத் தொடங்கினார். அடுத்த ஒரு மாதம் மட்டுமே அவரால் இப்பணியைத் தொடர முடிந்தது. நவம்பர் 19ஆம் தேதி அவர் தரங்கம்பாடி டேனீஷ் அரசால் கைதாகி சிறைக்குச் செல்ல வேண்டும் என்ற உத்தரவு ஏற்பட்டதால் இப்பணி தடைபட்டது. சிறையிலிருந்து வெளிவந்த பின்னர் இப்பணியைத் தொடர்ந்தார். இடைக்கிடையே வேறு சில பணிகளும் இருந்தாலும், இந்த மொழிபெயர்ப்புப் பணி தொடர்ந்து நடைபெற்றுக்கொண்டிருந்தது. 1711ஆம் ஆண்டு மார்ச்சு மாதம்

---

2. History of the Tranqubar Mission, J.Ferd. Fenger, P 87.

21ஆம் நாள் தனது நாட்குறிப்பில் மொழிபெயர்ப்புப் பணி முடிவுற்றது என்றும், இது ஒரு பொக்கிஷம் என்றும், இந்தியாவின் ஏனைய அனைத்தையும்விட மிகச் சிறந்த பொக்கிஷம் என்றும் சீகன்பால்க் குறிப்பிடுகிறார். இவரிடம் ஜெர்மன், டேனிஷ், போர்த்துக்கீசிய மொழி, டச்சு மொழி பைபிள்களின் பதிப்புகள் இருந்தாலும் தனது மொழிபெயர்ப்புப் பணிக்கு இவர் கிரேக்க மொழியில் இருந்த புதிய ஏற்பாட்டையே பயன்படுத்திக் கொண்டார்.

இந்த மொழிபெயர்ப்புப் பணி முடிவடைந்ததும் தரங்கம்பாடியில் சீகன்பால்க் ஏற்படுத்திய அச்சுக்கூடத்திலேயே இதை அச்சுப்பதிப்பாக வெளிக்கொணரும் பணி தொடங்கியது. இரண்டு பகுதிகளாகப் பிரித்து இந்த அச்சுப்பதிப்பு பணி நடைபெற்றது. இதன் முதல் பகுதி 1714ஆம் ஆண்டிலும், இரண்டாம் பகுதி அதற்கடுத்த ஆண்டிலும் வெளிவந்தன.

பைபிளின் பழைய ஏற்பாடு

சீகன்பால்கின் எழுத்துப் பணிகளில் பல குறுக்கீடுகள் ஏற்பட்டன. இடையில் ஏற்பட்ட ஐரோப்பாவிற்கான பயணம், சிறையில் கழித்த காலங்கள் போன்ற நிகழ்வுகள் அவரது எழுத்துப் பணிகளைப் பாதிக்கச்செய்தன. பைபிளின் புதிய ஏற்பாட்டைப் போலவே பழைய ஏற்பாட்டையும் தமிழில் மொழிபெயர்க்க வேண்டும் என்ற எண்ணம் அவருக்கிருந்தது. 1711ஆம் ஆண்டில் தான் ஒரு பயணம் மேற்கொண்டிருந்த வேளையில் ரோமன் கத்தோலிக்க பாதிரிமார்கள் ஏற்கெனவே செய்து வைத்திருந்த ஒரு பழைய ஏற்பாட்டு தமிழ் மொழி பெயர்ப்பு நூல் ஒன்றை சீகன்பால்க் பார்க்கும் வாய்ப்பு கிட்டியது. இதில் பழைய ஏற்பாட்டின் செய்திகள் கேள்வி–பதில் என்ற வகையில் அமைக்கப்பட்டிருந்தன; அந்த நூலைக் கையெழுத்துப் பிரதியெடுக்க அனுமதி பெற்றுக்கொண்டு ஒரு பிரதியை உருவாக்கினார். அதை அடிப்படையாக வைத்து தனது முயற்சியாக, பைபிளின் பழைய ஏற்பாட்டுக்கான லூதரன் சமயக் கருத்துகளின் அடிப்படையில் ஒரு மொழிபெயர்ப்பை வழங்க வேண்டும் என்ற எண்ணம் அவருக்கு இருந்தது. இந்த நூலை அடிப்படையாக வைத்துக்கொண்டே தனது மொழிபெயர்ப்புப் பணியைத் தொடங்கினார். இப்பணி மிகத் தாமதமாகவே நடந்துகொண்டிருந்தது. இடையில் ஐரோப்பாவிற்கு ஒருமுறை சீகன்பால்க் சென்று வந்ததாலும் பணி தொடர்வதில் தாமதம் நீடித்தது. அதன் பின்னர் சீகன்பால்க்கின் உடல் நிலையில் பாதிப்பு ஏற்பட்டதன் விளைவாகப் பணியை இடையில் தொடர முடியாத நிலையும் ஏற்பட்டது. இத்தனை இடையூறுகளுக்கு

இடையிலும் 1719ஆம் ஆண்டில் தனது மறைவுக்கு முன்னர் சீகன்பால்க் பழைய ஏற்பாட்டின் முழு மொழிபெயர்ப்பையும் பூர்த்தி செய்துவிட்டார்.

இந்த மொழிபெயர்ப்பு நூல் தயார் ஆன நிலையிலும் அதே ஆண்டில் இது அச்சு நூலாகப் பதிப்பிக்கப்படவில்லை. நீண்ட இடைவெளிக்குப் பிறகு 1740ஆம் ஆண்டு இந்த மொழிபெயர்ப்பு நூல் வெளிவந்தது. இதை வெளியிடுவதற்கு முன்னர் லூதரன் பாதிரிமார்கள் சிலருக்கிடையே கருத்து வேறுபாடுகள் தோன்றியிருந்தமையே இதற்குக் காரணம். தரங்கம்பாடி லூதரன் திருச்சபையின் பாதிரிமார்கள் சீகன்பால்க்கின் இந்த மொழிபெயர்ப்பு செந்தமிழில் இல்லை எனவும், ரோமன் கத்தோலிக்க பாதிரிமார்கள் படைப்புகளைப் போன்று உயர்ந்த செம்மொழியில் இவை இல்லாதது ஒரு குறையே என்றும் சுட்டிக் காட்டி இதை வெளியிட மறுத்தனர். 'பெஸ்கி போன்ற மிகுந்த தமிழ் புலமை படைத்தோர் செய்யுள் நடையில் தமிழ் நூல்கள் எழுதுகிறார்கள். நமது வெளியீடுகளும் அத்தகைய செய்யுள் நடையில் இருக்க வேண்டும்' என்பது அவர்களின் வாதமாக இருந்தது. சீகன்பால்கின் இம்மொழிபெயர்ப்பு மூல நூலை வைத்துக்கொண்டு மேலும் சில பகுதிகளையும் உட்புகுத்தி செய்யுள் நடையில் மாற்றியமைத்து இந்த பழைய ஏற்பாட்டு தமிழ் மொழிபெயர்ப்பு நூலைத் தயாரித்திருந்தனர் அப்போதைய தரங்கம்பாடி லூதரன் திருச்சபையின் பாதிரிமார்களான ப்ரெசியர், வால்த்தர், வூர்ம் ஆகியோர். இதை ஏற்றுக்கொள்ள மறுத்தனர் கடலூர் லூதரன் திருச்சபையின் பாதிரிமார்களான கைஸ்டர், சூல்ட்ஷே ஆகியோர். சீகன்பால்கின் மொழிபெயர்ப்பு எளிய மக்களும் புரிந்துகொள்ளும் வகையில் உள்ளது என்றும், அன்றைய 'தமிழ்ச்சமூகத்தின் சூத்திரர் முதல் பறையர் வரையும், சமூகத்தில் உயர்ந்தோர் தாழ்ந்தோர், சமூகத்தில் உயர் கல்வி கற்ற பிராமணர்கள் ஆகிய எல்லோராலும் புரிந்துகொள்ள முடிகிற மொழி நடையில் இந்த மொழிபெயர்ப்பு அமைந்திருப்பதால் எந்த மாற்றமும் இன்றி இந்த நூல் வெளியிடப்பட வேண்டும்' என்பதில் சூல்ட்ஷே உறுதியாக இருந்தார்[3].

ரோமன் கத்தோலிக்க பாதிரிமார்கள் இந்த மொழி பெயர்ப்பில் உள்ள மொழி நடையைக் கேலி செய்வர் என நினைத்துக் குழம்பிக்கொள்ளாமல் இதை மாற்றமின்றி அச்சிட வேண்டும் என்றும், எளிய மக்கள் புரிந்துகொள்ளக்கூடிய மொழி நடையில் இது இருப்பதே இந்த நூலுக்கு கூடுதல் பலம் என சூல்ட்ஷே வலியுறுத்த, இறுதியில் சீகன்பால்க் உருவாக்கிய இந்த

---

3. History of the Tranqubar Mission, J.Ferd. Fenger, P 84.

மொழிபெயர்ப்பு மாற்றங்களின்றி தரங்கம்பாடி அச்சுக்கூடத்தில் அச்சு வடிவம் பெற்றது.

இந்த மொழிபெயர்ப்பு நூலை உருவாக்க சீகன்பால்க் எத்தகைய சிரமங்களை எதிர்நோக்கினார் என முன்னர் பார்த்தோம். இந்த சிரமங்களுக்கிடையே ஜெர்மானியர் ஒருவரையோ அல்லது தமிழ் மொழிபெயர்ப்பாளர் ஒருவரையோ இந்தப் பணியை மேற்கொள்ளச் செய்ய வேண்டும் என்ற எண்ணம் சீகன்பால்க்குக்கு அவர்களுக்கு இருந்தது. ஆயினும் மொழிப்புலமையுடன், பொருளையும் சரியாக அறிந்து பொருள் கெடாமல் மொழிபெயர்ப்பு செய்யக்கூடிய ஒருவர் துரதிர்ஷடவசமாக சீகன்பால்கிற்கு அன்று கிடைக்கவில்லை. ஆகையால் தனக்குக் கிடைத்த ஓய்வு நேரங்களில் இந்தப் பணியை அவர் செய்து வந்தார். இந்த நூல் அவர் உயிரோடு இருந்த காலத்திலேயே அச்சு வடிவம் காணாமல்போனது வருந்தத்தக்க நிகழ்வே.

சீகன்பால்கின் தமிழ் இலக்கணம் (Ziegenbalg's Grammatica Damulica)

முந்தைய காலங்களில் கடல் வணிகத்திற்காக ஆசிய நாடுகளுக்கு வந்து, பின் ஐரோப்பா திரும்பிய சிலர் மேலோட்டமாகச் சொல்லிச் சென்ற செய்திகளால், தமிழ் மக்கள் வாழும் தமிழகத்தில் மக்கள் செம்மையான மொழி அறிவு இல்லாதோராக இருப்பார்கள் என்ற எண்ணத்துடன் தான் சீகன்பால்க் தரங்கம்பாடி துறைமுகத்தில் முதன் முதலில் கால்வைத்தார். ஆனால் தான் வந்திறங்கிய சில நாட்களிலேயே தமிழ் மொழி உயர்தனிச் செம்மொழி என்பதை உணர்ந்தார். தான் தமிழ் மொழியைக் கற்க ஆரம்பித்த நாள் முதல் தனக்கு அறிமுகமாகும் சொற்களையும் அவற்றின் இலக்கணங்களையும் குறித்துவைத்தார். ஒரு மொழியைப் பேசவும் எழுதவும் கற்க வேண்டுமென்றால் அதற்கு முதலில் தேவைப்படுவது அம்மொழியின் அடித்தளத்தை அமைக்கிற அதன் இலக்கணமேயாகும். இலக்கணத்தைப் பிழையறக் கற்றால் அம்மொழியில் வாக்கிய அமைப்பு, உச்சரிப்பு, எழுத்தமைவு ஆகியவற்றில் குழப்பங்கள் தவிர்த்து ஒரு மொழியை விரைவாகக் கற்றுவிடலாம். இலக்கணத்தை அறிவதே மொழி கற்க அடிப்படை என்ற கருத்தில் ஆழ்ந்த நம்பிக்கை கொண்டிருந்த சீகன்பால்க் சொற்களஞ்சியம் ஒன்றைத் தயாரிக்கத் தொடங்கினார். *Grammatica Damulica* என்ற லத்தீன் பெயர் கொண்ட இந்த நூல் தரங்கம்பாடி அச்சுக்கூடத்தில் அச்சிடப்படவில்லை. மாறாக இது ஜெர்மனியின் ஹாலே நகரில் ஒரு அச்சுக்கூடத்தில் 1716ஆம் ஆண்டு அச்சிடப்பட்டது.

நோர்வே நாட்டின் பெர்கன் நகரில் இருந்தபோது, அதாவது 1715ஆம் ஆண்டு ஜுன் மாதம் 1ஆம் தேதி, சீகன்பால்க் இந்த நூலுக்கான முகவுரையை எழுதினார். ஜெர்மனிக்கு இடையில் சீகன்பால்க் பயணம் மேற்கொண்டிருந்த சமயத்தில் அக்கடல் பயணத்திலேயே பைபிளின் பழைய ஏற்பாட்டின் மொழிபெயர்ப்பு பணியை செய்துகொண்டிருந்தார். அதை முடித்ததும் இந்த நூலுக்கானப் பணியைத் தொடர்ந்தார். 128 பக்கங்கள் கொண்ட நூல் இது. சீகன்பால்க் லத்தீன் எழுத்துகளைப் பயன்படுத்தி தமிழ் எழுத்துகளை உச்சரிக்கும் வகையைக் கையாண்டுள்ளார். நூலுக்கான தனது முன்னுரையை முழுமையாக லத்தீன் மொழியிலேயே அமைத்துள்ளார். இந்த முன்னுரை இந்தியாவில் மலபார் மக்கள், அதாவது தமிழ் பேசும் மக்களின் மொழியாகிய தமிழ் மொழியைப் பற்றிய ஐரோப்பியர்களுக்கான ஒரு அறிமுகமாக அமைகிறது. நூலின் உள்ளே தமிழ்ச் சொற்களுக்கான விளக்கம் தந்து அவற்றை மூன்று வரிசைகளில் உச்சரிப்பு, பொருள் என லத்தீன் மொழியில் அமைத்தார். அதாவது, ஒரு சொல்லின் தமிழ் எழுத்துருவுடன் கூடிய வகையிலான வடிவில் முதல் வரிசையிலும், அடுத்த வரிசையில் அதை லத்தீன் எழுத்துகளைக் கொண்டு உச்சரிக்கும் வகையும், மூன்றாம் வரிசையில் அத்தமிழ்ச் சொல்லின் லத்தீன் மொழிபெயர்ப்பையும் இணைத்தார்.

உதாரணமாக இந்த நூலில் உள்ள சில சொற்கள்[4]:

தமிழ்ச்சொற்கள்	**உச்சரிப்பு ஒலி – லத்தீன்**	**பொருள் – லத்தீன்**
தலை	Dalai	Caput
ஆனை	Anei	Elephantus
ஆணை	Anei	Juramentum
வாய்	wai	Os
மதி	Madi	Ratio
கதை	Kadei	Historia

ஐரோப்பாவிலிருந்து தமிழகம் வந்து தமிழ் கற்ற ஏனைய பாதிரிமார்கணின் எழுத்துப் படைப்புகளைப் போலவே, இந்த நூலிலும் தமிழ் எழுத்துகளின் மேல் புள்ளி வைக்கப்படாதவாரே எழுதப்பட்டுள்ளன. ஓலைச்சுவடியில் எழுதிப் பழகிய ஐரோப்பியர்கள் அதே போன்றே காகிதங்களிலும் எழுதத்

4. Bartholomaus Ziegenbalg, Grammatica Damulica, P 10

தொடங்கினர். இதன் காரணத்தால் மெய்யெழுத்துகள் வர வேண்டிய இடங்களில் அவை புள்ளிவைக்கப்படாமல் உயிர்மெய் எழுத்துகளாகவே எழுதப்பட்டன என்பதை அறிகிறோம்.

சீகன்பால்கின் செந்தமிழ் அகராதி

தான் முதலில் தொகுத்த தமிழ் அகராதிக்குப் பின்னர் சீகன்பால்க் தமிழ்ச் செய்யுட்களில் உள்ள சொற்களுக்கென ஒரு தனி அகராதியை உருவாக்கினார். 1708ஆம் ஆண்டு நான்கு தமிழ்ப் புலவர்களை இதற்காகப் பணிக்கு அமர்த்திக்கொண்டார். தமிழ் இலக்கியங்களில் வருகிற தமிழ்ச் சொற்களைப் பட்டியலிட்டு வழங்க வேண்டியதும் அதற்கான பொருளை அளிப்பதும் அவர்களது பணியாக அமைந்தது. இந்த அகராதியை சீகன்பால்க் 12 பகுதிகளாக வகைப்படுத்தினார். வெவ்வேறு கடவுளர், மனிதர்கள், விலங்குகள், பறவைகள், தாவரங்கள், பூக்கள், நிலம், உணவு மற்றும் பிற என்ற வகையில் இந்த வகைப்பாடு அமைந்தது. சீகன்பால் பேச்சு மொழிக்கும் இலக்கிய நடையில் உள்ள செய்யுள் மொழிக்கும் இருக்கும் வேறுபாடு என்பது தனது தாய்மொழியான ஜெர்மானிய மொழிக்கும் லத்தீன் மொழிக்கும் இருக்கும் வேறுபாடுபோன்றது எனக் குறிப்பிடுகிறார்[5]. சாதாரண மக்களுடன் உரையாடுவதற்கு இலக்கிய நடையிலான செந்தமிழில் புலமை தேவையில்லை என்பதை சீகன்பால்க் உணர்ந்திருந்தார். ஆனாலும், செய்யுள் நடையில் இடம்பெறும் தமிழ்ச்சொற்கள்தான் தமிழ் இலக்கியங்களைக் கற்கவும் அவற்றைப் புரிந்துகொள்ளவும், பின் அவற்றை ஆராயவும் மொழிபெயர்க்கவும் உதவும் என்று நம்பிக்கை கொண்டிருந்தார். இதுவே இந்தச் செந்தமிழ் அகராதி உருவாக்கத்திற்கான முக்கியக் காரணமாக அமைந்தது.

இந்த நூலைப் பற்றி சீகன்பால்கின் பணிகளை ஆராய்ந்து வரும் அறிஞர் முனைவர். டேனியல் ஜெயராஜ் குறிப்பிடுகையில், சீகன்பால்கின் (Ausfuehrlicher Bericht, 1710, 31–32[6]) அறிக்கையில் குறிப்பிடப்படும் இந்த நூலும் இது பற்றிய தகவலும் கிடைக்கின்றதேயன்றி இந்த நூல் இதுவரை கிடைக்கவில்லை எனக் குறிப்பிடுகிறார். அத்துடன் இந்த நூலை சூடாமணி நிகண்டு அல்லது சேந்தன் திவாகரம்போல சீகன்பால்க் அமைத்திருக்கலாம் என்ற குறிப்பையும் முன்வைக்கிறார்[7].

---

5. Daniel Jeyaraj, Bartholomäus Ziegenbalg, the Father of Modern Protestant Mission: An Indian Assessment, P 209

6. Ziegenbalg, B,: Herrn Bartholomaeus Ziegenbalgs / Ausfuehrlicher Bericht,1710, 31-32, 32-34

7. Daniel Jeyaraj, Bartholomäus Ziegenbalg, the Father of Modern Protestant Mission: An Indian Assessment, P 209

சீகன்பால்க் உருவாக்கிய இந்தச் செந்தமிழ் அகராதி பின்னாளில் தரங்கம்பாடி வந்த ஏனைய பாதிரிமார்களுக்குத் தமிழ் இலக்கியங்களைக் கற்பதில் பெறும் உதவியாக அமைந்தது. இந்த நூலை ஒரு கையேடாக அவர்கள் பயன்படுத்தி தமிழ் மொழி கற்றனர். குறிப்பாக பாதிரியார் ஃபாப்ரிக்குஸ் இந்த நூலை தாம் பயன்படுத்தி தமிழ் கற்ற செய்திகளை தமது அறிக்கைகளில் பதிகிறார்[8].

ஏறக்குறைய 100 நூல்களைப் படித்து, அதில் சீகன்பால்க் தான் புதிதாக அறிந்துகொண்ட சொற்களை அடையாளம் கண்டு இந்த நூலை உருவாக்கியிருந்தார். இவர் பணிக்கு அமர்த்திக் கொண்ட நான்கு தமிழ்ப்புலவர்களும் இச்சொற்களைப் பட்டியலிடும் பணியைச் செய்தனர். இவ்வகையில் 20,000க்கும் மேற்பட்ட சொற்கள் அட்டவணையாக்கப்பட்டு தொகுக்கப்பட்டன. இதற்காக சீகன்பால்க் வாசித்த நூல்கள் பல்வேறு தரப்பட்ட துறைகளைச் சார்ந்தவையாக அமைந்தன. தத்துவம். சமயம், வரலாறு, சமூகவியல் என பல துறைசார்ந்த இலக்கியங்களையும் வாசித்தார். எல்லா வகையான நூல்களையும் வாசிக்கும்போது, தான் வெவ்வேறு சொற்களை அறிந்துகொள்ள முடியும் என்பதோடு தனது எழுத்து முயற்சிகளுக்கும் அது உதவும் என்பது அவரது எண்ணமாக இருந்தது.

1712ஆம் ஆண்டு வாக்கில் இந்த அகராதி முழுமை அடைந்தது. இதில் சொற்கள், வாக்கியங்கள் என 40,000 சொற்கள் கொண்ட வகையில் அமைக்கப்பட்டது. இதன் மூல வடிவம் காகிதத்தில் இல்லாமல் முழுவதுமே பனை ஓலைச்சுவடிகளிலேயே எழுதப்பட்டது. இந்த நூலைப் பற்றி அறிந்த பாதிரியார் ஓல்டன்புர்க்(Pastor Oldenburg), இந்த நூல் ஓலைச்சுவடி வடிவத்திலும், இன்னொரு படிவம் கருப்பு தோல் பக்க அட்டைகள் அமைந்த வகையில் காகித வடிவிலும் இருந்த தாகக் குறிப்பிடுகின்றார்.

சீகன்பால்கைப் பொறுத்தவரை, தன்னோடு பணி செய்ய வருவோருக்கும் தனக்குப் பின் தமிழகம் வருவோருக்கும் தமிழ் மொழி தெரிந்திருக்க வேண்டியது மிக அத்தியாவசியத் தேவை என்பதனால் தரமான பயிற்சியைப் பெறுவதற்கு அவர்களுக்கு இந்தச் செந்தமிழ் அகராதி பேரளவில் உதவும் என்று கருதினார். பனை ஓலைச்சுவடியில் எழுதப்பட்ட இந்த மூல நூல் சீகன்பால்கின் மறைவிற்குப் பிறகு, 1726ஆம் ஆண்டு காகிதத்தில் பிரதி எடுக்கப்பட்டு, அப்பிரதி மெட்ராஸில்

8. C.S.Mohanavelu, German Tamilology – German contributions to Tamil language, literature and culture during the period 1706 – 1945. P 72

இருந்த லூதரன் திருச்சபையில் பணியில் இருந்த பாதிரியார் சார்ட்டோரியஸுக்கு வழங்கப்பட்டது. இதை அடிப்படையாகக் கொண்டு சார்ட்டோரியஸ் தமிழ்–லத்தன் அகராதி ஒன்றை உருவாக்கினார் என அறிகிறோம்.

பேச்சுமொழி அகராதி

செந்தமிழிலிருந்து மாறுபட்ட ஒலி அமைப்பில் இருக்கும் பேச்சு மொழிக்கும் ஒரு அகராதியை உருவாக்கினார் சீகன்பால்க். இது மக்கள் அன்றாடம் இயல்பாகப் பேசும் சொற்களையும் வாக்கியங்களையும் கொண்ட ஒரு அகராதி. இடையில் ஐரோப்பா விற்குப் பயணம் மேற்கொண்டு அங்கிருந்து திரும்பும் போது கப்பல் பயணத்தில் இந்த நூலை அவர் எழுதி முடித்தார். (இந்த நூல் தற்சமயம் எங்கு பாதுகாக்கப்படுகிறது என்ற தகவல் கிட்டக்கவில்லை.)

சீகன்பால்கின் மலபார் களஞ்சியம் (Bibliotheca Malabarica)

சீகன்பால்கின் முதல் இரண்டு ஆண்டுகளில் அவர் தீவிரமாகத் தமிழ் கற்க வேண்டும் எனச் செய்த முயற்சிகளின் பலனாகச் சேகரித்த நூல்களின் தகவல் களஞ்சிய அட்டவணையே இந்த நூல். இந்த நூலில் அவர் தொகுத்திருக்கும் தகவல்கள் நான்கு பாகங்களாகப் பிரிக்கப்பட்டுள்ளன. இதன் முதல் பகுதி தூய லூதரன் சமய தத்துவம் என்ற வகையில் லூதரேனிய சமயக் கொள்கைகளை முன்வைத்து எழுதப்பட்டுள்ளது. லூதரன் சமய போதனையைச் சொல்லும் நூல்களின் பட்டியல் இப்பகுதியில் வழங்கப்பட்டுள்ளது. இதில் 26 நூல்களைப் பற்றிய தகவல்கள் கொடுக்கப்பட்டுள்ளன என்றும் அறிய முடிகிறது. இதன் இரண்டாம் பகுதியில், கத்தோலிக்க கிறித்துவ சமயத்தைச் சார்ந்த நூல்களைப் பற்றிய விபரங்கள் வழங்கப்பட்டுள்ளன. இதன் மூன்றாம் பகுதி மலபார் மக்களின் சமயத்தை (தமிழர்கள் – தமிழ் இலக்கியம், சைவ, வைணவ நூல்கள்) பற்றி கூறும் நூல்களின் பட்டியல் வழங்கப்பட்டுள்ளது. இதில் 119 தமிழ் நூல்களைப் பற்றிய விபரங்கள் கொடுக்கப்பட்டிருந்தன என்பதை அறிய முடிகிறது. இதன் நான்காம் பகுதியானது இஸ்லாமிய சமய நூல்களின் பட்டியலையும், அவை பற்றிய செய்திகளையும் வழங்குகின்றது. இந்த நூல் 1708ஆம் ஆண்டு ஆகஸ்ட் மாதம் முழுமையடைந்தது[9].

---

9. W.Germann, Ziegenbalgs Bibliotheca Malabarica, in: Missionsnachrichten der Ostindischen Missionstadt zu Halle, Jg.XXXII, Heft 1 und 2, Halle, 1880, pp 1-20 and 62-94.

மலபார் (தமிழ்) கடவுளர்கள் (Genealogie der Malabarischen Götter)

288 பக்கங்களைக் கொண்ட விரிவான நூல் இது. சீகன்பால்க் தமிழ் நிலத்தில் வாழும் மக்களுக்கு ஒரு புதிய மதத்தை அறிமுகப்படுத்தும் நோக்கத்துடன் வந்தவர். அவர் தரங்கம்பாடி மட்டுமல்லாது தமிழகத்தின் பல ஊர்களுக்கும் ஆந்திராவில் திருப்பதி வரையும் சென்றுவந்தவர். தமிழ் மக்கள் நம்பும் சமயத்தின் கூறுகள், அவர்களது கடவுளர்கள், அக்கடவுளர்களின் தன்மைகள், அக்கடவுளர்களோடு பிணைக்கப் பட்ட தொன்மங்களின் புராண வடிவங்கள் என்பனவற்றை தேடிச் சேகரித்துக்கொண்டார். அப்படி தனது பல்வேறு பயணங்களின்போதும், இயல்பான உரையாடல்களின் போதும், சமயவாதிகளுடன் விவாதிக்கும் போதும் தான் அறிந்துகொண்ட இந்து சமய கடவுளர்களைப் பற்றிய விரிவான பல தகவல்களைக் கொண்டு இந்த நூலை உருவாக்கியுள்ளார். 1713ஆம் ஆண்டு ஆகஸ்டு 21ஆம் தேதி சீகன்பால், க்ருண்ட்லர் இருவரது பெயர்களும் கையெழுத்திடப்பட்டு வெளியிடப்பட்ட நூல் இது. இந்து தெய்வக் கடவுளர்களில் மும்மூர்த்திகளான சிவன், பிரம்மா, விஷ்ணு ஆகியோருடன், சக்தி, லட்சுமி, அதோடு நாட்டுப்புற வழிபாட்டில் அங்கம் வகிக்கும் ஐயனார், மாரியம்மா போன்ற கடவுளர்களைப் பற்றிய அறிமுகமும் இக்கடவுளர்களின் தன்மைகள் பற்றிய விளக்கங்களும் விரிவாக அவர்கள் அறிந்து கொண்ட வகையில் இந்த நூலில் வழங்கப்பட்டுள்ளன[10].

க்ரூண்ட்லர்

மலபார் மருத்துவம் (Malabar Medicus)

க்ரூண்ட்லரின் ஆர்வம் பெரும்பாலும் மருத்துவம் சார்ந்த துறையிலேயே இருந்த காரணத்தால் அவர் தனது தமிழக வாழ்க்கையில் முழுமையாகத் தமிழ் மக்கள் தங்கியிருக்கும் பகுதிகளிலேயே தங்கியிருந்து அங்கு இயல்பாக நாட்டு வைத்தியர்களும் சித்த மருத்துவர்களும் கையாண்ட வழிமுறை களைக் குறித்துக்கொண்டதோடு வீடுகளில் வழக்கில் உள்ள 'பாட்டி வைத்தியம்', 'சித்த மருத்துவம்' பற்றி அறிந்து அவற்றைப் பற்றிய குறிப்புகளைச் சேகரிப்பதில் தனது ஆர்வத்தை செலுத்தினார். சீகன்பால்க்போல தமிழ் இலக்கண நூல்களையோ கிறித்துவ நூல்களுக்கான மொழிபெயர்ப்பு நூல்களையோ

10. Bartholomaeus Ziegenbalg , Genealogie der Malabarischen Götter, Christian Knowledge Press, Madrass, 1867.

அவர் படைக்கவில்லை. மாறாக அவரது மிகப் பெரியதொரு படைப்பாக அமைவது *Malabar Medicus* என்னும் ஒரு நூல். தமிழகத்தில் இருந்த 12 ஆண்டுகளும் தமிழக மருத்துவம் தொடர்பாக உள்ளூர் மக்களுடன் பேசியும், தகவல் தேடியும் மருத்துவம் தொடர்பான தனது தேடலைத் தொடர்ந்தார் க்ருண்ட்லர். தமிழகத்தின் உணவு முறைக்கும் தட்பவெப்ப நிலைக்கும் ஏற்ற மூலிகைகளைப் பற்றியும், மருந்து தயாரிக்கும் முறை பற்றியும் ஆராய்ந்து, மக்களோடு மக்களாக இணைந்து தேடி தகவல்களைத் தொகுத்து இந்த நூலை எழுதினார். தமிழ் மக்கள் பயன்பாட்டில் இருக்கும் மருத்துவக் குறிப்புகளை ஐரோப்பாவிலிருந்து வருபவர்கள் அறிந்திருக்க வேண்டியது அவர்களுக்கு அவர் தம் பணிகளை உடல் நோய் தாக்காதவாறு திடமுடனும் ஆரோக்கியத்துடனும் வாழ்ந்து பணியாற்ற முடியும் என அவர் நம்பினார்.

சீகன்பால்குடன் இணைந்து தமிழ் இலக்கணம் அல்லது மொழிபெயர்ப்பு நூல்களில் க்ருண்ட்லர் பணியாற்றவில்லையென்றாலும் கூட அவரது பெயரும் சில நூல்களில் இடம் பெற்றிருப்பதைக் காணலாம். இதற்குக் காரணமாக இருந்தது சீகன்பால்குக்கும் க்ரூண்ட்லருக்கும் இடையே ஆன உறுதியான நட்பும் நம்பிக்கையும் என்றே கருதத் தோன்றுகிறது. க்ரூண்ட்லர் தரங்கம்பாடி வந்த காலம்தொட்டு சீகன்பால்கின் பணிகள் அனைத்திலும் அவருக்கு உற்ற துணையாக இருந்து செயல்பட்டார். சீகன்பால்க் இறக்கும் தருவாயில் அவரது உடல் நிலையைக் கண்டு தாளாது மனம் வருந்தியதை ஃபெங்க்ர் தன் நூலில் குறிப்பிடுகிறார். சீகன்பால்குக்கு பின்னர் ஓராண்டு தரங்கம்பாடி தலைமைப்பீடத்தைப் பாதுகாத்து பின்னர் மறு ஆண்டே உடல் நோயினால் தாக்கப்பட்டு இவரும் காலமானார்.

பெஞ்சமின் சூல்ட்ஷே

பெஞ்சமின் சூல்ட்ஷே தமிழ் மொழியில் அதிகமான மொழி பெயர்ப்புக்களைச் செய்த பாதிரியார் என அறியப்படுபவர்.

மொழிபெயர்ப்புகள்

பைப்பிளில் உள்ள வசனங்கள், மறை பாடல்கள், பைபிள் விளக்கங்கள் எனப் பல சிறு நூல்களை ஓலைச்சுவடியிலேயே எழுதினார். அவற்றை இன்றும் ஜெர்மனியின் ஹாலே நகரில் இருக்கும் கல்வி நிறுவனத்தில் உள்ள அரிய ஆவணங்கள் பகுதியில் காணலாம். உதாரணமாக சில:

Catalog: TAM 5

Type: Palm Leaf – 45 cm long; 11 cm wide, 48 leaves

Author: Johann Arndt

Translator: Benjamin Schultze

Title: ஞான மநதிர செலவ பூஙகாவனம. அதினுடைய முதலாம் வகுபபிலே.

Catalog: TAM 6

Type: Palm Leaf – 48 cm long; 5 cm wide, 75 leaves

Author: Thomas Kempis

Translator: Benjamin Schultze

Title: முதலாம பொஷததகம

கிறித்துவ மறை பாடல்கள் தொகுப்பு (Hymnologia Damulica)

சூல்ட்ஷே மொழிபெயர்த்த ஜெர்மானிய மொழி கிறித்துவ சமய பாடல்களின் தொகுப்பு ஒன்று 1723ஆம் ஆண்டில் அச்சு வடிவம் பெற்றது என்ற செய்தியும் அறிகிறோம். தமிழ் மொழியில் தெய்வீகப் பாடல்களை உருவாக்குவதன்வழி புதிதாக லூதரன் சபையில் இணைந்துகொண்டோர் தங்கள் வழிபாட்டில் இந்த நூல்களைப் பயன்படுத்தலாம் என்ற நோக்கத்துடன் இந்த முயற்சி மேற்கொள்ளப்பட்டது.

பைபிள் மொழிபெயர்ப்பு

சீகன்பால்கின் முயற்சியில் பைபிளின் தமிழ் மொழிபெயர்ப்பு வெளிவந்ததைப் பற்றி முன்னர் பார்த்தோம். பைபிளின் தெலுங்கு[11] மற்றும் ஹிந்தி[12] மொழிபெயர்ப்புக்களை முதன் முதலில் எழுதியவர் சூல்ட்ஷே என்றே அறியப்படுகிறார். இதன் அடிப்படையில் காணும்போது சூல்ட்ஷே தெலுங்கு மொழியையும் ஹிந்தி மொழியையும் மெட்ராஸ் வந்த பின்னர் நன்கு கற்றுக்கொண்டார் எனத் தெரிகிறது. தமிழுக்கும் தெலுங்குக்குமான மொழியியல் ஒற்றுமை வேற்றுமைகளை அறிந்து அவற்றை ஒப்பீடு செய்யும் திறனும் பெற்றிருந்தார்.

---

11. Rev. E.R. Baierlein, The Land of the Tamulians and its missions, Madras, 1875, p.152.

12. Rev. M.A.Sherring, The History of the Protestant Missions in India, from their commencement in 1706 to 1871, London, 1875, p.15

ஹிந்தி மொழி இலக்கணம் (Hindustani Grammar)

தியோடர் பென்ஃபெய் என்பவர், சூல்ட்ஷே ஹிந்தி மொழி இலக்கணம் ஒன்றை 1741ஆம் ஆண்டில் எழுதினார் என்றும் குறிப்பிடுகிறார். சூல்ட்ஷேவை ஹிந்தி மொழி கற்ற பின்னர் ஹிந்தியை ஏனைய ஐரோப்பிய மொழிகளுடன் ஒப்பீடு செய்யும் ஆய்வையும் தொடங்கினார்[13]. சமஸ்கிருதத்தை ஐரோப்பிய மொழிகளில் கிரேக்கம், லத்தீன், ஜெர்மானிய டோய்ச் மொழி ஆகியவற்றோடு ஒப்பீடு செய்து, சமஸ்கிருத சொற்களும் எண்களுக்கும் உள்ள குறிப்பிடத்தக்க ஒற்றுமைகளை அடையாளம் காட்டினார். சூல்ட்ஷேயின் ஹிந்துஸ்தானி இலக்கண நூல் 1741ஆம் ஆண்டு வெளிவந்தது. இந்த நூலின் பெயர் Hindustani Grammar என்பதாகும்.

நான்கு ஆண்டுகளுக்குப் பிறகு 1745ஆம் ஆண்டு மேலும் ஒரு ஹிந்தி மொழி இலக்கண நூலை சூல்ட்ஷே வெளியீடு செய்தார். ஆக இரண்டு ஹிந்தி மொழி இலக்கண நூல்களை இவர் எழுதியமை பற்றி அறியமுடிகிறது.

தெலுங்கு இலக்கணம்

தமிழ் மொழியைப் போலவே தெலுங்கு மொழியையும் சூல்ட்ஷே கற்றார். ஹிந்தி மொழியில் உருவாக்கியதுபோலவே தெலுங்கு மொழிக்கும் ஒரு இலக்கண நூலை உருவாக்கும் முயற்சியில் இவர் ஈடுபட்டார். இது தெலுங்கிலும் லத்தீன் மொழியிலும் அமைந்த நூலாகும். தரங்கம்பாடியிலிருந்து மெட்ராஸுக்கு வந்து அங்கே திருச்சபையை நிர்மாணித்து மத நடவடிக்கைகளில் ஈடுபட்டுக்கொண்டிருந்த சூல்ட்ஷே மெட்ராஸில் தமிழைவிட தெலுங்கு மொழி புழக்கம் அதிகமாக இருப்பதைக் காரணமாகக் கொண்டு தெலுங்கிலும் கவனம் செலுத்தத் தொடங்கியிருக்கலாம் என ஊகிக்க முடிகிறது. தரங்கம்பாடிக்குச் சமயப் பணிக்காக வந்ததுபோல மெட்ராஸில் ஒரு திருச்சபை உருவாக்கிய பின்னர் அங்கும் ஜெர்மானிய மதபோதகர்கள் வரத் தொடங்கிய காலகட்டம் அது. ஆக, அப்படி வருபவர்கள் அங்கு மக்கள் பேசும் தெலுங்கு மொழியை விரைவாகக் கற்றுக்கொண்டு மக்களுடன் நல்ல நட்புறவை உருவாக்கிக்கொள்ள இந்த தெலுங்கு – லத்தீன் இலக்கணம் உதவியாக இருக்கும் என்ற எண்ணமே இந்த நூல் உருவாக்கத்திற்கான ஒரு காரணமாகவும் நாம் கருதலாம். இந்த

---

13. R.F.Merkel, Die Bedeutung der Mission fuer die Wissenschaft, in: Mission und Wissenschaft, Nr.17, Herrnhut, 1921, p.11

நூல் ஜெர்மனியின் ஹாலே நகரில் உள்ள அச்சுக்கூடத்தில் 1747ஆம் ஆண்டு அச்சிடப்பட்டு வெளியிடப்பட்டது என அறிய முடிகிறது[14].

ப்ரெஸ்ஸியர்

டேனீஷ் அரசின் ஆணையை ஏற்று மறை பரப்பும் பணிக்காக முதலில் வந்தோராக நாம் அறியும் சீகன்பால்க், ப்ளெட்சோ, க்ரூண்ட்லர், சூல்ட்ஷே போன்றோருக்குத் தமிழ் மொழியை அறிந்துகொண்டு மக்களுடன் உரையாடுவதற்கும், அவர்களை லூதரன் மதத்தில் இணைப்பதற்குத் தேவையான தமிழ் கிறித்துவ நூல்களை எழுதுவதற்கும் அதிக சிரமங்கள் இருந்தன. இவர்களுக்குப் பின்னர் வந்தோருக்கு இந்த அடிப்படை சிரமங்கள் இருக்கவில்லை. இவர்களுக்கு முன் வந்தோர் உழைத்து உருவாக்கிய மொழி நூல்கள், இப்புதியவர்கள் தங்கள் பணியில் மொழிப்பயிற்சியைத் தங்கள் தாயகமான ஜெர்மனியிலேயே பெற்றுக்கொண்டு இங்கு வர உதவியது. தமிழ் இலக்கண நூல்களும், தெலுங்கு ஹிந்தி இலக்கண நூல்களும் தமிழ் கிறித்துவ சமய நூல்களும் தேவைக்கேற்ற அளவிற்கு இவர்கள் பயிற்சி செய்வதற்கும் கற்றுக்கொடுப்பதற்கும் இருந்தன. ஆக, இவர்களின் பணியை முன்னெடுப்பதில் இவர்கள் மொழி தொடர்பான விசயங்களில் அதிக சிரமத்தை எதிர்நோக்கவில்லை என்றே குறிப்பிடலாம்.

வாக்கிய நூல் (Phrases-Buch)

நமக்கு கிடைக்கும் தகவலின் அடிப்படையில் ப்ரெஸ்ஸியர் எழுதியதாக ஒரு நூல் அடையாளம் காட்டப்படுகிறது. இதன் பெயர் *Phrases-Buch* என்பது. இது வாக்கிய அமைப்பை அறிமுகப்படுத்தும் ஒரு நூல் எனலாம். இந்த நூலில் வரும் வாக்கியங்கள் அனைத்தும் அவரது தினசரி நடவடிக்கைகளில் பயன்படுத்திய வாக்கியங்களின் தொகுப்புகளாகும். வாக்கியங்களை வாசித்துப் பயிற்சி செய்வதன்வழி தமிழ் மொழியைப் பேசவும் எழுதவும் விரைவாகக் கற்க உதவும் வகையில் ப்ரெஸ்ஸியர் இந்த நூலைத் தயாரித்தார்[15].

எளிய வாக்கியங்களில் கிறித்துவ மறை வசனங்களை அவர்கள் மனனம் செய்துகொள்ளும் வகையில் இந்த நூலில் உள்ள வாக்கியத் தொகுப்புகளைப் ப்ரெஸ்ஸியர் இந்த நூலில் அமைத்துள்ளார்.

---

14. C.S.Mohanavelu, German Tamilology – German contributions to Tamil language, literature and culture during the period 1706 – 1945. P 77

15. W.Germann, Die Wissenschaftliche.., p.9

ப்ரெஸ்ஸியர் தரங்கம்பாடியில் 13 ஆண்டுகள் பணிபுரிந்து அங்கேயே தமது 42ஆம் வயதில் காலமானார்.

வால்த்தர்

ஐரோப்பியர் மட்டுமன்றி தமிழ் மக்களும் நன்கறிந்த வீரமாமுனிவரது (C.J.Beschi) தமிழ் மொழித்திறனுக்கு ஒப்பான திறனைப் பெற்றவர் எனப் போற்றப்படுபவர் வால்த்தர் (Christopher Theodor Walther). தரங்கம்பாடி லூதரன் திருச்சபையில் சேவை செய்தோர்களில் முக்கிய இடம் வகித்தவர் என்றும் அச்சகத்தின் பதிப்புப் பணிகளை நிர்மாணித்துவந்தவர் எனவும் இவரைக் குறிப்பிடலாம். தமிழ் மொழியைத் தீவிரமாகக் கற்று ஆழ்ந்த புலமையைக் கொண்டிருந்தார். தமிழகத்துக்கு வந்த ஜெர்மானியப் பாதிரிமார்களில் இவரே செந்தமிழில் புலமை பெற்ற அறிஞர் என்றும் புகழப்படுபவர்.

வால்த்தரின் இலக்கண நூல் (Observationes Grammaticae quieus Linguae Tamulicae)

லத்தீன்–தமிழ் இரு மொழிகளில் அமைந்த நூல் இது. 1739ஆம் ஆண்டு வால்த்தர் இந்த இலக்கண நூலை உருவாக்கினார். வால்த்தருக்கு முன் வந்த ஏனைய ஜெர்மானிய பாதிரிமார்களின் லத்தீன் – தமிழ் இலக்கணப் படைப்புகளைவிட இது சிறந்த ஒரு நூல் என கருதப்படுகின்றது. 55 பக்கங்கள் கொண்ட நூல் இது. நான்கு பெரும் பிரிவுகளாகத் தமிழ் இலக்கணம் இந்த நூலில் லத்தீன் மொழியில் விளக்கப்பட்டுள்ளது. ஏனைய இக்காலத்து ஐரோப்பிய பாதிரிமார்களின் நூல்களைப் போலவே இந்த நூலிலும் பொதுவாக மெய்யெழுத்துகளுக்குப் புள்ளிகள் இல்லாமல் எழுதப்பட்டுள்ளது என்றபோதிலும், பல சொற்கள் மெய்யெழுத்துக்களின் புள்ளிகள் சேர்த்தே வழங்கப்பட்டுள்ளன என்பதையும் குறிப்பிட வேண்டும்.

உதாரணமாக பக்கம் 5இல், 'தொல்காப்பியம்' என்ற சொல்லில் வருகிற 'ல்' மெய்யெழுத்து மேற்புள்ளியுடன் வழங்கப்பட்டுள்ளது. பக்கம் 7இல், 'கண், புகழ்ச்சி, எங்கட்கு' என புள்ளிகள் இணைக்கப்பட்டே இச்சொற்கள் வழங்கப்பட்டுள்ளன. ஆக, தொடர்ச்சியான தமிழ் மொழி ஆராய்ச்சியின் பலனாக புள்ளிவைக்க வேண்டியதன் தேவையை அறிந்துகொண்டமையும், அதைத் தனது காகித அச்சுப் பதிப்பில் பயன்படுத்தியமை பற்றியும் ஊகித்தறிய முடிகிறது. இந்த நூலில் வால்த்தர் தனது முன்னுரையில் சீகன்பால்கின் ஆரம்பகால முயற்சிகளைப் பற்றி லத்தீன் மொழியில் குறிப்பிடுகிறார். அதாவது, '1716ஆம் ஆண்டில் சீகன்பாலக் எழுதி ஹாலே கல்விக்கூடம் அச்சிட்டு

வெளியிட்ட தமிழ் இலக்கண நூல் மிக எளிதாகத் தமிழ் மொழி தெரியாத ஒருவர் தமிழ் மொழியை எழுதவும் பேசவும் கற்றுக்கொள்ள வாய்ப்பளித்தது என்றும், 1738ஆம் ஆண்டு தமது லூதரன் திருச்சபை ஏற்படுத்திய அச்சுக்கூடத்தில் கத்தோலிக்கப் பாதிரியார் ரெவரண்ட் பெஸ்கி (வீரமாமுனிவர்) எழுதிய ஒரு இலக்கண நூலை அச்சிட்டு வெளியிட்டமை பற்றியும் குறிப்பிடுகிறார். அந்த நூலின் அச்சுப்பதிப்புப் பணியின்போது வீரமாமுனிவர் கொடுந்தமிழ் பற்றி தம்மிடம் உரையாடியமை பற்றியும் குறிப்பிடுகிறார். ரெவரண்ட் பெஸ்கி தனது நூல்களையும் வால்த்தரின் இலக்கண நூல் உருவாக்கத்திற்கு வாசிப்பிற்காக வழங்கியதை வால்த்தர் குறிப்பிட்டு பிரத்தியேக நன்றியையும் இந்த நூலின் முன்னுரையில் பதிகின்றார்.

இந்த நூலின் தொடக்கத்திலேயே வால்த்தர் தமிழ் இலக்கணத்திற்கு அறிமுகம் வழங்கும் முகமாக, "உயிர் பன்னிரெண்டும் உடம்பு பதினெட்டும்" என்று ஆரம்பிக்கிறார். தமிழ் இலக்கணத்துக்கு அடிப்படையான எழுத்துகளில் 'உயிரெழுத்துகள்' எனப்படுவன யாவை என தெளிவு படுத்தி பின் 'உடம்பு' எனப்படும் 'மெய்' எழுத்துகள் யாவை என்பன பற்றி தெளிவுபடுத்துகிறார். வெறும் சொற்களாக 'உயிர்', 'உடல்' என்ற சொற்களைக் காணாது, அவற்றின் உட்பொருளை நோக்கி, ஆராய்ந்து தமிழ் எழுத்துகள் என்பன ஒரு மனிதருக்கு உடலும் உயிரும் போன்றவை என்றும், இரண்டும் பிரிக்க முடியாதவை என்றும் விளக்குகிறார். இவருக்கு முந்தைய லூதரன் தமிழ் அறிஞர்கள் தமிழ் கற்ற விதத்திலிருந்து மாறுபட்டு, தமிழ் மொழியின் இயல்பை அறிந்து அதன் உட்பொருளையும் அறிந்து அவர் இந்த நூலைப் படைத்திருப்பதே இந்நூலின் சிறப்பிற்கு முக்கியக் காரணமாகிறது.

அக்காலகட்டத்தில் ஐரோப்பிய கத்தோலிக்கப் பாதிரிமார் களின் இயேசு திருச்சபையின் தமிழக மையமாக மதுரை இருந்தது. பின் இம்மையம் தஞ்சாவூருக்கு மாற வேண்டிய சூழல் ஏற்பட்டிருந்து. அது மட்டுமன்றி அவர்களது சமயச் செயல்பாடுகளுக்கு உதவும் வகையில் ஒரு அச்சகத்தை அவர்கள் ஏற்படுத்தவுமில்லை[16]. இந்தச் சூழலில் கத்தோலிக்க இயேசு திருச்சபை ரெவரண்ட் பெஸ்கியின் நூலை அச்சிட லூதரன் பாதிர்மார்கள் தரங்கம்பாடியில் ஏற்படுத்தி நடத்தி வந்த அச்சகத்தை நாட வேண்டிய அவசியம் ஏற்பட்டது. பெஸ்கி இந்தப் பணி தொடர்பாக தரங்கம்பாடி வந்தபோது அந்த அச்சகத்தின் பொறுப்பாசிரியராக இருந்தவர் வால்த்தர். 11 அத்தியாயங்கள் கொண்ட கொடுந்தமிழ் இலக்கண நூலை

---

16. W.Germann, Die Wissenschaftliche.., p.9

அங்கு அச்சிட அவர் விரும்பினார். அந்தக் கையெழுத்துப் பிரதிகளைச் சரிபார்த்து அவற்றை முழு நூலாக்கும் பணியில் பதிப்பாசிரியராகச் செயல்பட்டவர் வால்த்தரே.

லத்தீன் – சமஸ்கிருத இலக்கணம்

வால்த்தர், சமஸ்கிருத இலக்கண நூல் ஒன்றினை எழுதும் முயற்சியிலும் ஈடுபட்டிருந்தார். லத்தீன் – சமஸ்கிருத இலக்கண நூல் உருவாக்கம் எனும்போது முன்னோடிகளாக எர்ன்ஸ்ட் ஹான்ஸ்லேடென் (*Johann Ernst Hanxleden, 1689–1732*) மற்றும் வால்த்தர் ஆகியோரைக் குறிப்பிடலாம். ஆயினும் அச்சுவடிவில் பதிப்பிக்கப்பட்ட முதல் லத்தீன் – சமஸ்கிருத இலக்கண நூலை வெஸ்டின் (*J.P. Wesdin*) என்பவர் (*1748–1806*) உருவாக்க, அது ரோம் நகரில் 1790ஆம் ஆண்டு வெளியிடப்பட்டது. இந்த சமஸ்கிருத இலக்கண நூல் தேவநாகரி எழுத்துருவில் இல்லாது தமிழில் எழுதப்பட்ட நூல் என்பது குறிப்பிடத்தக்கது[17].

சீகன்பால்க் தொடங்கிய நிறைவுபெறாத ஒரு அகராதி நூல் முயற்சியை அவரது மறைவுக்குப் பின்னர் முடிக்கும் பணியில் தன்னை வால்த்தர் ஈடுபடுத்திக்கொண்டார் என்ற செய்தியும் அறிய முடிகிறது. ஆயினும் அந்த நூல் முற்றிலும் முழுமை பெற்று வெளிவந்ததா என்ற தகவல் தெளிவாகக் கிட்டவில்லை.

சர்ட்டோரியஸ்

தரங்கம்பாடி லூதரன் திருச்சபைக்கு வந்த பாதிரிமார்களில் குறிப்பிடத்தக்க செயலாற்றிய சர்ட்டோரியஸையும் (*Sartorius*) நினைவுகூற வேண்டும்.

ஹாலே ஃப்ராங்கெ கல்விக்கூடத்தில் வெளியிடப்பட்ட அறிக்கை *Vol. IV.* ஜீ *536*, குறிப்பிடும் தகவலின் அடிப்படையில் 1712இல் சீகன்பால்க் தொகுக்கத் தொடங்கிய அகராதி பணி முற்றுப்பெறாத நிலையில் இருந்தது என்பதை அறிய முடிகிறது. இந்த அகராதி நூல் பனை ஓலைச்சுவடிகளில் எழுதப்பட்டிருந்தது என்றும், 1726ஆம் ஆண்டு இதைப் பெயர்த்து காகித்தில் எழுதும் பணி மேற்கொள்ளப்பட்டது என்ற செய்தியையும் இதே அறிக்கை தெரிவிக்கிறது. இந்த அகராதியை அடிப்படையாகக் கொண்டு தமிழ்–லத்தீன் அகராதி நூலை மெட்ராஸில் சேவையில் இருந்த போது சர்ட்டோரியஸ் தொடங்கினார். சீகன்பால்க் தொடங்கிய இந்த முயற்சி பின்னர் சார்ட்டோரியஸின் தொடர் முயற்சியால் நிறைவுற்றது என்றும், பணி முடிவுற்றதும் அது தரங்கம்பாடிக்கு அனுப்பிவைக்கப்பட்டது என்றும் அறிகிறோம்.

---

17. Walter Leifer, Indien und die Deutschen, Tuebingen, 1969, p.76

சார்ட்டோரியஸ் தமது குறிப்பில் கூறியுள்ளதன் அடிப்படை
யில் காணும்போது[18], தான் முதலில் ஒரு அகராதி தயாரிக்க
முயற்சித்ததாகவும், பின்னர் சீகன்பால்கின் முற்றுப்பெறாத
அகராதி அவருக்கு மெட்ராஸுக்கு அனுப்பிவைக்கப்பட்டபோது
அந்த அகராதியில் உள்ள தமிழ்ச்சொற்களுக்கான லத்தீன்
மொழி விளக்கத்தைச் சேர்த்ததோடு மேலும் புதிய சொற்களை
இணைத்ததையும் குறிப்பிடுகிறார். அது மட்டுமன்றி
சர்ட்டோரியஸ் கடலூரில் 1738ஆம் ஆண்டு காலமான பின்னர்
இந்த நூல் மேலும் கைஸ்டரால் நிறைவாக்கப்பட்டது[19]. ஆக, இந்த
அகராதி நூல் சர்ட்டோரியஸ் ஒருவர் மட்டுமே உருவாக்கிய
நூல் அன்று என்பதுவும், சீகன்பால்க் தொடக்கிய பணி
விரிவாக்கம் செய்யப்பட்டு முழுமையாக்கப்பட்டது என்பதுவும்,
அதைச் செய்தவர் சர்ட்டோரியஸ் மற்றும் கைஸ்டர் ஆகியோர்
என்பதையும் ஐயத்துக்கிடமின்றி அறிய முடிகிறது.

ஃபேப்ரிக்குஸ்

தமிழகம் வந்த ஜெர்மானிய லூதரன் பாதிர்மார்களில் மிக
நீண்ட ஆண்டுகள் வாழ்ந்து சமயச் சேவையும் சமூகச் சேவையும்
செய்தவர்களுள் ஒருவர் ஃபேப்ரிக்குஸ் *(Johann Philipp Fabricus)*.
ஏறக்குறைய 50 ஆண்டுகள் தமிழகத்திலேயே வாழ்ந்தவர்; தமிழ்
மொழியைப் பேசவும் எழுதவும் கற்றுக் கொண்டவர்; இவரைப்
பற்றிய ஒரு நூலை கெர்மான் *(William Germann)* எழுதியிருக்கிறார்.
அது ஜெர்மனியின் எர்லாங்கன் *(Erlangen)* நகரில் 1865ஆம்
ஆண்டு அச்சாகி வெளிவந்தது. லூதரன் திருச்சபை தொடர்ந்து
எதிர்கொண்ட பொருளாதாரப் பிரச்சினைகளுக்கிடையில்,
தமிழகத்தில் ஏனைய பிற சமூக, சமய சூழல்களுக்கிடையே
தன் பணியில் மட்டுமே முழு கவனம் செலுத்தி உழைத்தவர்
என்றும், திருமணமே செய்துகொள்ளாமல் வாழ்ந்ததோடு தனது
சமயப் பணியையே மணந்துகொண்டவர் என்றும் நூலாசிரியர்
இவரைப் பற்றி குறிப்பிடுகிறார்[20].

ஃபேப்ரிக்குஸின் தமிழ்ப்புலமையைப் பற்றி கூறும் போது
மிக உயர்வாகக் குறிப்பிடுவதோடு, மிகச் சிறந்த தமிழ் மொழி
ஆற்றலை அவர் பெற்றிருந்தார் என்பதை ஆர்னோ லேமானும்
குறிப்பிடுகிறார். தனது *'It begann in Tranquebar'* என்ற நூலில்

---

18. W. Germann, *Die Wissenschaftliche..,* op. Cit, p.17

19. C.S. Mohanavelu, German Tamilology – German contributions to Tamil language, literature and culture during the period 1706 – 1945. P 85

20. W.Germann, *Johann Philipp Fabricus, seine fuenfzigjaerige Wirksamkeit im Tamulenlande und das Missionsleben des achtzehnten Jahrhunderts daheim und draussen, nach handschriftlichen Quellen geschildert,* Erlangen, 1865, p.180

15ஆம் அத்தியாயம் முழுமையும் ஃபேப்ரிக்குஸைப் பற்றிய தகவல்களையே வழங்கியிருக்கிறார் அர்னோ லேமான். இவருக்கு முன்னர் தமிழகம் வந்து திருச்சபை பணியில் தம்மை ஈடுபடுத்திக்கொண்ட சீகன்பால்க், க்ருண்ட்லர் போன்றோரோடு ஒப்பிடுகையில், இவரது தமிழ் மொழிப் புலமை மிகச் சிறப்பானது என்றும், உயர்தரமான தமிழ் மொழி ஆற்றலை இவர் கொண்டிருந்தார் என்பதையும் அறிய முடிகிறது. முத்து என்ற பெயர்கொண்ட ஒரு தமிழ் ஆசிரியரை இவர் தனக்கு பாடம் சொல்லித்தர ஏற்பாடு செய்தமையும், அவரைத் தான் மெட்ராஸில் சந்தித்தமையையும், தான் தமிழகம் வருவதற்கு முன்னரே பெஞ்சமின் ஷூல்ட்ஷே வழியாக பைபிளைக் கற்றிருந்தார் என்றும் ஆங்கிலமும் நன்கு கற்றவர் என்ற தகவலும் ஃபேப்ரிக்குஸ் தாமே எழுதிய குறிப்புகளின் வழி கூறுகிறார்[21].

மலபார் இலக்கணம் (Malabar Grammar)

உயர்ந்த தரத்தில் அமைந்த, 63 பக்கங்கள் கொண்ட தமிழ் ஆங்கில இலக்கண நூல் இது. முதலில் 1778ஆம் ஆண்டில் பதிப்பிக்கப்பட்டது. இதன் முதல் பதிப்பு அனைத்தும் விற்று முடிந்ததால் இரண்டாம் பதிப்பு 1793ஆம் ஆண்டு வெளிவந்தது. இதை எழுதிய காலகட்டத்தில் உடனே இதை வெளியிடப் போதுமான பொருளாதாரம் திருச்சபைக்கு இல்லாத காரணத்தால் தாமதித்து இந்த அச்சுப்பதிப்புகள் வெளிவந்தன. முதல் பதிப்பு விற்றுத் தீர்ந்தமையால் இரண்டாம் பதிப்பாகவும் இது அக்காலத்திலேயே வெளிவந்தது என்ற இச்செய்தி இது பலரால் விரும்பி வாங்கப்பட்ட நூலாக அக்காலகட்டத்தில் இருந்தமையைப் புலப்படுத்துகிறது. ஜெர்மானியர்கள் மட்டுமன்றி ஆங்கிலேய திருச்சபையினரும் இந்த நூலை வாங்கி இதன் அடிப்படையில் தமிழ் மொழியைக் கற்றிருக்கக்கூடும் என்ற அனுமானத்தையும் இது அளிக்கிறது.

ஆங்கிலம் – தமிழ் அகராதி (English - Tamil Dictionary)

சீகன்பால்க் உருவாக்கிய அகராதியை மேலும் மேம்படுத்தி யிருந்தார் சர்ட்டோரியஸ். அந்த அகராதி நூலை அடிப்படையாகக் கொண்டு ஓர் ஆங்கிலம் – தமிழ் அகராதி நூலை ஃபேப்ரிக்குஸ் தயாரித்தார். இதை ஃபேப்ரிக்குஸ் உடன் ப்ரெய்த்ஹப்டும் இணைந்து இருவருமாகத் தயாரித்தனர். 1774ஆம் ஆண்டு இந்த அகராதி நூல் உருவாக்கப் பணி நிறைவடைந்தது. மெட்ராஸ்

---

21. W.Germann, *Johann Philipp Fabricus, seine fuenfzigjaerige Wirksamkeit im Tamulenlande und das Missionsleben des achtzehnten Jahrhunderts daheim und draussen, nach handschriftlichen Quellen geschildert,* Erlangen, 1865, p.212 /213

வேப்பேரி அச்சுக் கூடத்தில் இந்த நூல் 1779ஆம் ஆண்டில் அச்சிடப்பட்டதாக அறியமுடிகிறது. 1805ஆம் ஆண்டிலிருந்து 1809ஆம் ஆண்டு வரை தரங்கம்பாடி லூதரன் திருச்சபையினரின் அச்சுக்கூடம் பொருளாதாரப் பிரச்சினைகளால் செயல்படாமல் இருந்தது. தரங்கம்பாடி லூதரன் திருச்சபை உருவாக்கியிருந்த அச்சுக்கூடத்தில் வெளிவராமல் மெட்ராஸ் வேப்பேரியில் இருந்த அச்சுக்கூடத்தில் அச்சிடப்பட்ட ஒரு லூதரேனிய திருச்சபை நூல் இதுதான். இதன் முதல் பிரதி 800 நூல்கள் அச்சிடப்பட்டன. ஐரோப்பாவின் மொழியியல் வல்லுனர்கள் பலரும் பயன்படுத்திய ஒரு அகராதி என இது புகழப்படுகிறது. ஒரு பதிப்பு என்றில்லாமல் நான்கு பதிப்புகள் இந்த நூலுக்கு அமைந்தன. இது பலரால் விரும்பி வாங்கி பயன்படுத்தப்பட்ட நூலாகவும் திகழ்ந்தது[22].

ரோட்லர்

1776ஆம் ஆண்டு தரங்கம்பாடியில் வந்திறங்கிய ரோட்லர் ஏறக்குறைய 60 ஆண்டுகள் தமிழகத்தில் வாழ்ந்து லூதரன் திருச்சபை திருப்பணிகளில் தம்மை ஈடுபடுத்துக்கொண்டவர். தமிழ் மொழியைத் தீவிரமாகக் கற்றதோடு, தாவரவியல் ஆய்வுகளிலும் தன்னை ஈடுபடுத்துக்கொண்டார். தரங்கம்பாடியில் வந்திறங்கிய பின் ஓராண்டுக்குள் தமிழ் மொழியில் நல்ல பயிற்சியைப் பெற்றிருந்தார். மெட்ராஸில் செயல்பட்டுவந்த லூதரன் வேப்பேரி திருச்சபையில் பணியேற்றுக்கொண்டு சேவையில் ஈடுபட்டிருந்த சமயம் செந்தமிழைப் பள்ளி மாணவர்களுக்குப் போதிக்கும் பணியையும் இவர் மேற்கொண்டிருந்தார். சீகன்பால்க், ப்ளெட்சோ போன்ற பாதிரிமார்கள் தமிழ் திறனைவிட அவர்களது காலத்துக்குப் பின்னர் வந்த பாதிரிமார்களின் தமிழ் மொழித்திறன் உயர்ந்ததாக அமைந்திருந்தது. இதற்கு முக்கியக் காரணம், இந்த ஜெர்மானியப் பாதிரிமார்கள் விரைவில் தமிழ் மொழியை எழுதவும் பேசவும் கற்றுக்கொள்ள வகை செய்யும் வகையில் முந்தைய பாதிரிமார்கள் தயாரித்து விட்டுச்சென்ற இலக்கண நூல்கள்தான். மெட்ராஸ் வேப்பேரி லூதரன் திருச்சபை மட்டுமன்றி புளியந்தோப்பு*(Pullicot)* மற்றும் செயிண்ட் தாமஸ் மலை *(St. Thomas Mount)* ஆகிய இடங்களிலும் திருச்சபைப் பணிகளை மேற்கொள்ளவும், பள்ளியில் பாடம் போதிக்கவும் மெட்ராஸ் மாவட்ட சபை *(Madras District Committee)* இவரைப் பணியில் அமர்த்தியது. ஆழமான தமிழ் அறிவும் திறமையும் கொண்டிருந்தமையே இப்பொறுப்புகள் இவருக்கு வழங்கப்பட்டதற்கு முக்கியக் காரணமாகும்.

---

22. W.Germann, *Die Wissenschaftliche..*, p.23

வேப்பேரி திருச்சபையில் இருந்த காலத்தில் ரோட்லர் அப்போதைய மெட்ராஸ் மாவட்ட சபை செயலாளராக இருந்த க்ளார்க்கு எழுதிய கடிதத்தில் தாம் தமிழில் பத்து தமிழ் குழந்தைகளுக்கும், ஒரு மராட்டிய குழந்தைக்கும் ஞானஸ்தானம் செய்துவைத்தாக குறிப்பிடுகிறார். அதே கடிதத்தில் பெண் குழந்தைகள் கல்வி கற்க பள்ளிக்கு அனுப்பப்படாத நிலையைக் கண்டு தான் பெண் குழந்தைகளுக்காகவும் ஒரு பள்ளிக்கூடத்தைத் தொடங்கியமை பற்றி தெரிவிக்கிறார்[23]. அத்துடன் தரமான கல்வியை வழங்கக்கூடிய, இலக்கண அறிவு நிறைந்த ஆசிரியர்கள்தான் பாடம் போதிக்க வேண்டும் என்பதிலும் ரோட்லர் கவனமாக இருந்தார்.

அகராதி

ரோட்லர் 1830ஆம் ஆண்டில் தமிழ்ச் சொற்கள் அடங்கிய அகராதி ஒன்றைத் தயாரிக்கும் பணியில் ஈடுபட்டார். தான் அறிந்துகொண்ட 37,000 சொற்களை அவர் அந்த அகராதி நூலில் பட்டியலிட்டு வைத்தார். நான்கு ஆண்டுகள் உழைப்பிற்குப் பின்னர் 1834ஆம் ஆண்டில் இந்த நூல் அச்சுப்பதிப்பாக வெளியிடப்பட்டது. அடுத்த ஈராண்டுகளில், அதாவது 1836ஆம் ஆண்டில் ரோட்லர் காலமாகவே, அப்பணியை டெய்லர் தொடர்ந்தார். 1839ஆம் ஆண்டு இதன் மூன்றாம் பகுதி இணைக்கப்பட்டு வெளியிடப்பட்டது. இதன் தொடர்ச்சியாக நான்காம் பகுதியைத் தொகுத்து 1841ஆம் ஆண்டு இன்னொரு அச்சுப்பதிப்பு வெளிவந்து. ரோட்லரின் இந்த நூலின் முதல் பதிப்பு வேப்பேரி அச்சுக்கூடத்தில் அச்சிடப்பட்து. இந்த அகராதி மதுரா திருச்சபையின் (Madura Missionary) தமிழ்–பிரெஞ்சு அகராதிக்கும் வின்ஸ்லோவ் அமெரிக்கத் திருச்சபை (American Missionary Winslow) அகராதிக்கும் அடிப்படையாக அமைந்து[24]. ஃபேப்ரிக்குஸ் 1779ஆம் ஆண்டில் முதலில் உருவாக்கிய அகராதிக்குப் பின்னர் 55 ஆண்டுகள் கடந்த பின் ரோட்லரின் இந்த அகராதி வெளியிடப்பட்டது. ரோட்லரின் அகராதி தமிழிலிருந்து ஏனைய ஐரோப்பிய மொழிகளில் அகராதிகள் உருவாவதற்கு அடிப்படையாக இருந்தது என்பது இதன் முக்கியத்துவத்தை நமக்கு வெளிப்படுத்துகிறது. இந்தக் காலகட்டத்தில் இங்கிலாந்தின் ஆங்கிலேயத் திருச்சபை மெட்ராஸில் தொடங்கப்பட்டிருந்து. அக்காலகட்டத்தில் ஐரோப்பியர்கள் தமிழ் கற்க இந்த அகராதி நூல்கள் பெரிதும் உதவியிருக்கின்றன என்பதை அறிய முடிகிறது.

---

23. Letters Exchanges, Call No, IC 53: 96, Franken Archives, Halle

24. W.Germann, *Die Wissenschaftliche..,* p. 24/25

ரைனுஸ்

ரைனுஸ் தனக்கு முன் தமிழகம் வந்த ஏனைய பாதிரிமார்களின் அடிச்சுவட்டில் பயணித்தவர் என்பதோடு அவர்களைவிட பன்மடங்கு தமிழ் மொழியில் ஆர்வம் கொண்டிருந்தவர் என்றும் கூறலாம். அதிகமான தமிழ் நூல்களை வாசித்து பயற்சிகள் மேற்கொண்டார். 'ஒரு நல்ல ஆசிரியர் என்பவர் நிறைய நூல்களைக் கற்றவராக இருக்க வேண்டும். ஆசிரியர் பல நூல்களைக் கற்றிருந்தால்தான் மாணாக்கர்களுக்கு நல்ல முறையில் பாடங்களைக் கற்பிக்க முடியும்' என்ற கருத்தைக் கொண்டிருந்தார். ரைனுஸுக்கு முன் தமிழகம் வந்த சீகன்பால்க், க்ருண்ட்லர் போன்றவர்கள் ஆரம்ப இலக்கணத்தைக் கற்பதிலும், இலக்கண நூல்களை எழுதுவதிலும் தங்கள் தமிழக நாட்களின் பெரும் நேரத்தை செலவிட்டனர். அதற்கான மிகுந்த தேவையும் அக்காலகட்டத்தில் இருந்ததை மறுக்க முடியாது. அடுத்த சில ஆண்டுகள் படிப்படியாக தரமான முறையில் தமிழ் மொழியை ஜெர்மானிய பாதிரிமார்கள் கற்றுக்கொள்ள வாய்ப்பு கிடைத்தமையால் மிக விரைவாக அடிப்படை தமிழ் மொழியைக் கற்றுக்கொண்டு மென்மேலும் பல தமிழ் நூல்களைத் தேடி வாசித்து தங்கள் தமிழ் மொழித்திறனை வளர்த்துக் கொண்டதோடு உயர்தர தமிழில் அமைந்த நூல்களையும் அடுத்தடுத்து வந்தவர்களால் வழங்க முடிந்தது.

தமிழ் இலக்கணம் (A grammar of the Tamil Language with an Appendix)

பல ஆண்டுகள் தொடர்ச்சியாகத் தமிழ் மொழியைக் கற்று பல இலக்கண நூல்களை ஆராய்ந்தும் பல அகராதி நூல்களை ஆராய்ந்தும் ஒரு தமிழ் இலக்கண நூலை உருவாக்கினார் ரைனுஸ். ஜெர்மானிய பாதிரிமார்கள் எழுதிய இலக்கண நூல்கள் மட்டுமன்றி தமிழ் ஓலைச்சுவடி நூல்கள் பலவற்றை இவர் கற்றார். அதில் உள்ள, புழக்கத்தில் இல்லாத பல சொற்களையும் ஆராய்ந்தார்; பொருளைத் தேடினார்; பல நூல்களைக் கற்றதால் தனக்கு முன் வந்த ஜெர்மானிய லூதரன் பாதிரிமார்களின் நூலில் உள்ள தவறுகளை அவரால் அடையாளம் காண முடிந்தது. எழுதப்பட்ட இவ்வகையான இலக்கண நூல்களில் தமிழ்ச் சொற்களுக்குப் பதிலாக அதிகமான சமஸ்கிருதச் சொற்கள் தமிழ் மொழியாகப் பாவிக்கப்பட்டிருப்பதை ரைனுஸ் கண்டறிந்தார். இதைப் பற்றி ரைனுஸ் குறிப்பிடும்போது, 'தமிழ் மொழியை நன்கு கற்ற பெஸ்கிகூட இதே தவறைத் தமது நூல்களில் கையாண்டிருக்கிறார்' என்றும் குறிப்பிடுகிறார்[25]. இந்த நூலின்

---

[25]. C.T.E. Rheinus, A grammar of the Tamil Language with and Appendix, Madras, 1896, p.iii

முன்னுரையில் பல தமிழ்ச்சான்று நூல்களைக் குறிப்பிட்டு, இவர் தமிழ் மொழி இலக்கணம் பற்றி கொடுத்திருக்கும் தகவல்கள் இவரது உயர்ந்த தமிழ்ப்புலமைக்குச் சான்றுகளாக அமைகின்றன. 300 பக்கள் கொண்ட நூல் இது. 1836ஆம் ஆண்டு, அதாவது ரைனுஸ் காலமாவதற்கு இரண்டாண்டுகளுக்கு முன்னர் இந்த ஆங்கில மொழியில் அமைந்த தமிழ் இலக்கண நூல் மெட்ராஸ் திருச்சபையின் அச்சகத்தில் அச்சுப்பதிப்பாக வெளிவந்தது. இந்த நூலைக் காணும்போது தமிழ் இலக்கணத்தை ஆங்கில மொழி வழியாகக் கற்றுக்கொள்ள விரும்பும் அனைவருக்கும் ஏற்ற ஒரு சிறந்த இலக்கண நூல் இது எனக் கூற முடியும். தமிழ் இலக்கணம் மிகச் சீராக தொகுக்கப்பட்டு சிறந்த விளக்கங்களுடன் இந்த நூலில் இணைக்கப்பட்டுள்ளது.

திருநெல்வேலி வந்தடைந்த பின்னர் அங்கு ரைனுஸ் 18 ஆண்டுகள் லூதரன் திருச்சபை பணியில் இருந்தார். அச்சமயத்தில் திருநெல்வேலி முத்துக்குமாரசுவாமி ஓதுவார் என்பாரிடம் இவர் முறையாகத் தமிழ் பயின்றார். முத்துக்குமாரசுவாமி ஓதுவார் திருவாவடுதுறை மடத்தைச் சார்ந்த சாமிநாத தம்பிரானிடம் தமிழ் பயின்றவர். இவர் 1809ஆம் ஆண்டில் காலமானார். அவரது தலைமை மாணவரான அம்பலவாணக் கவிராயர் திருநெல்வேலியில் தமிழாசிரியராகப் பணியைத் தொடர்ந்தார். இவர் 1813ஆம் ஆண்டு திருக்குறளைத் தமிழில் அச்சு நூலாகப் பதிப்பித்தவர்களில் ஒருவர் என்பதும் குறிப்பிடத்தக்கது. அவரிடம் கற்றவர்களில் திருப்பார்க்கடல்நாதக் கவிராயர் என்ற மாணாக்கர் ஒருவர் இருந்தார். ரைனுஸுக்குத் தமிழ் மொழியில் ஏற்பட்ட ஐயங்களைத் தீர்ப்பதில் மிக உறுதுணையாக இவர் இருந்தார் என்றும் அறிகிறோம்[26].

ரைனுஸ் சிறந்த தமிழறிஞர்களிடம் நேரடியாகத் தமிழ் கற்கும் வாய்ப்பைப் பெற்றவர். இந்த வாய்ப்பு அவருக்கு முன்னர் வந்த ஏனைய லூதரன் பாதிரிமார்களுக்கு அமையவில்லை என்பது உண்மை. எளிய மக்களிடமும், பள்ளி ஆசிரியர்களிடமும் தமிழ் கற்பது என்பதைவிட தகுதி நிறைந்த தமிழ்ப் புலவர்களிடத்தே தமிழ் கற்பதன் வேறுபாடு பெரிது. ஆக, நன்கு தமிழ் மொழிப்பயிற்சியைப் பெற்றுக்கொண்ட ரைனுஸால் சீகன்பால்க் போன்றோர் உருவாக்கிய இலக்கண நூல்களில் அமைந்திருந்த தவறுகளைக் கண்டறிந்து அவற்றைக் குறிப்பிட்டுக் காட்டி சிறந்த தமிழ் இலக்கண நூலை ஆங்கில மொழியில் வழங்க முடிந்து. தனது நூலின் முன்னுரையில் குறிப்பிடும்போது, 'சீகன்பால்கும்,

---

26. C.T.E. Rheinus, A grammar of the Tamil Language with and Appendix, Madras, 1896, p.563

பெஸ்கியும், இவர்கள் அனைவருமே தரமான தமிழ் இலக்கணம் கற்பதற்கான நூலை வழங்குவதில் தோல்வியுற்றனர்' என்றும் 'அவர்கள் பெரும்பாலும் சமஸ்கிருதைக் கலந்து தமிழ் நூல்கள் வழங்கிவிட்டார்கள்' என்றும் கூறுவதோடு தனது நூல் 'இந்தக் குறைபாடுகளைக் களையும்'என்றும் 'இது செந்தமிழை அடைப்படையாகக் கொண்டு உருவாக்கப்பட்டது' என்றும் குறிப்பிடுகிறார்[27].

கார்ல் க்ரவுல்

தரங்கம்பாடியில் லூதரன் திருச்சபை தொடங்கப்பட்ட பின்னர் கடலூர், மெட்ராஸ், திருநெல்வேலி என மேலும் சில இடங்களில் திருச்சபைகள் தொடங்கப்பட்டு லூதரேனிய கிறித்துவ மதம் பரப்பும் நடவடிக்கைகளும் மக்கள் கல்வி மேம்பாட்டு நடவடிக்கைகளும் தமிழகத்தில் மேற்கொள்ளப்பட்டு வந்தன. அக்காலகட்டத்தில் படிப்படியாக டென்மார்க் அரசின் நேரடியான ஈடுபாடு குறைந்துவந்தது. ஜெர்மனியின் ஹாலே ஃப்ராங்கெ கல்வி நிறுவனத்தின் செயல்பாடுகள் தொடர்ந்து நடைபெற்றுக்கொண்டிருந்தன. இந்தச் சூழலில் ஜெர்மனியின் கிழக்கு மாநிலமான லைப்சிக் நகரில் ஏற்படுத்தப்பட்ட லைப்சிக் லூதரன் திருச்சபையின் இயக்குனர் டாக்டர்.கார்ல் கிரவுல் நீண்ட பயணத்தைத் தொடங்கினார். இதுவரை உருவாக்கப்பட்டுள்ள லூதரன் திருச்சபைகளின் நிலைப்பாடுகளை நேரில் கண்டறிந்து, அவற்றின் நிலைக்கேற்ப நடவடிக்கைகள் எடுக்க வேண்டும் என்பது இவரது பயணத்தின் முக்கிய நோக்கமாக அமைந்தது. ஏனைய பாதிரிமார்களின் கடல் பயணம்போல் அல்லாது இவர் நிலமார்க்கமாக பாலஸ்தீனம், எகிப்து எனப் பல நாடுகளைக் கடந்து நான்கு ஆண்டுகள் பயணம் மேற்கொண்டு இந்தியாவின் மும்பாய் நகரை முதலில் வந்தடைந்தார். பின்னர் அங்கிருந்து தமிழகம் வந்து திருச்சபை பணிகளைக் கண்காணிக்கும் பொறுப்பை மேற்கொண்டார். தனது பயண அனுபங்களைக் குறிப்பாக எழுதிவந்தவர் அவற்றை லைப்சிக் நகர் திரும்பியதும் ஐந்து பகுதிகளாக வெளியிட்டார். *Journey for the East Indies through Palastine and Egypt* எனப் பெயர் கொண்ட இத்தொகுப்பு மிகப் பெரிய தகவல் களஞ்சியமாக இன்றும் கருதப்படுகிறது. இது மட்டுமன்றி தமிழ் மொழியை இவர் மிக ஆழமாகக் கற்றிருந்தமையால் சில தமிழ் நூல்களையும் ஜெர்மானிய மொழியில் மொழிபெயர்த்து வெளியிட்டிருக்கிறார்.

---

27. C.T.E. Rheinus, A grammar of the Tamil Language with and Appendix, Madras, 1896, p.i/ii

தமிழ் இலக்கணம்

ரைனுஸின் விரிவான தமிழ் இலக்கண நூல் ஐரோப்பிய அறிஞர்கள் தமிழ் கற்பதற்கு மிக விரிவான அடிப்படையை வகுத்துக் கொடுத்தது. ஆயினும் இந்திய ஆய்வியல் துறையில் முழுமையாக ஈடுபட்டிருந்த பேராசிரியர். மேக்ஸ் முல்லரின் தூண்டுதலின்பேரில் டாக்டர். கார்ல் கிரவுல் ஓர் இலக்கண நூலையும் உருவாக்கினார். 100 பக்கங்கள் கொண்ட நூல் இது. இந்த இலக்கண நூலைப் பொதுவான மொழியியல் அடிப்படைகளை அறிந்துகொள்ள விழைவோருக்கு உதவும் நோக்கத்துடன் உருவாக்கினார். தனது தமிழ் மொழி கற்றலின் அடிப்படைகளை மனதில் கொண்டு *Outline of Tamil Grammar Accomp. by Specimens of Tamil Structure, and Comparative Tables of the Flexional System in Other Dravida Dialects* என்ற நூலை எழுதினார். இந்த நூல் *DÖffling u. Franke* என்ற பதிப்பகத்தாரால் 1855 ஆண்டு வெளியிடப்பட்டது.

திருக்குறள் ஜெர்மானிய மொழிபெயர்ப்பு

தமிழகத்தில் பணியாற்றி ஜெர்மனி திரும்பிய பின்னர் தமிழ் நூற்களை மொழிபெயர்க்கு பணியில் கிரவுல் அவர்கள் ஈடுபட்டிருந்தார். அந்த வகையில் டாக்டர். கார்ல் கிரவுலின் முக்கியமான மொழிபெயர்ப்புப் படைப்பு என்றால் அது திருக்குறள் ஜெர்மானிய மொழிபெயர்ப்பு எனக் கூறலாம். லூதரன் திருச்சபையில் சேவையாற்ற வந்திருந்த ஃப்ரெடெரிக் காமெரர் தான் முதலில் திருக்குறளை ஜெர்மானிய மொழிக்கு மொழிபெயர்த்தவர் என்ற சிறப்பைப் பெறுபவர். இது *Des Tiruwalluwer –Gedichte und Denkspruech*e என்ற பெயரில் 1803ஆம் ஆண்டு ஜெர்மனியின் நூரன்பெர்க் நகரில் அச்சுப்பதிப்பாக வெளிவந்தது. ஆயினும் அம்மொழிபெயர்ப்பு முழுமையானது அல்ல. காமெரருக்குப் பின் தரங்கம்பாடி வந்த டாக்டர். கார்ல் க்ரவுல் *Der Kural des Tiruvalluver (Graul, Karl)* என்ற நூலை எழுதி வெளியிட்டார். இது கிழக்கு ஜெர்மனியின் லைப்சிக் (Leipzig) நகரில் 1856ம் ஆண்டில் நூல் வடிவம் கண்டது. இந்த நூலின் தமிழாக்கம் 'திருவள்ளுவரின் குறள்' என்பதாகும். 216 பக்கங்கள் கொண்ட இந்த நூலில் க்ரவுல் தனது முன்னுரை, பரிமேலழகரின் உரை, அதற்கான தனது முன்னுரை எனத் தொடங்குகிறார். திருக்குறளின் நேரடி மொழிபெயர்ப்பு என்றில்லாமல் நல்லெண்ணங்கள், நற்கருத்துகள், அரசரின் மாண்பு, பண்பற்ற இச்சையின் பண்பு என்பது பற்றி திருக்குறள் கூறும் கருத்தை முன்வைத்து இந்த நூலைப் படைத்திருக்கிறார்.

காதலில் களவு, பெற்றோர் சம்மதத்துடனான திருமணம் என்ற தகவல்களையும் குறிப்பிட்டு திருவள்ளுவரின் வாழ்க்கை வரலாறு என இறுதிப்பகுதியையும் சேர்த்து இந்த நூலை உருவாக்கியிருக்கிறார்.

திருக்குறளுக்கான உரை எழுதியோராகப் பன்னிரெண்டு உரையாசிரியர்களின் பெயர்களை க்ரவுல் அறிந்திருந்தார். அவர்களுள் தருமர், மணக்குடைவர், தாமத்தர், பரிதி, திருமலையார், மல்லர், கவிப்பெருமாள், காளிங்கர், நச்சினார்க்கினியர், பரிமேலழகர் ஆகியோரின் பெயர்களை அவர் தம் நூலில் சுட்டிக்காட்டி விவரிக்கிறார். எல்லிஸின் *(F.W. Ellis)* ஆங்கில மொழிபெயர்ப்பை க்ரவுல் வாசித்திருந்தார். திருக்குறள் நூலின் முதல் பாலில் பதின்மூன்று அத்தியாயங்களை எல்லிஸ் ஆங்கிலத்தில் மொழிபெயர்த்ததாகக் குறிப்பிடுகிறார் க்ரவுல். இந்த ஆங்கில மொழிபெயர்ப்பில் ஆங்கிலத்தில் விளக்க உரையையும், அதில் இலக்கண ஆய்வுகளையும் இணைத்து வழங்கியிருப்பதையும் அறிகிறோம்[28]. 1856ஆம் ஆண்டு ஜெர்மனியின் லைப்சிக் நகரில் *DÖffling & Franke* பதிப்பகத்தாராலும் லண்டனில் *Williams & Norgate* பதிப்பகத்தாராலும் இந்த நூல் பதிப்பிக்கப்பட்டது.

காமரெர், க்ரவுல் ஆகிய இரு ஜெர்மானியர்களுக்கு முன்னர் திருக்குறள் மொழிபெயர்ப்பில் குறிப்பிடப்பட வேண்டியோர் என ரெவரண்ட் பெஸ்கியையும் (வீரமாமுனிவர்) எல்லிஸையும் (F.W. Ellis) குறிப்பிடலாம். பெஸ்கியின் மொழிபெயர்ப்பே இதில் காலத்தால் முதலில் வெளிவந்த மொழிபெயர்ப்பு, அச்சுப்பதிப்பு என்ற சிறப்பிடம் பெறுகிறது. எனினும் இது முழுமையான மொழிபெயர்ப்பு அல்ல என்பதும் அறத்துப்பால், பொருட்பால் ஆகிய இரண்டு பகுதிகளை மட்டுமே மொழிபெயர்த்து, காமத்துப்பாலைத் தவிர்த்த ஒரு மொழிபெயர்ப்பு என்பதும் குறிப்பிடத்தக்கது. தீவிர கத்தோலிக்க மத நம்பிக்கையாளரான பெஸ்கி காமத்தையும் அதன் சிறப்பையும், காதல் களவு அகவாழ்க்கையின் தன்மைகளையும் விளக்கும் காமத்துப்பாலை நீக்கியே இம்மொழிபெயர்ப்பை இயற்றினார் என்பதுவும் கருத்தில் கொள்ள வேண்டியதே.

டாக்டர். கார்ல் கிரவுலின் நூல்களில் சிலவற்றைக் கீழ்க்காணும் பட்டியலில் காணலாம்.

Indische Sinnpflanzen und Blumen Zur Kennzeichnung Des Indischen, Vornehmlich Tamulischen Geistes - 256 பக்கங்கள் கொண்ட ஒரு

28. Graul Karl (1856). Der Kural des Tiruvalluver, Ein Gnomisches Gedicht über die Drei strebeziele des Menschen, Doeffling & Franke, Leipzig, Germany), 1856 P.XVII

நூல் இது. இந்த நூலில் தமிழகத்தில் தான் கண்ட தாவரங்கள், மலர்கள், முக்கிய நூல்கள் என இதை முழுமையாக ஜெர்மானிய மொழியில் எழுதியிருக்கிறார். இந்த நூல் எர்லாங்கன் நகரில் 1865ஆம் ஆண்டு அச்சிட்டு வெளியிடப்பட்டுள்ளது.

தாண்டவராய சுவாமிகள் எழுதிய கைவல்ய நவநீதம் எனும் நூலை ஜெர்மானிய மொழியில் ஒரு நூலும் ஆங்கில மொழியில் ஒரு நூலும் என மொழிபெயர்த்து வெளியிட்டுள்ளார். இதன் ஆங்கில மொழிபெயர்ப்பில் தமிழ்ப் பாடல்கள் முழுமையாகத் தரப்பட்டுள்ளன[29]. ஜெர்மன், ஆங்கிலம் என இரண்டு மொழிகளிலும் 1855ஆம் ஆண்டு இந்த மொழிபெயர்ப்பு நூல் வெளியீடு கண்டது.

Explanations Concerning the Principles of the Leipzig Missionary Society, with Regard to the Caste Question என்ற தலைப்பில் 1851ஆம் ஆண்டு தமிழகத்தில் இருந்த சமயம் டாக்டர். கார்ல் கிரவுல் ஒரு சிறிய நூலை எழுதியிருக்கிறார். ஆங்கிலத்தில் அமைந்துள்ளது இந்த நூல். மெட்ராஸ் மவுண்ட் ரோட்டில் உள்ள அச்சகத்தில் 1851ஆம் ஆண்டு அச்சிட்டு வெளியிடப்பட்டது. தமிழகத்தில் நிலவிய சாதி வேறுபாடுகளைப் பற்றிய நிலைப்பாட்டை விவரிக்கும் பத்து பக்கங்கள் கொண்ட நூல் இது.

லைப்சிக் லூதரன் திருச்சபையின் இயக்குனராகப் பொறுப்பேற்றுக்கொண்ட டாக்டர். கார்ல் கிரவுலுக்குத் தமிழகத்தில் சுணக்கமாகச் செயல்படத் தொடங்கியிருந்த லூதரன் திருச்சபைகளின் பிரச்சினைகளை நேரில் ஆராய்ந்து அவற்றின் செயல்பாடுகளை மீண்டும் தொடங்கும் பணி கொடுக்கப்பட்டிருந்து. தமிழகத்திற்கு நிலமார்க்கமாகவே சென்றுசேர்ந்த கார்ல் கிரவுல் ஒவ்வொரு திருச்சபை மையங்களையும் நேரில் சென்று பார்த்து அங்குள்ள பிரச்சினைகளைக் கண்டறிந்து ஆராய்ந்து அறிக்கைகள் தயாரித்ததுடன் அவை மீண்டும் சிறப்பாகச் செயல்பட வேண்டிய வழிமுறைகளையும் அறிமுகப்படுத்தி வைத்தார். டென்மார்க் அரசு அப்போது லூதரன் திருச்சபை பணிகளுக்கான மேற்பார்வையை லைப்சிக் லூதரன் திருச்சபைக்கு மாற்றியிருந்து[30]. அத்துடன் இந்த நேரடி பயணத்தில் டாக்டர். கார்ல் கிரவுல் தமிழ் மொழியை மேலும் ஆழமாகக் கற்கும் முயற்சியைத் தீவிரமாக மேற்கொண்டார். தமிழகத்தில் கற்றிந்த அறிஞர்கள் போற்றிய இலக்கியங்களை வாசிப்பதிலும் அவற்றைச்

---

29. Kaivaljanavanita, a Vedanta Poem, The Tamil Text with a Translation, A Glossary and Grammatical Notes, 1855, London, Williams & Norgate

30. K.Graul, Reise nach Ostindien euber palastina und Egypten von Juli 18549 bis April 1853, Erster Theil, Leipzig, 1854, p. VII

சேகரிப்பதிலும் மிகுந்த நாட்டம் காட்டினார். அத்துடன் சமூகச் சூழலை உன்னிப்பாகக் கவனித்து அச்சூழலுக்கு ஏற்ற வகையில் லூதரேனிய சமய நடவடிக்கைகளை மீண்டும் துரிதப்படுத்தும் நடவடிக்கைகளை அவர் திட்டமிட்டுச் செயல்படுத்தினார். ஆக, அவரது பயணத்தின் மிக முக்கிய நோக்கமே தமிழகத்தில் லூதரன் திருச்சபை நடவடிக்கைகளை மையம் கொண்டதாகவே இருந்தது எனலாம்.

டாக்டர். கிரவுலின் தமிழ் கற்கும் முயற்சியைப் பற்றி அறிந்துகொள்ளும்போது அவர் காட்டிய தீவிரத்தை ஒருவர் நன்கு உணரலாம். தமிழகத்திற்குச் செல்வதற்கு முன்னரே ஜெர்மனியில் லூதரன் பாதிரிமார்கள் உருவாக்கியிருந்த தமிழ் இலக்கண நூல்களின்வழி ஓரளவு தமிழ் மொழி அடிப்படை பயிற்சி இவருக்கு அமைந்திருந்து. தமிழகத்தில் இருந்த காலத்தில் ஒவ்வொருநாளும் காலை ஆறு மணி முதல் மதியம் ஒரு மணி வரை தமிழ் மொழி பயிற்சியைத் தினமும் ஏழு மணி நேரங்கள் மேற்கொண்டதாக இவர் குறிப்பிடுகிறார்[31]. நல்லத்தம்பி என்பவர் இவருக்குத் தினமும் தமிழ் மொழி பாடம் போதித்துவந்தார். தீவிர ஈடுபாட்டுடன் பயிற்சி மேற்கொண்டமையால் இவரது தமிழ் மொழி ஆளுமை என்பது இவருக்கு முன்னர் தமிழகம் வந்த ஏனைய பாதிரிமார்கள் அனைவரையும்விட உயர்ந்த நிலையில் இருந்தது என்பதை அறிய முடிகிறது.

தமிழ் மொழியிலான இலக்கணம், இலக்கியம், கதைகள், நீதி நூல்கள் என பல்வேறு தரப்பட்ட 150 தமிழ் நூல்களை இவர் தமிழகத்தில் இருந்தபோது திரட்டி ஜெர்மனிக்குக் கொண்டு சென்றார். இந்த நூல்கள் லைப்சிக் திருச்சபை நூலகத்தில் பாதுகாக்கப்படுகின்றன. (நூலாசிரியரின் 20–21 செப்டம்பர் 2018இல் ஜெர்மனியில் உள்ள ஹாலே ஃப்ராங்கே கல்வி நிறுவனத்திற்கான நேரடி பயணத்தின்போது இந்த நூல்கள் தற்சமயம் ஹாலே ஃப்ராங்கெ கல்வி நிறுவனத்திற்கு கொடுக்கப் பட்டு அங்கு பாதுகாக்கப்படுகின்றன என்ற செய்தி கிட்டியது.) இந்த 150 நூல்கள் யாவை என்பதை விளக்கும் கட்டுரை ஒன்றினை எழுதி அவை அனைத்தையும் வகைப்படுத்திப் பட்டியலிட்டு *Zeitschrift der Deutschen Morgenlaendischen Gesellschaft (Journal of the German Oriental Society)* என்ற சஞ்சிகைக்கு எழுதினார். இக்கட்டுரை 1853ம் ஆண்டு பதிப்பிக்கப்பட்டது. இந்த 150 நூல்களைத் தேடிப் பெருவதற்கும் இவர் கடின உழைப்பைச் செலுத்தியிருக்க வேண்டும் என்பது உறுதி.

---

31. Arno Lehmann, Ein deutscher Dravidologe p.606

"எப்படி சீகன்பால்க் 18ஆம் நூற்றாண்டின் குறிப்பிடத் தக்க ஜெர்மானிய திராவிடவியல் ஆய்வாளர் என சிறப்பிக்கப்படு கின்றாரோ, அதே போல 19ஆம் நூற்றாண்டின் குறிப்பிடத்தக்க ஜெர்மானிய திராவிடவியல் ஆய்வாளர் டாக்டர்.கார்ல் கிரவுல் என சிறப்பிக்கப்படுகின்றார்[32]", என்கிறார் ஆர்னோ லேமான். ஜெர்மனியிலிருந்து லூதரன் திருச்சபை பணிகளுக்காகச் சென்றவர்களில் சீகன்பால் தனித்துவம் மிக்கவர். அதுகாறும், ஐரோப்பாவில் மலபார் என அறியப்பட்ட தமிழகம், தமிழ் மக்கள் ஆகியன மேல் ஐரோப்பியர் கொண்டிருந்த தவறான புரிதல்களை நீக்கி, தமிழகம் இலக்கியச் செழுமையும், வரலாற்றுச் சிறப்பும் கொண்ட ஒரு நாடு என்ற சிந்தனையை மிக விரிவாகக் கொண்டுசென்றவர் சீகன்பால்க். இதே போன்று சீகன்பால்க் அமைத்துக் கொடுத்த வழித்தடத்தில் பயணித்து, ஐரோப்பாவில், குறிப்பாக ஜெர்மனியில் தமிழ் மொழியைப் பல்கலைக்கழகப் பாடமாக அமைக்கும் முயற்சியை நிகழ்த்தினார் கார்ல் கிரவுல். ஐரோப்பிய சூழலிலான தமிழ் மொழி கற்றலைப் பாடத்தில் இடம்பெறச் செய்ய வேண்டும் என்றும் முயற்சித்தார். ஐரோப்பிய கிறித்துவ மக்களின் சூழலில் அவர்கள் தமிழகத்தையும் தமிழ் மக்களையும் பற்றியும் அறிந்திருக்க வேண்டும் என்றும் அவர் சிந்தனை இருந்து[33]. டாக்டர். கார்ல் கிரவுலின் காலம் ஆய்வுகளுக்கு மிக விரிவான தளத்தை ஏற்படுத்திக் கொடுத்திருந்த காலகட்டம். இந்த அடிப்படையில் மொழி வெறுப்பு என்ற நிலையைக் கடந்து, ஆய்வுக்கு முக்கியத்துவம் கொடுக்கும் நிலைப்பாடு களுடன் செயல்படும் அறிஞர்கள் டாக்டர். கார்ல் கிரவுலின் செயல்பாடுகள் ஏற்படுத்திய தாக்கத்தினால் உருவாகினர்.

சீகன்பால்க் தமிழகத்தில் சீர்திருத்தக் கருத்துகளைப் பிரசங்கம் செய்து சீர்திருத்தக் கிறித்துவத்தைப் பரப்பிய காலகட்டத்தில் தமிழகத்தில் நிலவிய சாதிக்கட்டமைப்பை மிகத் தீவிரமாக எதிர்த்தார். அவர் வழி வந்த ஏனைய அடுத்தடுத்த பாதிரிமார்களும் இதே கொள்கைகளைக் கொண்டிருந்தனர். ஆனால், காலப்போக்கில் தமிழகச் சூழலில் சாதி வேறுபாடு என்பது சீர்திருத்தக் கிறித்துவத்திற்கு மாறியவர்கள் மத்தியிலும் நடைமுறையில் நுழைந்தது. சாதிப்பிரிவினைக்கு எதிராகக் கடுமையான எதிர்ப்பை முன்வைப்பதன்வழி சீர்திருத்தக் கிறித்துவத்தைத் தமிழக மக்கள் சூழலில் பிரபலப்படுத்துவதில் சிரமம் ஏற்படும் என எண்ணிய இத்திருச்சபை, சாதி வேறுபாட்டை ஓரளவிற்கு ஏற்றுக்கொண்டு தனித்தனியே பூசைகள், ஆலயத்திற்குள் செல்லும் வழிகளில் வேறுபாடு

32. Arno Lehmann, Ein deutscher Dravidologe, p.611

33. Arno Lehmann, Ein deutscher Dravidologe, p.610

என்ற வகையில் தனது 'இறைவன் முன்னிலையில் எல்லா மக்களும் ஒன்றே' என்ற சமத்துவக் கருத்தாக்கத்தில் தளர்வை ஏற்றுக்கொண்டது. டாக்டர். கார்ல் கிரவுல் இதே நிலைப்பாட்டைக் கொண்டிருந்தார் என்பதையும், பெருமளவில் மதமாற்றத்தில் மட்டும் கருத்து செலுத்துவதே சீர்திருத்தக் கிறித்துவம் தமிழகத்தில் விரிவாக்கம் பெற உதவும் எனச் செயல்பட்டார் என்பதையும் காண்கிறோம். இந்த நிலைப்பாடு சீர்திருத்தக் கிறித்துவக் கொள்கைகளைப் பரப்ப வந்த ஆரம்பகால பாதிரிமார்களின் அடிப்படை நிலைப்பாட்டிற்கு எதிரான கருத்துகளை வரவேற்கும் வகையில் அமைந்தது என்றும் டாக்டர். கார்ல் கிரவுல் இவ்வகை நிலைப்பாட்டைத் தவிர்த்திருக்க வேண்டும் என்றும் கருத்துகள் இன்று வெளிப்படுகின்றன.

தமிழ் மொழியின் மேல் அளவற்ற பற்று கொண்டிருந்த டாக்டர். கார்ல் கிரவுல் அவர்கள் தமது 50வது வயதில் காலமானார். தனது குறுகிய வாழ்நாளிலேயே இவர் ஆற்றிய பணிகள் ஏராளம். தமிழிலிருந்து ஜெர்மானிய மொழிக்கும் ஆங்கிலத்திற்கும் இவர் செய்த மொழிபெயர்ப்புகள் குறிப்பிடத் தக்கவை. டாக்டர். கார்ல் கிரவுல் மேலும் சில ஆண்டுகள் உயிருடன் இருந்திருந்தால் மேலும் பல தமிழ் நூல்களை மொழிபெயர்ப்பு செய்து ஐரோப்பிய உலகிற்கு வழங்கிச் சென்றிருப்பார் என்பதில் ஐயமில்லை.

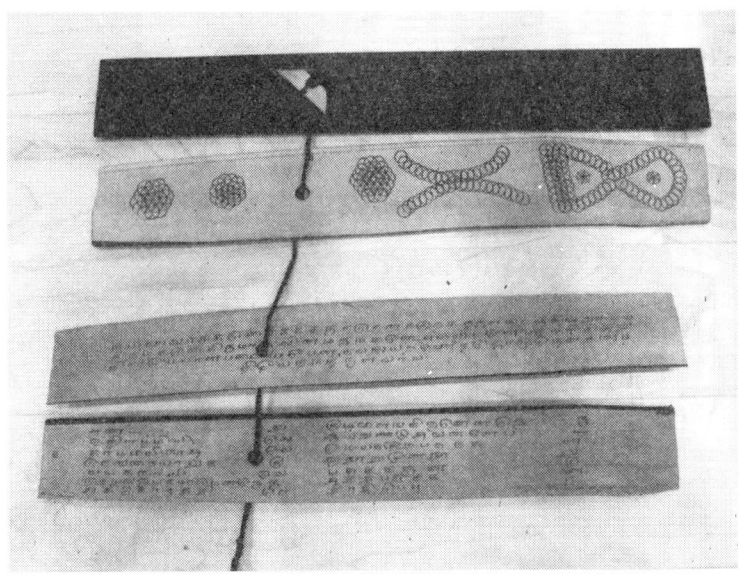

டென்மார்க் கோப்பன்ஹாகன் அரச நூலகத்தில் பாதுகாக்கப்படும் ஜெர்மானிய லூதரன் பாதிரிமார்களின் தமிழ் கையெழுத்து பனை ஓலைச்சுவடிகளில் ஒன்று (நூலாசிரியரின் சேகரிப்பு)

5

ஆய்வுக்கான தேவைகள்

கடந்த முன்னூறு ஆண்டுகளில், மறை பரப்புப் பணிக்காகத் தமிழகம் வந்த ஜெர்மானிய லூதரேனிய கிறித்துவப் பிரிவின் பாதிரிமார்கள் தமது வாழ்நாளை அர்ப்பணித்து உருவாக்கியத் தமிழ்ப் படைப்புகள் பல இன்று உலகின் வெவேறு நாடுகளிலுள்ள நூலகங்களில் பாதுகாக்கப்படுகின்றன. அவற்றில் பல, குறிப்பாக ஜெர்மனியின் ஹாலே நகரில் உள்ள ஃப்ராங்கன் கல்விக்கூடத்தில் உள்ள அரிய பழம் நூல்கள் பகுதியில் பாதுகாக்கப்படுகின்றன. ஓலைச்சுவடிகளும் காகித ஆவணங்களும் என அவை பெரும்பாலும் ஆராச்சிக்குட்படுத்தப்படாத நிலையில் இருப்பதைக் காண்கிறோம். இதைப் போலவே டென்மார்க்கின் தலைநகர் கோப்பன்ஹாகனில் உள்ள கோப்பன்ஹாகன் அரச நூலகத்தின் சேகரிப்பில் உள்ள நூல்களும், ஓலைச்சுவடிகளும், கையெழுத்துக் காகித ஆவணங் களும் முழுமையாக ஆராயப்பட்டு வெளியிடப்பட வில்லை. இந்த இரண்டு ஆவணப் பாதுகாப்பு மையங்களைத் தவிர்த்து ஐரோப்பாவின் ஏனைய பல நாடுகளின் ஆவணக் காப்பகங்களிலும், அருங்காட்சியகங்களிலும், வட அமெரிக்க ஆவணக் காப்பகங்களிலும் லூதரன் பாதிரிமார்களின் தமிழ், தமிழகம், தமிழ்ச்சமூகம், தமிழகத்தில் ஐரோப்பிய அமைப்புகளின் செயல்பாடுகள் தொடர்பான ஆவணங்கள் பாதுகாக்கப்பட்டுவருகின்றன.

இன்றைய தமிழக வரலாற்று ஆய்வுகளில் பல, பெருவாரியாக இங்கிலாந்தின் காலனித்துவ ஆட்சியின் அரசியல் நிகழ்வுகளை மையப்படுத்தி

அமைந்த ஆய்வுகளாகவே இருக்கின்றன. இவ்வகை ஆய்வுகள் முழுமையான தமிழகச் சூழலின் சமூக நிலையையும் அதன் பின்னணியில் அமைந்த வரலாற்றுச் செய்திகளையும் இணைத்துக்கொள்ளாத வகையில், விடுபட்டத் தகவல்களுடன் நிகழ்த்தப்படும் ஆய்வுகளாகவே வெளிவருகின்றன. சமயம் பரப்புப் பணிக்காகத் தமிழகம் வந்த இயேசு சபையினரது செயல்பாடுகளும், லூதரன் திருச்சபையில் பணியாற்ற தமிழகம், கடலூர், மெட்ராஸ், திருநெல்வேலி ஆகிய இடங்களுக்கு வந்து சமயப் பணியோடு சமூகப் பணியும், தமிழ்ப்பணியும் ஆற்றிய நிகழ்வுகள், அச்சுப்பதிப்பாக்க முயற்சிகள் ஆகியன பற்றிய விரிவான ஆய்வுகள் இன்னும் போதிய அளவில் நடத்தப் படாத நிலையே தொடர்வது கண்கூடு. இது கடந்த முன்னூறு ஆண்டுகால தமிழகத்தின் சமூக நிலை குறித்த பார்வையில் குறிப்பிடத்தக்க வெற்றிடங்களை ஏற்படுத்தியுள்ளன என்பதையும், இதனால் தமிழகத்தைப் பற்றிய முழுமையற்ற வரலாற்றுப் பார்வையே நிலவுகிறது என்பதையும் கருத்தில் கொள்ள வேண்டியது அவசியமாகிறது.

வரலாற்று ஆய்வுகளில் அடிப்படை ஆவணங்களும் சான்றுகளும் செய்திக் குறிப்புகளுமே முக்கியத் தரவுகளாக அமைகின்றன. தமிழகச் சூழலில் வரலாற்றாய்வாளர்கள் பலருக்கும் இருக்கும் குறைபாடு சான்று ஆவணங்கள் மிக மிகக் குறைவாகக் கிடைப்பதுதான். அதுவும் அயல்நாடுகளில் உள்ள இத்தகைய ஆவணங்கள் ஆய்வுகளுக்குட்படாத நிலையையே காண்கிறோம். நாட்குறிப்புகளை எழுதும் பழக்கம் என்பது தமிழகச் சூழலில் மிக மிகக் குறைவு. இன்றைய ஆய்வுகள் பெரும்பாலும் கல்வெட்டுக்களையும் ஓலைச்சுவடிகளையும், கிடைக்கிற ஆவணக் குறிப்புகளையும் அடிப்படையாகக் கொண்டு எழுதப்பட்டவையே. இத்தகைய நிலையில் ஐரோப்பிய பாதிரிமார்களின் நாட்குறிப்புகள் தருகிற செய்திகள், விடுபட்ட தமிழக வரலாற்றுச் செய்திகளை நாம் பெருவதற்கும் தமிழ் மக்களின் கடந்த முன்னூறு ஆண்டுகால சமூக, மானுடவியல் கூறுகளை அறிந்துகொள்ளவும் உதவும் முதன்மைச் சான்றுகளாக அமைகின்றன. அது மட்டுமன்றி தமிழ்ச்சமூகத்தின் வாழ்க்கைச் சூழல் பற்றிய மாற்றுப் பார்வையை முன்வைக்கும் முதன்மைச் சான்றுகளாகவும் திகழ்கின்றன.

ஐரோப்பிய பாதிரிமார்கள் தங்கள் கிறித்துவ சமயத்தைக் கீழை நாடுகளில் பரப்ப வந்தவர்கள் மட்டுமே என்ற தட்டையான ஒற்றை நோக்கத்தை மட்டுமே குறுகிய கண்ணோட்டத்துடன் காண்பது, தமிழக மற்றும் இந்தியவியல் ஆய்வாளர்கள் மத்தியில் ஏற்பட்டிருக்கும் வரலாற்றுக் கேடு. ஐரோப்பிய நாடுகளிலிருந்து

வந்தவர்கள் மதம் பரப்ப வந்தவர்கள் மட்டுமல்ல, அவர்கள் பெரும்பாலும் ஆராய்ச்சியாளர்கள். மத்தியகால ஐரோப்பாவில் தங்கள் நாடுகளை விட்டு, அண்டை நாடுகளையும் தாண்டி தூர நாடுகளுக்கு ஆராய்ச்சிக்காகப் பயணம் மேற்கொள்வது அக்காலத்தில் ஒரு போக்காக உருவானது. அதனால்தான் பலர் கடல் கடந்து தமது ஆய்வுகளைத் தொடர்ந்தார்கள். பாதிரிமார்களும் இதற்கு விதிவிலக்கல்ல. அப்படி உலகில் பல நாடுகளுக்குப் போனவர்கள் அந்தந்த நாடுகளின் சமகாலச் சூழலையும், வரலாற்றையும், இலக்கியங்களையும் ஆராய்ந்து ஐரோப்பாவிற்கு அறிமுகப்படுத்துவதில் ஆர்வம் காட்டினார்கள். அதுதான் தமிழகத்திற்கும் நிகழ்ந்தது. அந்தப் பாதிரிமார்களின் வரலாற்றுக் குறிப்புகளும், சுவடிகளும், ஆவணங்களும், சேகரிப்புகளும் இன்றைக்கு நமக்கு தமிழக வரலாற்றின் ஒரு பகுதியைத் தெரிந்துகொள்ள அடிப்படை தரவுகளாக உதவுகின்றன. எனவே, அவர்கள் பதிந்துவைத்திருக்கும் ஆவணங்கள் சொல்லும் ஏராளமான செய்திகளையும் ஆராய்ந்து வெளிக்கொணர வேண்டிய தேவையும் அவசியமும் தமிழ் வரலாற்று ஆய்வுலகிற்குள்ளது. இதற்கு இவ்வாவணங்களை முறையாக மின்படிவங்கள் எடுத்து பாதுகாப்பதும், அவற்றை ஆய்வு செய்து இக்காலத் தமிழுக்கு மாற்றி நூல் வடிவில் அச்சுப்பதிப்பாக வெளியிடுவதும், அவற்றை ஆய்வு செய்வதும் அவசியமாகிறது. மதச்சார்பற்ற முறையில் தமிழக வரலாறு ஆராயப்பட்டு தொகுக்கப்படுமானால், தமிழக வரலாற்றின் பன்முகத் தன்மையும் அதன் இயல்புத் தன்மையும் சரியாகப் புரிந்துகொள்ளப்படும் நிலை உருவாகும்.

குட்டன்பெர்க் கி.மு 15ஆம் நூற்றாண்டின் ஆரம்பத்தில் உருவாக்கிய ஒரு அச்சு இயந்திரத்தின் மாதிரி. இப்போது குட்டன்பெர்க் பிறந்த நகரான ஜெர்மனியின் மைன்ஸ் நகரில் உள்ள குட்டன்பெர்க் அருங்காட்சியகத்தில் உள்ளது.

பின்னிணைப்பு

கி.பி.16ஆம் நூற்றாண்டு ஐரோப்பிய தொடர்புகள்

தரங்கம்பாடியில் டேனீஷ்காரர்கள் லூதரன் திருச்சபையை அமைத்து லூதரேனிய கிறித்துவ மத நடவடிக்கைகளை 18ஆம் நூற்றாண்டின் ஆரம்பகாலகட்டத்தில் தொடங்குவதற்கு முன்னரே கத்தோலிக்க இயேசு திருச்சபையின் (Society of Jesuit) சமயப் பணியாளர்களும் கத்தோலிக்க கிறித்துவ மதத்தைச் சார்ந்த வேறு சில மத அமைப்புக்களும் ஐரோப்பாவிலிருந்து கேரளா, தமிழகம் ஆகிய பகுதிகளுக்கு வந்து மறையோதும் பணிகளைத் தொடங்கியிருந்தனர். பல்வேறு காலகட்டங்களில் இத்தகைய செயல்பாடுகள் நடக்கத் தொடங்கியிருந்தாலும் 16ஆம் நூற்றாண்டின் ஆரம்பகாலகட்டம் தொடங்கி நிகழ்ந்த வரலாற்றுத் தகவல்களின் ஆவணங்கள் இன்று நமக்கு விரிவாகக் கிடைக்கின்றன.

போர்த்துக்கல்

ஐரோப்பாவிற்கும் தமிழகத்துமான வணிகத் தொடர்பு என்பது ஈராயிரம் ஆண்டுகளுக்கும் பழமையானது. அழகன்குளம், கீழடி, கொடுமணல், ஆதிச்சநல்லூர், கரூர், அரிக்கமேடு, கொற்கை போன்ற தமிழக மக்கள் வாழ்விடங்களில்

நிகழ்த்தப்பட்ட அண்மையகால தொல்லியல் அகழ்வாய்வுகளில் கிடைத்த காசுகளும், வணிகப் பொருட்களும் தமிழகத்திற்கும் ஐரோப்பிய நாட்டு வணிகர்களுக்கும் இருந்த பண்டைய வணிகத் தொடர்பைச் சான்று பகர்கின்றன. தமிழக மன்னர்களின் அரசவையில் யவனர்கள் பணிபுரிந்தமையைப் பற்றிய செய்திகளும் கிட்டுகின்றன. ஆயினும், இடைப்பட்ட காலத்தில் ஐரோப்பாவி லிருந்து வணிகத்தின் பொருட்டு தமிழகம் வருவது குறைந்திருந்தது. ஆனால், அரேபியர்களின் தொடர்ச்சியான வருகை தமிழகத்தின் பல துறைமுக நகரங்கள், குறிப்பாக கொற்கை, தூத்துக்குடி போன்ற பகுதிகளில் குறிப்பிட்டுச் சொல்லும் வகையில் அமைந்திருந்தது. சில குறிப்பிட்ட காலகட்டங்களுக்கு அரேபியர்கள் ஆசிய நாடு களுக்குச் செல்லும் கடல்வழிகளை ஆக்கிரமித்திருந்தனர். இது ஐரோப்பியர்கள் அரேபியர்கள் வழியாக ஆசிய நாடுகளின் பொருட்களை வாங்கிக்கொள்ளவும் வணிகம் செய்யவும் மட்டுமே முடியும் என்ற வணிகச் சூழலை ஏற்படுத்தியிருந்தது. இதை நிவர்த்திக்கும் வகையில், நீண்டகால இடைவெளிக்குப் பிறகு ஐரோப்பாவிலிருந்து தமிழகத்திற்கான வணிக முயற்சிகள் மீண்டும் 15ஆம் நூற்றாண்டில் போர்த்துக்கீசியர்களால் முன்னெடுக்கப் பட்டன. கடல் பயணங்களை மேற்கொள்வது; தாங்கள் அறிந்திராத நிலப்பகுதிகளைத் தேடிச்செல்வது; புதிய வணிக முயற்சிகளைக் கடல்பயணத்தின்வழி உலகின் பல இடங்களில் மேற்கொள்வது என்று மிகத் தீவிரமாக செயல்படத் தொடங்கினர் போர்த்துக்கீசியர்கள். அவர்களுக்குப் போர்த்துக்கல் நாட்டு மன்னரின் பொருளாதர உதவி ஊக்கமாக அமைந்திருந்தது.

வாஸ்கோடகாமா

போர்த்துக்கல் அரசின் ஆணையை ஏற்று கடல்வழிப் பயணம் மேற்கொண்டு புதிய நாடுகளைக் காண வந்தவர்களில் வாஸ்கோடகாமா முக்கியமானவர். தமிழகத்திற்கும் ஐரோப்பாவிற்குமான தொடர்பில், இடையில் இருந்த இடைவெளியை நீக்கி, மீண்டும் வாணிகம் இரு பகுதிகளிலும் நடைபெற இவரது வருகை தொடக்கத்தை உருவாக்கிய வரலாற்று நிகழ்வாகும். இந்தியா என்று, இன்று நாம் அறிந்திருக்கும் எல்லை களுடன் அமைந்த நாடு உருவாவதற்குச் சில நூற்றாண்டுகளுக்கு முன்னர் நிகழ்ந்த வரலாற்று நிகழ்வு என்பதால், நமக்குக் கிடைக்கிற ஐரோப்பியர்களின் ஆவணங்களில் இப்பகுதி ‘தமிழ்நாடு’ அல்லது ‘மலபார்’ என்றும் துறைமுக நகரங்களின் பெயர்களான கோவா, தூத்துக்குடி என்பனவுமே குறிக்கப்படுகின்றன.

வாஸ்கோடகாமா தனது பயணத்தை 1497ஆம் ஆண்டு போர்த்துக்கல் நாட்டின் லிஸ்பன் நகரில் தொடங்கி 22.05.1498ஆம்

ஆண்டு இன்றைய கேரளாவின் கள்ளிக்கோட்டை துறைமுகப் பகுதிக்கு அருகே உள்ள காப்புக்கடவு என்ற பகுதிக்கு வந்தடைந்தார். அங்கு கிடைத்த வாசனைத் திரவியங்கள், மிளகு, கிராம்பு, பட்டை, ஏலக்காய் போன்றவற்றை வாங்கி ஏற்றிக் கொண்டு இவர்களது கப்பல் ஐரோப்பாவிற்கு 1499ஆம் ஆண்டு திரும்பியது. ஐரோப்பாவில் இது மிகப் பெரியதொரு வெற்றிகரமான பயணமாகக் கருதப்பட்டது. வாஸ்கோடகாமாவின் முதல் பயணத்திற்குப் பின்னர் இரண்டு முறை வெவ்வேறு மாலுமிகளின் தலைமையில் கேரளாவின் துறைமுகப்பகுதிக்குப் போர்த்துக்கீசிய வணிகக்கப்பல்கள் வந்தன. அப்பகுதியை ஆண்டுவந்த மன்னர் சமோரினிடம் அவர்கள் மேற்கொண்ட வணிகப் பேச்சுவார்த்தைகள் திருப்தி அளிக்காத நிலையில், மீண்டும் வாஸ்கோடகாமாவின் தலைமையில் கடல் பயணம் ஒன்று அக்டோபர் 1502ஆம் ஆண்டு நிகழ்ந்தது. படிப்படியாக அடுத்தடுத்த ஆண்டுகளில் கோவா, கொச்சின் ஆகிய துறைமுகப் பகுதிகளைத் தமது கட்டுப்பாட்டிற்குள் போர்த்துக்கீசியர்கள் கொண்டு வந்தனர். 1509ஆம் ஆண்டு கோவா போர்த்துகீசியர் வசமாகியது.

கிறித்துவ மத நடவடிக்கைகள்

அப்போதைய கத்தோலிக்கத் தலைமைப்பீடத்தின் போப்பாகிய ஆறாம் அலெக்சாண்டர், போர்த்துக்கல் மன்னருக்கு ஒரு சிறப்பு அதிகாரத்தை வழங்கியிருந்தார். அந்த அதிகாரத்தின் படி, போர்த்துக்கல் மன்னர் தன் ஆட்சிக்குள் உள்ள நாடுகளில் கிறித்துவ மதத்தை வளர்க்கும் பணிகளை மேற்கொள்ள வேண்டும், வழிபாடுகள் நடத்துவதற்குத் தேவைப்படும் மத குருமார்களை நியமித்துக்கொள்ள வேண்டும் என்றும் அதற்கான செலவுகளையும் அரசரே பொறுப்பெடுத்துக்கொள்ள வேண்டும் என்றும் கட்டளை வழங்கப்பட்டிருந்தது[1]. இதன் அடிப்படையில் கோவாவிலும் கொச்சியிலும் கத்தோலிக்க கிறித்துவ மதம் பரப்பும் பணிகள் தொடங்கப்பட்டன. தென் தமிழகத்தின் தூத்துக்குடி பகுதியில் செல்வச்செழிப்புமிக்க முத்துக்குளிக்கும் தொழில் பரதவ சமூகத்தவரின் கட்டுப்பாட்டிற்குள் இருந்து வந்தது. கி.பி 16ஆம் நூற்றாண்டின் ஆரம்பகாலகட்டங்களில் அரேபிய மூர் வணிகர்கள் பரதவர்களிடமிருந்து படிப்படியாக முத்துக்குளித்தல் தொழிலைக் கைப்பற்றிக்கொண்டனர். இவ்வேளையில் பல கலவரங்களும் அசம்பாவிதங்களும் பரதவர் களுக்கும் அரேபிய மூர்களுக்குமிடையே ஏற்பட்டபோது பரதவ

---
1. மோ.நேவிஸ் விக்டோரியா, முத்துக்குளித்துறை பரதவர்கள், 2007

மக்கள் போர்த்துக்கீசியர்களின் உதவியை நாடினர். இதன் தொடர்ச்சியாக கி.பி 1535ஆம் ஆண்டு, 20,000க்கும் மேற்பட்ட பரதவ மக்கள் கிறித்துவ மதத்திற்கு மாறிய நிகழ்வு நடந்தது[2].

ஆரம்பகாலத் தமிழ் அச்சு நூல்கள்

அச்சு இயந்திரங்களின் அறிமுகம் ஏற்படுவதற்கு முன்னர் தமிழ் இலக்கியங்கள் என்பன பனை ஓலைச்சுவடிகளில் எழுதப்பட்டு பாதுகாக்கப்பட்டுவந்தன. தமிழகத் தட்பவெட்ப சூழலுக்கு ஏற்ப ஒரு ஓலைச்சுவடியின் காலம் ஏறக்குறைய 150லிருந்து 250 ஆண்டுகள் வரை எனலாம். அதன் பாதுகாப்புத் தன்மையைப் பொறுத்து பனை ஓலைச்சுவடிகளின் காலம் அமைகிறது. தமிழ் எழுத்துகள் கல்வெட்டுக்களாகவும் சுடுமண் பாண்டங்களிலும், பட்டுத் துணிகளிலும் எழுதப்பட்டன என்றாலும் பனை ஓலையே நூல்கள் எழுதப்பட்ட கருவியாக அமைந்தது.

கி.பி.1439ஆம் ஆண்டு ஜெர்மனியின் மைன்ஸ் நகரில் யொஹான்னஸ் குட்டன்பெர்க் (Johannes Gutenberg) என்ற ஒரு பொற்கொல்லர் அச்சு இயந்திரக் கருவியைக் கண்டுபிடித்தார். ஐரோப்பாவில் இது மாபெரும் சமூகப் புரட்சியை ஏற்படுத்தியது. ரோமன் கத்தோலிக்க மையத்தின் தலைமையகம் குட்டன்பெர்க்கின் ஆலையில் கிறித்துவ மறையான பைபிளை அச்சடித்து விநியோகம் செய்ய ஆணையிட்டிருந்தது. அச்சு இயந்திரத்தின் தேவை அதிகரித்ததால் குட்டன்பெர்க்கின் அச்சு ஆலையில் புதிய அச்சு இயந்திரங்கள் உருவாக்கப்பட்டன. ஐரோப்பா மட்டுமன்றி ஐரோப்பியர் கடல் வணிகத்தின்வழி தொடர்பு ஏற்படுத்தியிருந்த உலக நாடுகளிலும் கிறித்துவ மறை பரப்பும் சேவைக்காக நூல்கள் தேவைப்பட்டன. இந்தோனேசியாவில் ஒரு அச்சு இயந்திரத்தை வைத்து ஆசிய நாடுகளுக்கான அச்சுப்பணியாக்கத்தைச் செய்யலாம் என்ற முடிவுடன் ஒரு கப்பல் ஒரு அச்சு இயந்திரத்தை எடுத்துக்கொண்டு பசிபிக் கடலில் பயணித்தது. இன்றைய கேரளாவின் மேற்கு கரை நகரான கொல்லத்தில் 1564ஆம் ஆண்டு நிறுத்தப்பட்டிருந்த போது, இதைக் கேள்விப்பட்டு அண்டிறிக்கி அடிகளார் அந்த அச்சு இயந்திரத்தைக் கொல்லத்திலேயே விட்டுச்செல்ல அனுமதி கோரினார். அனுமதி கிடைத்து எழுத்துகளுக்கான உருவக் கட்டைகள் முதலில் கோவாவிலும் பின்னர் கொல்லத்திலும்

---

2. Bishop Caldwell, 'History of Tinnevely', Asian Educational Services, New Delhi. (1982)

உருவாக்கப்பட்டன. கொல்லத்தில் செயல்பட்டுவந்த 'கொல்லம் மீட்பர் இறையியல் கல்லூரியில்' முதல் தமிழ் அச்சு நூல் 1578ஆம் ஆண்டு அக்டோபர் 20ஆம் தேதி வெளிவந்தது.

கிறித்துவ மறையை ஏற்றுக்கொண்ட மக்களுக்காக உருவாக்கப்பட்ட லத்தீன் மொழி மூல ஜெபமந்திரங்களின் மொழிபெயர்ப்பு இது. 'தம்பிரான் வணக்கம்' (Doctrina Christam en lingua Malauar Tamil) என்ற பெயரில் அண்டிறிக்கி அடிகளார் இந்த நூலைத் தமிழுக்கு மொழிபெயர்த்து 16 பக்கங்கள் கொண்ட நூலாக இதை வெளியிட்டார். தமிழகம் மட்டுமன்றி, இந்தியாவிலேயே முதன்முதலாக அச்சு நூலாக வெளியிடப்பட்ட நூல் என்ற பெருமை இந்த நூலையே சாரும். இந்த நூலின் இறுதிப் பக்கத்தில் (பக்கம் 16) இந்த நூலின் முதல் வரிகள் கோவாவில் உருவாக்கப்பட்ட எழுத்துகளால் 1577ஆம் ஆண்டில் அச்சாக்கப்பட்டவை என்றும், ஏனைய பக்கங்கள் 1578ஆம் ஆண்டில் 'கொல்லத்தில் உண்டாக்கின எழுத்து' என்றும் குறிப்பிடப்பட்டுள்ளது[3]. தமிழ் எழுத்துருக்களின் அச்சுகளை முதலில் கோவாவில் உருவாக்கினர். இப்பணியை பொறுப்பேற்றுக்கொண்டவர் பாதிரியார் ஜோஆ டி ஃபாரியா (Rev. Joao de Faria). 1578ஆம் ஆண்டு கோன்கல்வ்ஸ் (Goncalves) கொல்லத்தில் உருவாக்கிய எழுத்துகளைக் கொண்டு நூல் தயாரிப்பு முடிவடைந்தது[4]. ஏறக்குறைய பத்தாண்டுகள் கடின உழைப்பில் எழுத்துருக்கள் உருவாக்கம் பெற்று இந்த முதல் தமிழ் நூல் 20.10.1578ஆம் ஆண்டு வெளிவந்தது.

இதை அடுத்து 'கிரிசித்தியானி வணக்கம்' என்ற ஒரு தமிழ் நூல் அச்சு நூலாக வெளிவந்தது. 1561ஆம் ஆண்டு போர்த்துகல் நாட்டில் மார்கோ ஜோர்ஸ் என்பவர் எழுதிய நூலை அண்டிறிக்கி அடிகளார் தமிழில் மொழிபெயர்த்தார். 1579ஆம் ஆண்டு நவம்பர் 14ஆம் நாள் கொச்சியில் இந்த நூல் அச்சிடப்பட்டது. கொல்லத்தில் உருவாக்கப்பட்ட எழுத்துகளே இந்த அச்சு நூல் உருவாக்கத்திற்கும் பயன்படுத்தப்பட்டன. 116 பக்கங்கள் கொண்ட இந்த நூலே இந்தியாவில் வெளிவந்த இரண்டாவது தமிழ் அச்சு நூல் என்ற சிறப்பை பெறுகிறது.

கோவாவிலும் தமிழகத்திலும் புதிதாகக் கத்தோலிக்க சமயத்தை ஏற்றவர்களுக்கு வழிபாட்டுக்கான வழிமுறைகளை

---

3. S.Jeyaseela Stephen, 'Caste catholic Christianity and the Language of Conversion – Social Change and Cultural Translation in Tamil Country, 1519-1774. Page 220

4. S.Jeyaseela Stephen, 'Caste catholic Christianity and the Language of Conversion – Social Change and Cultural Translation in Tamil Country, 1519-1774. Page 234

விளக்கும் ஒரு வழிகாட்டி நூலை உருவாக்க வேண்டும் என்ற நோக்கத்துடன் Confessionario (The Manual for Confession) என்ற லத்தீன் மொழி நூல் 1578இல் அச்சிடப்பட்டது. இதன் தமிழாக்கம் தூத்துக்குடி பகுதியில் புன்னைக்காயலில் உருவாக்கம் பெற்றது. 28.5.1580இல் அண்ட்றிக்கி அடிகளாரின் முயற்சியில் இந்த 107 பக்கங்கள் கொண்ட தமிழ் நூல் வெளிவந்தது. இந்த நூலில் ஒன்று இன்று இங்கிலாந்தின் போட்லேயன் நூலகத்தில் (Bodleian Library, London, UK) உள்ளது. இது தமிழ், லத்தீன், போர்த்துக்கீசிய மொழி, சமஸ்கிருதம் ஆகிய மொழிகள் கலந்த வகையில் அமைந்த நூல்[5].

இதைத் தொடர்ந்தார்போல், தூத்துக்குடியில் மறைதளம் அமைத்து சேவையாற்றிவந்த அண்டிறிக்கி அடிகளார் 'Flos Sanctorum' என்ற ஸ்பானிய மொழியில் அமைந்த இறையடியார்களது வரலாற்றைக் கூறும் நூலைத் தமிழ் மொழியில் மொழிபெயர்த்தார். 'அடியார் வரலாறு' என்ற தலைப்புடன் கி.பி.1586ஆம் ஆண்டு தமிழகத்தின் தூத்துக்குடி மாவட்டத்தில் உள்ள புன்னைக்காயல் பகுதியில் வைக்கப்பட்டிருந்த அச்சு இயந்திரத்தில் இந்த நூல் அச்சிடப்பட்டது என்ற குறிப்பை ஆய்வறிஞர் முனைவர். ஆ. சிவசுப்பிரமணியன் தனது 'தமிழ்க் கிறித்துவம்' நூலில் குறிப்பிடுகிறார்[6]. இந்த நூல் 668 பக்கங்களைக் கொண்டது என்றும் அண்டிறிக்கி அடிகளாரின் மிகச் சிறந்த படைப்பு என்றும் அறியப்படுகிறது. இந்த நூலை அன்று வெளியிடுவதற்கான பொருளாதார உதவியை (400 Cruzados பணம்) தூத்துக்குடி பரதவத் தமிழ் மக்கள் வழங்கினார்கள்[7].

தம்பிரான் வணக்கம் தமிழகத்தில் வெளிவருவதற்கு முன்னர் 'கார்டிலா' என்ற ஒரு நூல் போர்த்துக்கல் நாட்டின் லிஸ்பன் நகரில் 11.2.1554இல் அச்சிடப்பட்டது. இது தமிழ் மொழி ரோமன் எழுத்துருவில் எழுதப்பட்ட ஒரு நூல். நூலின் ஒவ்வொரு வரிகளும் லத்தீன், ரோமன் எழுத்துரு தமிழ், போர்த்துக்கீசிய மொழி ஆகிய மூன்று மொழிகளில் இந்த நூல் அமைக்கப்பட்டது.

ஆரம்பகாலத் கத்தோலிக்க கிறித்துவ பாதிரிமார்கள்

16ஆம் நூற்றாண்டு தொடங்கி, தமிழகத்தில் கிறித்துவ மறை பரப்பும் பணியில் ஈடுபட்டவர்கள் பலர். இவர்களில்

---

5. S.Jeyaseela Stephen, 'Caste catholic Christianity and the Language of Conversion – Social Change and Cultural Translation in Tamil Country, 1519-1774. Page 219
6. ஆ. சிவசுப்பிரமணியன், தமிழ்க் கிறித்துவம், 2014, பக் 40
7. S.Jeyaseela Stephen, 'Caste catholic Christianity and the Language of Conversion – Social Change and Cultural Translation in Tamil Country, 1519-1774. Page 220

பெரும்பாலோர் போர்த்துக்கல் நாட்டிலிருந்தும் இத்தாலியிலிருந்து தமிழகம் வந்தவர்கள். இவர்களில் குறிப்பிடத்தக்க தமிழ் தொண்டாற்றியவர்களைப் பற்றி அடுத்து காண்போம்.

புனித சவேரியார் (St. Francis Xavier 1506-1552)

பிரான்சிஸ் சேவியர் (புனித சவேரியார்) ஸ்பெயின் நாட்டில் ஒரு வளம்மிக்க நவாரே பேரரசின் *(Kingdom of Navarre)* குடும்பத்தில் 1506ஆம் ஆண்டு பிறந்தவர். இளமைகாலத்தில் தமது குடும்பத்தாருக்குச் சொந்தமான அரண்மனையில் வசித்துவந்தார். செல்வ வளம் செழித்த குடும்பத்தில் இருந்தாலும் தனிமை அவரை ஆன்மீகத் தேடலின் பக்கம் அழைத்துச்சென்றது. தனது 17ஆம் வயதில் அரண்மனையை விட்டு வெளியேறி பாரிஸ் பல்கலைக்கழகத்தில் *(University of Paris)* தத்துவத்துறையில் கல்வி பயின்றார். கல்வியில் தேர்ச்சி பெற்று பட்டம் பெற்று பேராசிரியராகப் பணியாற்றினார். ஸ்பெயின் நாட்டின் தளபதிகளில் ஒருவரான இக்னேசியஸ் லோயோலாவுடன் *(Ignatius Loyola)* தற்செயலாக ஏற்பட்ட சந்திப்பு பிரான்சிஸ் சேவியரைக் கத்தோலிக்க இறை பணியின் பக்கம் ஈர்த்தது. இக்னேசியஸ் லோயோலாவின் திட்டப்படி, மாற்றங்களுடன் கூடிய புதிய மறைபரப்பும் அணியைத் திரட்டும் பணி அப்போதைய போப்பாண்டவரின் முழு சம்மதத்துடன் நடைபெற்றுக்கொண்டிருந்தது. சில ஆண்டுகள் ஏற்பாட்டுப் பணிகளுக்குப் பின்னர் 1542ஆம் ஆண்டு மே மாதம் பிரான்சிஸ் சேவியர் இந்தியாவின் கோவா நகரில் வந்திறங்கினார்[8].

கோவாவில் வந்திறங்கிய பிரான்சிஸ் சேவியர் தாம் நினைத்து வந்த பணிகளைத் தொடங்க முடியவில்லை. இதற்குக் காரணம் இருந்தது. கத்தோலிக்க சபையின் தலைமை பீடமான ரோம் ஏற்கெனவே கோவாவில் ஒரு கத்தோலிக்கப் பள்ளியை ஏற்படுத்தி யிருந்தது. இங்கே போப் வகுத்திருந்த ரோமன் கத்தோலிக்க வழிபாட்டியலைப் பாடமாக்கி அங்கு இளம் சமய குருமார்களை உருவாக்க வேண்டும் என்பது திட்டமாக இருந்தது. உள்ளூர் மக்களை இவ்வகையில் தயார்படுத்துவதன் வாயிலாக ரோம் நகரை மையமாகக்கொண்டிருக்கும் கத்தோலிக்க கிறித்துவ பீடத்தின் சமய நெறிமுறைகளை எளிதாக இந்தியாவில் பரப்பி விரிவாக்க முடியும் என்பது இந்தப் பள்ளி உருவாக்கப்பட்டதன் முக்கிய நோக்கமாகும். சிறு எண்ணிக்கையிலான மாணவர்களே

---

8. P .40, Early Roman-Catholic Missionsto India, with sketches of Jesuitism, Hindu Philosophy and The Christianity of the Ancient Indo-Syrian Church of malabar. An Historical Essay by JamesF.B. Tinling, B.A.

இந்தப் பள்ளியில் சேர்க்கப்பட்டிருந்தார்கள். மாணவர் எண்ணிக்கையில் நிறைவானதாக இல்லாததாலும், இப்பணியில் ஈடுபட உள்ளூர் மக்கள் ஆர்வம் காட்டாமல் இருந்ததாலும் அந்தப் பள்ளி செயல்பாடற்றே இருந்தது[9]. சேவியர் இந்தப் பள்ளியைச் சீரமைத்து மேம்படுத்த ஆறாண்டுகள் முயன்றார். ஆனால், இம்முயற்சி பலனளிக்கவில்லை. இந்த நிலையில் அவரது கவனம் தமிழகத்தின் துத்துக்குடி பரதவ மக்களின் குடியிருப்புப் பகுதி நோக்கிச் சென்றது.

தூத்துக்குடி வளம்மிக்க முத்துக்குளிப்பு நடைபெறும் இடமாகத் திகழ்ந்துவந்தது. இங்கு அதிகமாகப் பரதவகுல மக்கள் வாழ்ந்துவந்தனர். தூத்துக்குடிக்கு சேவியர் செல்வது பயனளிக்குமென்ற சிந்தனை போர்த்துக்கீசிய ஆளுநரான டோன் அல்பான்சோ டி சோசாவுக்கு *(Don Alphonso De Soza)* இருந்தது. இந்தக் காலகட்டத்தில் இப்பகுதி பரதவர்கள் அங்கிருந்து இஸ்லாமிய மூர் வியாபாரிகள் தந்த பிரச்சினைகளிலிருந்து விடுபடுவதற்காகப் போர்த்துக்கீசிய ஆளுநரின் உதவியை நாடியிருந்தனர். தான் உதவினால் அதற்கு கைமாறாக இம்மக்கள் கத்தோலிக்க சமயத்திற்கு மதம் மாற்றம் செய்துகொள்ள வேண்டும் என்ற கட்டுப்பாட்டை போர்த்துக்கீசிய நிர்வாகம் அறிவித்திருந்தது. ஆக, இந்தச் சூழலில் தூத்துக்குடி பரதவ சமூகத்து மக்களில் 20,000 பேர் கத்தோலிக்க மதத்தைத் தழுவிக் கொண்டனர்[10].

இந்தியாவிற்கு வந்து அங்கு இயேசு சபையை நிறுவிய பின்னர் இவர் மலாயா, இந்தோனேசிய தீவுகள், ஜப்பான், சீனா ஆகிய நாடுகளுக்கும் மறை பரப்பும் சேவைக்காகப் பயணம் புரிந்தார். சீனாவின் ஷங்சுவான் *(Shangchuan)* தீவில் உடல்நிலை நோய்வாய்ப்பட்டு பாதிப்புற்றதால் அங்கே 3.12.1552ஆம் ஆண்டு தனது 46ஆம் வயதில் இறைவனடி சேர்ந்தார். இவரது உடல் முதலில் அங்கேயே புதைக்கப்பட்டது. பின்னர், மலாயாவின் மலாக்க நகரில் செயிண்ட் பவுல் தேவாலயத்தில் வைக்கப்பட்டு, பின்னர் அங்கிருந்து கோவாவிற்கு எடுத்துச்சென்று இன்று அங்குள்ள போம் ஜீசஸ் தேவாலயத்தில் *(Basilica of Bom Jesus)* பாதுகாக்கப்படுகிறது.

---

9. P 41, Early Roman-Catholic Missionsto India, with sketches of Jesuitism, Hindu Philosophy and The Christianity of the Ancient Indo-Syrian Church of malabar. An Historical Essay by JamesF.B. Tinling, B.A.
10. P 42, Early Roman-Catholic Missionsto India, with sketches of Jesuitism, Hindu Philosophy and The Christianity of the Ancient Indo-Syrian Church of malabar. An Historical Essay by JamesF.B. Tinling, B.A.

அண்ட்றிக்கி அடிகளார் (Henrigue Henriques 1520-1600)

அண்ட்றிக்கி அல்லது அன்ட்ரிக் அல்லது ஹெண்ட்ரிக்ஸ் அடிகளார் *(Henrigue Henriques)*, தமிழகத்துக்கான ஆரம்பகால கத்தோலிக்கத் திருச்சபை பணிகளில் மிக முக்கியமாகக் குறிப்பிடப்பட வேண்டியவர். *1520*ஆம் ஆண்டு போர்த்துக்கல் நாட்டில் 'வில்லா விசியோ' என்ற ஊரில் பிறந்தவர். யூத பின்புலத்தைக் கொண்டவர். *1546*ஆம் ஆண்டு *Canon Law* எனப்படும் கிறித்துவ மறை போதிப்பதற்கான அரசியல் தத்துவத்துறையில் கோய்ப்ரா பல்கலைக்கழகத்தில் தேர்ச்சி பெற்று, போர்த்துக்கல் அரசின் கத்தோலிக்க மறை பரப்பும் சேவைக்காகத் தேர்ந்தெடுக்கப்பட்டவர். அதே ஆண்டு அரசின் உதவியுடன் கடல்வழி பயணம் மேற்கொண்டு கோவா வந்தடைந்தார். *1557*ஆம் ஆண்டு தமிழகத்தின் தூத்துக்குடி பகுதியில் கத்தோலிக்கத் திருச்சபையின் செயல்பாடுகளை ஏற்று நடத்த புனித சவேரியார் *(St. Francis Xavier)* அனுப்பிவைக்கவே தூத்துக்குடியில் இவரது பணிகள் தொடங்கின. இவரே தமிழ் மொழியை நன்கு கற்ற முதல் ஐரோப்பியத் தமிழ் அறிஞர் என அறியப்படுபவர்.

இவர் எழுதிய நூல்கள்:

1. தம்பிரான் வணக்கம் *(Doctrina Christam en lingua Malauar Tamil)* – கொல்லத்தில் அச்சிடப்பட்டு வெளிவந்தது – *20.10.1578*

2. கிரிசித்தியானி வணக்கம் – கொச்சியில் அச்சிடப்பட்டு வெளிவந்தது *14.11.1579*

3. *Confessionario (The Manual for Confession – 1578* என்ற லத்தீன் மொழி நூலின் தமிழாக்கம்) புன்னைக்காயலில் அச்சிடப்பட்டு வெளிவந்தது – *28.5.1580*

4. அடியார் வரலாறு *(Flos Sanctorum)* – புன்னைக்காயலில் அச்சிடப்பட்டு வெளிவந்தது – *1586*

5. *Arte Da Lingua Malabar* என்ற இலக்கண நூல் இவரால் எழுதப்பட்டது. *The Earliest Missionary Grammar of Tamil: Fr. Henriques' Arte da lingua Malabar : Translation, History and Analysis* என்ற தலைப்பில் *Jeanne Hein, V.S. Rajam* ஆகியோர் ஆய்வு செய்து இந்த இலக்கண நூல் பற்றிய ஒரு ஆய்வு நூல் ஹார்வர்ட் பல்கலைக்கழகத்தால் *2013*ஆம் ஆண்டு வெளியீடு செய்யப்பட்டது.

இவை தவிர, (1) தமிழ் – போர்த்துக்கீசிய மொழி அகராதி, (2) கிறிஸ்துவத்தின் எதிராளிகளுக்கு *(Refuting the fables of the gentles and defending the Christian religion: Alia contrafabuals ethinicorum pro defensione divinae legis)*, (3) அடியார்களின் சகோதரத்துவம் *(Brotherhood of Saints)* ஆகிய வெளிவராத நூல்களும் இவரது தமிழ்ப் படைப்புகளில் அடங்கும்[11].

6.2.1600இல் இவர் புன்னைக்காயலில் இறைவனடி சேர்ந்தார். முதலில் தூத்துக்குடி பனிமயமாதா தேவாலயத்தில் இவரது உடல் அடக்கம் செய்யப்பட்டது. பின்னர், கல்லறை சிதிலமடைந்ததால் அவரது மண்டை ஓடும் எலும்புகளும் சேகரிக்கப்பட்டு அதே தேவாலயத்தின் புனித சவேரியார் மண்டபத்தின் உள்ளே பாதுகாக்கப்படுகிறது[12].

ரோபெர்ட்டோ டி நோபிலி (Fr. Roberto de Nobili 1577 –1656)

ரோபெர்ட்டோ டி நோபிலி இத்தாலியின் தஸ்கனி பகுதியில் பிறந்தவர். கத்தோலிக்க மதம் பரப்பும் பணிக்காக அனுப்பப்பட்டு 1605ஆம் ஆண்டு மே மாதம் 20ஆம் தேதி இவர் கோவாவை வந்தடைந்தார். மலபார் பகுதிக்கான கத்தோலிக்க மத அமைப்பின் தலைவர் *(The Jesuit Superior of the Malabar province)* இவரைத் தமிழ் மொழியைக் கற்றுக்கொள்வதற்காகவும் கிறித்துவ மதப்பிரச்சாரத்தை மேற்கொள்வதற்காகவும் மதுரைக்கு 1606ஆம் ஆண்டு அனுப்பிவைத்தார். ஆறு மாத காலத்தில் மிகத் திறம்பட தமிழ் மொழியும் சமஸ்கிருதத்தையும் கற்றுக்கொண்டார் நோபிலி. பாதிரியார் புச்சேரியோ தனது கடிதம் ஒன்றில் பாதிரியார் நோபிலி ஒரு தமிழரைப் போலவே தமிழ்மொழியைக் கையாளக் கற்றிருந்தார் என்று குறிப்பிடுகிறார். இவர் 'தத்துவ போதகர்' என்றும் தமிழில் அழைக்கப்பட்டார். இவர் எழுதிய நூல்கள் இவரது தமிழ் ஆளுமைத் திறனை வெளிப்படுத்தும் தன்மையன[13].

1. ஆத்ம நிர்ணயம் *(Attuma Nirunayam- Disquisition on the Soul, Madras, 1889; Tutucorin, 1967*

2. ஞானோபதேசம் *(Gnanopadesam – Spiritual Instruction, (Mss in Pontificia Biblioteca Missionaria di Propaganda Fide, Rome) Madras, 1891. Trichnopoly, 1906; Tuticorin, Vol. I-IV, 1963-68)*

---

11. S.Jeyaseela Stephen, 'Caste catholic Christianity and the Language of Conversion – Social Change and Cultural Translation in Tamil Country, 1519-1774. Page 221

12. மோ.நேவிஸ் விக்டோரியா, தம்பிரான் வணக்கம் – தமிழ்மொழியின் முதல் அச்சுப் புத்தகம், 2011, பக் 24–25

13. S.Jeyaseela Stephen, 'Caste catholic Christianity and the Language of Conversion – Social Change and Cultural Translation in Tamil Country, 1519-1774. Page 222-224

3. புனர் ஜென்ம ஆட்சேபம் *(Punar Jenma Atchepam – On Transmigration or Refutation of Rebirth, (Mss in Madurai Province Jesuit Archives, fls, 1-83) Tuticorin, 1963.)*

4. தூஷண திக்கரம் *(Refutation of Blasphemies or Defence of Christianity, (Mss in Madurai Province Jesuit Archives, fls, 1-470), Tuticorin, 1964.)*

5. தேவமாதா சரித்திரம் *(Devamatha Sarithiram (Life of Mother of God) Tuticorin, 1964.)*

6. சேசுநாதர் சரித்திரம் *(Sesunathar Sarithiram (Life of Lord Jesus Christ), Tuticorin, 1964)*

7. நித்திய ஜீவன சல்லாபம் *(Nithiya Jeevana Sallapam - Dialogue on Eternal Life, (Mss in Saraswathi Mahal Library, Thanjavur, India, Mss Tamil, no. 536, fls. 1-88) Tuticorin, 1964.)*

8. அஞ்ஞான நிவாரணம் *(Agnaana Nivaaranam – Dispelling of Ignorance, Trichnopoly, 1891)*

9. கடவுள் நிர்ணயம் *(Kadavul Nirnayam (Theodicy)) – (*அச்சில் வெளிவரவில்லை. மூல நூல் கிடைக்கவில்லை)*

10. பேதகப் பரீட்சை *(Bedhaga Paritchai (Examination of Errors)) – (*அச்சில் வெளிவரவில்லை. மூல நூல் கிடைக்கவில்லை)*

11. ஞான தீபிகை *(Gnaana Deepikai (Spritual Beacon)) – (*அச்சில் வெளிவரவில்லை. மூல நூல் கிடைக்கவில்லை)*

12. விசுவாச சல்லாபம் *(Visuvasa Sallapam (Dialogue on Faith)) – (*அச்சில் வெளிவரவில்லை. மூல நூல் கிடைக்கவில்லை)*

13. மந்திர மாலை *(Mandira Maalai (A Garland of Prayers)) – (*அச்சில் வெளிவரவில்லை. மூல நூல் கிடைக்கவில்லை)*

14. சின்னக் குறிப்பிடம் *(Chinna Kuripidam (Penny Catechism)) – (*அச்சில் வெளிவரவில்லை. மூல நூல் கிடைக்கவில்லை)*

தமிழ் மட்டுமன்றி தெலுங்கு, சமஸ்கிருதம் ஆகிய மொழிகளிலும் கிறித்துவ மறை நூல்களை இவர் எழுதியிருக்கிறார். தமிழில் இவர் எழுதி, ஆனால் இன்று மறைந்துபோன இவரது நூலான 'சின்னக் குறிப்பிடம்' நூலும் 'ஞானோபதேசம்' ஆகிய தமிழ் நூல்கள், 1661ஆம் ஆண்டு போர்த்துக்கீசிய மொழியில் பாதிரியார் பால்தசார் ட கோஸ்டாவினால் மொழிபெயர்க்கப்பட்டன. மதுரையில் கத்தோலிக்கத் திருச்சபையைத் தோற்றுவித்தவர்

என்ற சிறப்பு இவருக்குண்டு. சென்னை மயிலாப்பூரில் 1656ஆம் ஆண்டில் இவர் காலமானார்.

ஜோன் வேனண்ட் போசெ (Fr.Jean venant Bouchet 1655-1732)

போசே புதுக்கோட்டைக்கு அருகேயுள்ள ஆவூரில் கத்தோலிக்கத் தேவாலயத்தை அமைத்து அங்கு மறையோதும் பணிகளைச் செய்துவந்தார். இவர் பிரான்சு நாட்டைச் சேர்ந்தவர். 17.2.1689இல் புதுச்சேரியை வந்தடைந்து, மதுரை கத்தோலிக்க திருச்சபையில் இணைந்து பணியாற்றினார். 1702 வரை நன்கு பணியாற்றி கத்தோலிக்கச் திருச்சபை உருவாக்கும் பணியை ஏற்று கர்நாடகா சென்றார். இவர் வரைபடங்களைத் தயாரித்தார் என்றும், மதுரையின் வரைப்படம் ஒன்றைத் தயாரித்து பிரான்சுக்கு அனுப்பிவைத்தார்[14] என்றும் அறிய முடிகிறது. தமிழகம் வந்து தமிழ் மொழியைக் கற்று மூன்று நூல்களைத் தமிழில் எழுதியிருக்கிறார்.

1. திவ்விய மாத்ரிகை – *Thivviya Mathirikai (The Divine Model), Pondicherry, 1870; Tuticorin, 1966.*
2. ஞான சஞ்சீவி – *Gnana Sanchivi (Spiritual Medicine) Mss in the Madurai Province Jesuit Archives) Tuticorin, 1965.*
3. ஞான நட்சத்திர மாலை – *Gnana Natchathira Maalar, (spiritual Star of Garland), Tuticorin, 1966.*

பெஸ்கி வீரமாமுனிவர் (Fr. Giuseppe Constantino Beschi 1680-1747)

பெஸ்கி (*G.C. Beschi*) 1680ஆம் ஆண்டு இத்தாலியின் வட பகுதியில் உள்ள காஸ்டிகிளியோனெ டெல்லா ஸ்டிவியெரா (*Castiglione delle Stiviere*) என்ற நகரில் பிறந்தார். தனது இளமைக்காலக் கல்வியை முடித்து 18 வயதில் இயேசு சபையில் இணைந்தார். ஈராண்டுகள் நோவெல்லாரா இயேசு சபையில் பயிற்சியை முடித்து பின்னர் ரவென்னா நகரின் இயேசு திருச்சபையில் ஆசிரியராக ஓராண்டு பணியாற்றினார். அங்கிருந்து போலோன்யா நகருக்குச் சென்று அங்கு பல்கலைக்கழகத்தில் பத்தாண்டுகள் தத்துவமும் இறையியலும் கற்றார். 1709ஆம் ஆண்டு இயேசு திருச்சபையினால் பெஸ்கி அதிகாரப்பூர்வமாகப் பாதிரியாராக நியமிக்கப்பட்டார்.

---

14. Rajesh Kochhar, http://rajeshkochhar.com/tag/jean-venant-bouchet/, Posted in Blogs (Articles) on May 28th, 2009

லிஸ்பன் நகரிலிருந்து புறப்பட்ட கப்பலில் பயணித்து 1710ஆம் ஆண்டு தென்னிந்தியாவின் கோவா வந்தடைந்தார் பெஸ்கி. தென்னிந்தியாவில் இயங்கிவந்த இயேசு திருச்சபையில் *(Society of Jesuits)* பணியாற்ற இணைந்தார். கோவாவிலிருந்து அம்பலக்காடு சென்று பின்னர் தமிழ் பேசும் மக்கள் வாழும் பகுதிகளில் பணியாற்றத் தொடங்கினார். மதுரையில் இவரது பணிகள் தொடங்கின. இவருக்கு முன் வந்த பாதிரியார் நோபிலி மதுரையில் இயேசு திருச்சபையைத் தொடங்கி யிருந்தார். மதுரையில் பணியாற்றி பின்னர் பெஸ்கி திருநெல்வேலிக்குச் சென்று அங்கு தனது பணிகளைத் தொடர்ந்தார். திருநெல்வேலியின் பல சிற்றூர்களில் இவர் இயேசு திருச்சபையின் நடவடிக்கைகளை மேற்கொண்டிருந்தார். 1717ஆம் ஆண்டில் திருச்சி சென்றார். அங்கு தனது வாழ்நாளின் பெரும் பகுதிகளை, அதாவது, ஏறக்குறைய முப்பது ஆண்டுகள் திருச்சியில் வாழ்ந்தார். திருச்சியிலும் தஞ்சாவூரிலும் என அவரது பணிகள் அமைந்திருந்தன. தரங்கம்பாடியிலிருந்து ஏறக்குறைய 50 மைல் தூரத்தில் ஏலக்குறிச்சி எனும் ஊரிலும் ஒரு சிறிய இயேசு திருச்சபையை இவர் உருவாக்கினார்.

இவர் மலையாளம், சமஸ்கிருதம், தெலுங்கு, தமிழ் ஆகிய மொழிகளை மிகத் தீவிரமாகக் கற்றார். தமிழ் மொழியின் இலக்கியச் சுவையின்பால் ஆர்வம் கொண்டு மிக ஆழமாகத் தமிழ் மொழியைக் கற்றார். தென்னிந்தியா முழுமையும் பரவலாக அறியப்பட்டவராகவும் தமிழ் அறிந்த இயேசு திருச்சபை பாதிரியார் என்றும் வியந்து பேசப்பட்டார். ‘வீரமாமுனிவர்’, ‘தைரிய நாத சாமி’ என்ற பட்டப்பெயர்களாலும் இவர் அழைக்கப்பட்டார். தமிழ் இலக்கிய, இலக்கண நூல்களைக் கற்றார்.

தமிழகம் வந்த பின்னர் முற்றிலும் காய்கறி உணவு வகைகளை உட்கொள்ளும் பழக்கத்தைக் கடைபிடிக்கத் தொடங்கினார். தனக்கு இரண்டு உதவியாளர்களை நியமித்துக்கொண்டார். தமிழகத்தில் இருந்த காலங்களில் ஒரு சன்னியாசியின் உடையைப் போல காவி நிறத்தில் ஆடையணியத் தொடங்கினார். வெல்வெட் துணியினால் ஆன தொப்பி ஒன்றை எப்போதும் அணிந்திருந்தார். தரையில் அமரும் முன் அவரது உதவியாளர்கள் புலித்தோல் விரிப்பை விரித்த பின்னரே அதன் மேல் அமர்வதை வழக்கமாகக் கொண்டார். வெளியில் செல்லும்போது ஒரு கமண்டலத்தில் நீரும் காலில் முனிவர்கள் அணிவது போன்ற காலணியும் அணிந்து செல்வதை வழக்கமாக்கிக்கொண்டார்.

அமர்ந்திருக்கும்போது இவரது உதவியாளர்கள் மயிலிறகை வைத்து சாமரம் வீச வேண்டும் எனப் பழக்கியிருந்தார்.

இவரது மறை பரப்பும் பணியின்போது அமைத்த முதல் தேவாலயம் அரியலூரில் கோனாங்குப்பம் என்ற பகுதியில் அமைந்தது. இந்தப் பணி முடிந்த பின்னர் சென்னை மயிலாப்பூருக்குச் சென்று அங்குள்ள சாந்தோம் தேவாலயத்தில் மணிலாவிலிருந்து தருவித்த அன்னை புனிதமேரியின் சிலை ஒன்றைப் பிரதிஷ்டை செய்தார். தமிழகத்தின் ஏனைய பகுதிகளிலும் இவர் ஏற்படுத்திய தேவாலயங்கள் உள்ளன.

வீரமாமுனிவர் எழுதிய தமிழ் நூல்கள் அவர் காலத்தில் அச்சிடப்பட்டவை சில. பெரும்பாலானவை அவர் காலத்திற்குப் பிறகே அச்சில் வெளிவந்தன. அவற்றின் பட்டியல்[15]:

1. தேம்பாவனி – 1726ஆம் ஆண்டு எழுதப்பட்ட நூல். 3,615 வரிகள், 30 பகுதிகளாக வகுக்கப்பட்டுள்ளது. செய்யுள் நடையில் அமைந்த நூல். பைபிளின் பழைய ஏற்பாடு, புதிய ஏற்பாடு ஆகியவற்றிலிருந்து எடுக்கப்பட்ட கருத்துகள், சமய விளக்கங்கள் ஆகியன இந்த நூலில் இடம்பெறுகின்றன.

2. திருச்சாவலூர் கலம்பகம் – திருச்சாவலூரில் ஒரு தேவாலயம் எழுப்பி இச்செய்யுள் வடிவிலான நூலையும் இயற்றினார்.

3. அடைக்கல மாலை – திருச்சாவலூர் தேவாலயத்தின் அன்னை மேரிக்காக இயற்றப்பட்ட நூல்.

4. கலிவெண்பா – திருச்சாவலூர் தேவாலயத்தின் அன்னை மேரிக்காக இயற்றப்பட்ட நூல்.

5. அன்னை அழுங்கல் அந்தாதி – 100 வரிகளைக் கொண்டு அந்தாதி வடிவில் எழுதப்பட்ட நூல்.

6. கிட்டேரி அம்மாள் அம்மானை – 1100 செய்யுட்கள் கொண்ட நூல்

7. வேதியர் ஒழுக்கம் – 20 அத்தியாயங்களாகப் பிரிக்கப்பட்ட நூல். மறையாசிரியர்கள் கடைபிடிக்க வேண்டிய ஒழுக்க நெறிகளை விவரிக்கும் நூல். செய்யுள் நடையில் அமைந்த நூல்.

8. வேத விளக்கம் –செய்யுள் நடையில் அமைந்த சமய தத்துவ விளக்கநூல். மதுரை இயேசு சபை, லூதரன் ப்ரோட்டஸ்டண்ட்

15. A.Muttusami Pillei, Bried Sketch of the Life and Writings of Father C.J.Beschi or Vira-Mamuni – Translated from the original Tamil, Madras

சபையினரின் தத்துவ விளக்கங்களுக்கு எதிர்வினையாற்றும் வகையில் ரெவரண்ட் பெஸ்கியை ஒரு தமிழ் நூல் எழுதக் கூறினர். இது லூதரன் அமைப்புகளின் போட்டியைச் சமாளிக்க உதவும் கையேடாக இருக்க வேண்டும் என்பது மதுரை சபையின் எதிர்பார்ப்பாக இருந்தது. இது 1728ஆம் ஆண்டு வெளியிடப்பட்டது. இந்த நூலுக்கு எதிர்குரலாக தரங்கம்பாடி லூதரேனிய திருச்சபை 'திருச்சபை பேதகம்' என்ற நூலைத் தமிழில் எழுதி, அதைப் போர்த்துக்கீசிய மொழியிலும் மொழிபெயர்த்து வெளியிட்டது. இந்த நூல் பெஸ்கிக்கும் அனுப்பிவைக்கப்பட்டது. பெஸ்கி இதனால் மிகுந்த கோபம் அடைந்ததாகவும், இதற்கு கண்டனமாகப் 'பேதகமறுத்தல்' என்ற நூலை எழுதியதாகவும், அதோடு 'லூதரின் பொய்கள்' என்று விவரித்து 'லூதரினியல்பு' என்ற நூலை வெளியிட்டதாகவும் அறிகிறோம். இதன் பின்னர் இரண்டு மறை பரப்பும் அமைப்புகளிடையேயும் சர்ச்சைகள் அடங்கியதாகவும் அறிகிறோம்[16].

9. பேதகமறுத்தல் – தரங்கம்பாடி லூதரன் பாதிரிமார்களுக்கு எழுதப்பட்ட பதில். 13 பக்கங்களைக் கொண்ட நூல்.

10. ஞான உணர்த்தல் – செய்யுள் நடையில் அமைந்த சமய விளக்கம்.

11. திருச்சபை காணிடம் – சோதிடம் பற்றிய வழிகாட்டி நூல். செய்யுள், உரைநடை ஆகிய இரண்டு வடிவிலும் இயற்றப் பட்ட நூல்.

12. கொடுந்தமிழ் லத்தீன் – தமிழ் இலக்கணம் – தமிழ் பேச்சுமொழிக் கான இலக்கண விளக்கம். 1738ஆம் ஆண்டு தரங்கம்பாடி லூதரன் திருச்சபை அச்சுக்கூடத்தில் அச்சிடப்பட்டது.

13. செந்தமிழ் இலக்கணம் – 1730ஆம் ஆண்டு வெளிவந்த இலக்கண நூல்.

14. *Clavis Humaniorum Tamulica Idiomatis* – ஐந்து பாகங்களைக் கொண்டது.

15. வாமன் கதை – தமிழில் உரைநடையில் எழுதப்பட்ட கதை. லத்தீன் மொழிபெயர்ப்பும் இணைத்து இயற்றப்பட்ட நூல்.

16. பரமார்த்த குரு கதை – சிறுகதைகள் அடங்கிய நூல். 1822ம் ஆண்டு ஆங்கிலத்தில் மொழிபெயர்க்கப்பட்டது.

---

16. Stuart Blackburn, Print, Folklore, and Nationalism in Colonial South India, Delhi (2003), பக் 52

17. தமிழ் – பிரெஞ்சு அகராதி

18. போர்த்துக்கீஸ் – லத்தீன் – தமிழ் அகராதி

19. தமிழ் – லத்தீன் அகராதி

20. *Antalogium Tamulica* – தமிழ் படைப்புகள் சிலவற்றின் தொகுப்பு

21. திருக்குறளின் அறத்துப்பால், பொருட்பால் லத்தீன் மொழி பெயர்ப்பு (1730)

22. தொன்னூல் விளக்கம் – தொல்காப்பியம், நன்னூல் ஆகிய இலக்கண நூல்களின் கருத்துகளை விளக்கும் வகையில் அமைந்த நூல். செய்யுளும் விளக்கமும் என்ற வகையில் அமைந்தது. (பெஸ்கியின் மறைவிற்குப் பின்னர் வெளியிடப் பட்டது 1830) இதை பெஸ்கி தமிழில் எழுதி பின்னர் லத்தீன் மொழிக்கும் மொழிபெயர்த்தார். இந்த மொழிபெயர்ப்பு நூல் *Clavis Humanorium* என்ற பெயரில் 1876ஆம் ஆண்டு வெளியிடப்பட்டது.

23. சதுர் அகராதி (1732) – பெயர், பொருள், தொகை, தொடை இலக்கணங்களை விளக்கும் செந்தமிழ் இலக்கண வகையிலான நூல். இந்த நூல் செயிண்ட் ஜோர்ஜ் கல்லூரி பதிப்பகத்தில் (*College of Fort St.George College Press*) 1824ஆம் ஆண்டு அச்சிட்டு வெளியிடப்பட்டது.

திருச்சியில் பெஸ்கி தங்கியிருந்து இயேசு திருச்சபை நடவடிக்கைகளை மேற்கொண்டிருந்தபோது அப்பகுதியை முஸ்லிம் மன்னன் சந்தா சாகீப் ஆண்டுவந்தார். தனது அவையில் பெஸ்கிக்கு உயரிய சமூக அந்தஸ்தை சந்தா சாகீப் வழங்கி யிருந்தார். மன்னரின் நட்பும் பாதுகாப்பும் பெஸ்கிக்குத் தனது இயேசு திருச்சபை நடவடிக்கைகளைத் தொடர்வதிலும் தமிழ் ஆய்வுகள் செய்வதிலும் பெரும் பலமாகவும் துணையாகவும் அமைந்தன. தஞ்சாவூரில் இருந்த காலத்தில் சந்தா சாகீப்பிற்கு எதிராக மராட்டிய மன்னர்களின் படைகள் தாக்கின. பெஸ்கி அங்கிருந்து தப்பித்து தனது இறுதிகாலத்தில் தென் தமிழகத்தின் ராமநாதபுரம், தூத்துக்குடி, கேரளா ஆகிய பகுதிகளுக்குச் சென்றதாகவும், பின்னர் 1747ஆம் ஆண்டு அங்கு காலமானதாகவும் அறிய முடிகிறது[17].

---

17. Stuart Blackburn, Print, Folklore, and Nationalism in Colonial South India, Delhi (2003) page 47

முத்துசாமிப்பிள்ளையின் நூல் பெஸ்கியின் இறுதிகாலத்தைப் பற்றிய வேறு வகையான தகவல்களைத் தருகிறது. வீரமாமுனிவர் தஞ்சாவூரில் 1738 வரை இருந்து பின்னர் திருச்சியில் 1740ஆம் ஆண்டு வரை தங்கியிருந்தார் என்றும், அங்கு போர்ச் சூழல் எழவே திருச்சியிலிருந்து மணப்பாறைக்குத் தனது இருப்பிடத்தை மாற்றிக்கொண்டார் என்றும், பின்னர் உடல் நிலை மோசமாகவே, 1742ஆம் ஆண்டு உடல்நலக் குறைவு ஏற்பட்டு மணப்பாறையில் இறைவனடி சேர்ந்தார் என்றும், முத்துசாமிப்பிள்ளை வீரமாமுனிவரின் வாழ்க்கைக் குறிப்பில் குறிப்பிடுகிறார்[18]. இது ஆராய்ச்சிக்குரியதே. ஆயினும் ரெவரன் பெஸ்கியைப் பற்றிய பெரும்பாலான குறிப்புகள் அவர் 1747ஆம் ஆண்டு கேரளாவில் மறைந்தார் என்றே குறிப்பிடுகின்றன என்பது குறிப்பிடத்தக்கது.

---

18. A.Muttusami Pillei, Bried Sketch of the Life and Writings of Father C.J.Beschi or Vira-Mamuni – Translated from the original Tamil, Madras

அட்டவணை 1 : தரங்கம்பாடி அச்சுக்கூடத்தில் அச்சிட்டு வெளியிடப்பட்ட தமிழ் நூல்களின் பட்டியல் (ஆங்கிலத்தில்)

சீகன்பால் ரெவரண்ட் லூாவிஸுக்கு *(Rev.Mr.Geo. Lewis)* லத்தீன் மொழியில் எழுதி அனுப்பிய முதல் கடிதத்தின் தொடர்ச்சியாக போர்த்துக்கீசிய மொழியில் தாம் எழுதிய கடிதத்தை *7.4.1713*ஆம் ஆண்டு அனுப்புகிறார். இங்கிலாந்தின் லண்டன் நகரில் ஜே.டவ்னிங் *(J.Downing)* என்பவரால் பார்த்தலோமியோ க்ளோஸ் *(Bartholomew-Close)* என்ற அச்சகத்தில் இக்கடிதம் அச்சடிக்கப்பட்டு விற்பனைக்கு வைக்கப்பட்டது. இந்த மொழிபெயர்ப்பு நூலில் இவர் அனுப்பிய கடிதத்தில் தாமும் தமது ப்ரோட்டஸ்டண்ட் மதகுருமார்கள் குழுவும் *32* தமிழ் நூல்களை எழுதியும் மொழிபெயர்த்தும் (லத்தீன் மற்றும் போர்த்துக்கீசிய மொழிகளிலான நூல்களிலிருந்து) முடித்தனர் என்றும் சீகன்பால்க் குறிப்பிடுகிறார். அந்தத் தமிழ் நூல்களின் பட்டியல் அக்கடிதத்தில் ஆங்கிலத்தில் வழங்கப்பட்டுள்ளன.

1. The New Testament
2. A System of Divinity
3. An Abridgement of Divinity
4. The History of the Old Testament
5. The Gospels and Epistles appointed for Sundays and Holidays
6. Luther's Catechism
7. Christian Morals
8. Six and Twenty Sermons upon the Articles of Faith
9. Eleven Sermons upon divers Subjects
10. Fourteen Sermons upon Points of Divinity
11. The History of Christ
12. The Method (or Way) of Salvation
13. A Description of the four Principel Religions in the World
14. Ecclesiastical History in Questions and Answers
15. A Circular Letter to the Malabars

16. Several Letters to the Malabars
17. Letters out of Europe to the Christians of our Church
18. A Letter from Madras to the Members of our Church
19. The Rites of the Danish Church
20. The Book of Hymns, set to European Tunes
21. The same set to Malabaric Music
22. Christian Prayers
23. Short Questions concerning the whole Christian Doctrine
24. The catechism
25. A Dictionary written in Paper
26. A Dictionary on Leaves; in which under primitive word, the Derivatives are written
27. A Poetical Dictionary
28. A Book of Malabar Arithmetick
29. A Spelling-Book
30. An A, B, C, with the variations
31. Christian Rules of Life
32. A Malabarick-Grammar

அட்டவணை 2 – நூல்களின் முகப்புப் படங்கள்

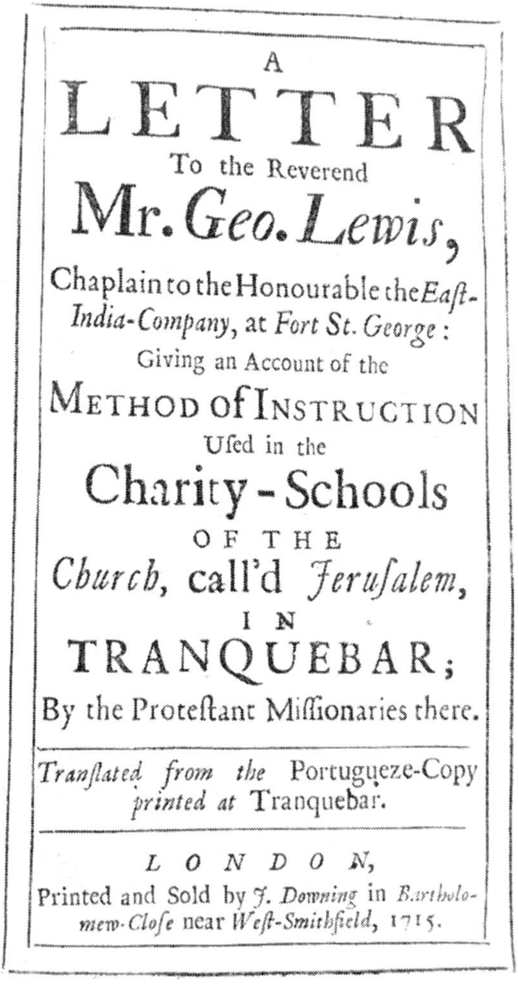

```
A
LETTER
To the Reverend
Mr. Geo. Lewis,
Chaplain to the Honourable the East-
India-Company, at Fort St. George:
Giving an Account of the
METHOD OF INSTRUCTION
Used in the
Charity - Schools
OF THE
Church, call'd Jerusalem,
IN
TRANQUEBAR;
By the Protestant Missionaries there.

Translated from the Portugueze-Copy
printed at Tranquebar.

LONDON,
Printed and Sold by J. Downing in Bartholo-
mew-Close near West-Smithfield, 1715.
```

தரங்கம்பாடியில் பாதிரியார் சீகன்பால்க் 1712ஆம் ஆண்டில் உருவாக்கிய அச்சகத்தில் அச்சிட்டு வெளியிடப்பட்ட ஒரு நூல் இது. தரங்கம்பாடி இலவச கிறித்துவப் பள்ளிக்கூடத்தின் பாடத்திட்டங்களையும் அப்பள்ளிகள் நடத்தப்பட்ட முறைகளையும் இந்தக் கடித நூல் விளக்குகிறது.

GRAMMATICA DAMULICA,

Quæ per varia paradigmata, regulas & necessarium vocabulorum apparatum,

VIAM BREVISSIMAM
monstrat,

Qua
LINGUA DAMULICA
Seu MALABARICA, quæ inter Indos Orientales in usu est, & hucusque in Europa incognita fuit, facile disci possit:

in
Usum eorum
Qui hoc tempore gentes illas ab idololatria ad cultum veri Dei, salutemque æternam Evangelio Christi perducere cupiunt:

In itinere Europæo, seu in nave Danica, concinnata

a
BARTHOLOMÆO ZIEGENBALG,
Serenissimi Regis Daniæ Missionario inter Indos Orientales, & ecclesiæ ex Indis collectæ Præposito.

HALÆ SAXONUM
Litteris & impensis Orphanotrophei M D CC XVI.

சீகன்பால்கின் தமிழ் இலக்கணம் (Ziegenbalgs Grammatica Damulica)

Genealogie

DER

MALABARISHEN GOTTER.

AUS EIGENEN SCHRIFTEN UND BRIEFEN DER HEIDEN
ZUSAMMENGETRAGEN UND VERFASST
VON

BARTHOLOMAEUS ZIEGENBALG,

weil. Propst an der Jerusalems- Kirche zu Trankebar.

ERSTER, UNGEÄNDERTER, NOTHDÜRFTIG ERWEITERTER ABDRUCK
BESORGT DURCH

Dr. Wilhelm Germann
VERB. DIV. MIN.

IN COMMISSION BEI

J. HIGGINBOTHAM, MADRAS. A. DEICHERT, ERLANGEN.

Selbstverlag des Herausgebers.
CHRISTIAN KNOWLEDGE SOCIETY'S PRESSE, MADRAS.
1867.

பார்த்தலோமஸ் சீகன்பால்கின் மலபார் (தமிழ்) கடவுளர்கள்
என்ற நூலின் முகப்புப் பகுதி.

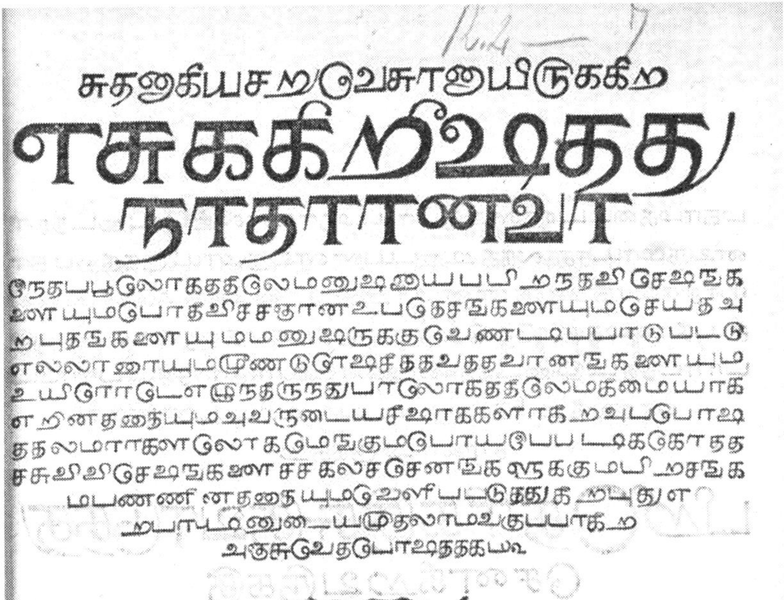

சீகன்பால்க் மொழிபெயர்த்து அச்சிட்டு வெளியிட்ட பைபிளின் முதல் தமிழ் மொழிபெயர்ப்பு நூல். தரங்கம்பாடி அச்சுக்கூடத்தில் அச்சிட்டு வெளியிடப்பட்டது (1714)

Des

Tiruwalluwer

Gedichte und Denksprüche.

Aus

der Tamulischen Sprache

übersezt

von

August Friedrich Cämmerer,

der Weltweisheit Doctor

und

Königl. Dän. Mißionar in Trankenbar.

Nürnberg,

im Verlag der Raw'schen Buchhandlung,

1803.

ஆகஸ்ட் ப்ரெடெரிக் காமரெர் ஜெர்மானிய மொழியில் வெளியிட்ட திருக்குறள் மொழிபெயர்ப்பு. 1803ஆம் ஆண்டு ஜெர்மனியின் நூரன்பெர்க் நகரில் அச்சிட்டு வெளியிடப்பட்டது.

Num. 154.
ALLGEMEINE LITERATUR-ZEITUNG

Montags, den 29. Junius 1807.

ORIENTALISCHE LITERATUR.

NÜRNBERG, b. Raw: *Des Tiruwalluwer Gedichte und Denksprüche.* Aus der Tamulischen Sprache überfetzt von *Aug. Friedr. Cämmerer*, d. Weltw. Doctor und kön. dän. Miffionar in Traukenbar. 1803. 192 S. 8. (12 gr.)

Das Verdienft der von Halle nach Indien gegangenen Miffionarien, ihre Nebenftunden zu Bekanntmachung der dortigen Gelehrfamkeit anzuwenden, ift von Anfang herein gröfser, als es insgemein anerkannt wird. *Ziegenbalg, Walter* und *B. Schulz* haben fchon in den ältern gedruckten Berichten wie noch bereit liegenden Handfchriften manche fchöne Nachrichten gegeben, und manches alte Vorurtheil berichtigt; aber fie wurden zu wenig benetzt, und öfters wurde nachher, bey *Dow, Sonnerat* und *Jones* als neue Aufklärung, angepriefen, was jene längft vorher auch, und wohl noch beffer und genauer, gefagt hatten. Da fich alfo jetzt nächft Hn. *John* auch Hr. C. als würdiger Nachfolger an jene nur zu fehr ver...

fetzten. So fchwamm es in einer andern Gegend ans Land, und ward von einem kinderlofen Braminen erzogen. Der junge Perdli war indeffen erwachfen, ging als heiliger Philofoph auf Reifen, ward in dem Haufe jenes Braminen wohl aufgenommen, und mit der vermeinten Tochter verheirathet. Er erkannte fie aber nach mehrern Jahren einer glücklichen Ehe an einem Mahlzeichen für das ausgefetzte Kind, und verliefs fie. Der Pflegevater glaubte, fie müfste durch eine Beleidigung Urfach gegeben haben, und befahl ihr, ihm zu folgen, um ihn zu verföhnen und zurück zu bringen, oder bey ihm zu bleiben. Sie fand ihn auch unterweges, und that alles Mög... gebens, er blieb unerbittlich, und na... gen, da fie feft fchlief, ging er wied... von. Sie getrauete fich nun nicht wie... wieder als Kind aufgenommen. Na... erbte fie auch mit den leiblichen Kind... fie ein Ruhehaus für Pilgrimme bauete lich mit Milch und Früchten bewirth... der Erzählung ihrer Schickfale unterh...

துணை நூல் பட்டியல்

1. ஆ. சிவசுப்பிரமணியன், தமிழக வரலாற்றில் தரங்கம்பாடி, 2015
2. ஆ. சிவசுப்பிரமணியன், தமிழ்க் கிறித்துவம், 2014
3. மோ. நேவிஸ் விக்டோரியா, முத்துக்குளித்துறை பரதவர்கள், 2007
4. மோ. நேவிஸ் விக்டோரியா, தம்பிரான் வணக்கம் – தமிழ் மொழியின் முதல் அச்சுப் புத்தகம், 2011
5. தமிழ்நாட்டின், தமிழ் மொழியின் முதல் அச்சுப் புத்தகம், 2001
6. Arno Lehmann, Es began in Tranquebar, Die Geschichte der ersten evangelischen Kirche in Indien, Berlin, (1956)
7. Arno Lehmann, Hallesche Mediziner und medizinen am Anfang deutsch- indischer Beziehungen, in : Wissenschaftliche Zeitschrift der Univ. Halle. Jg. V. Heft 2. Halle/S., Dez., 1955
8. A.Muttusami Pillei, Brief Sketch of the Life and Writings of Father C.J.Beschi or Vira-Mamuni -Translated from the original Tamil (Madras)
9. A Letter to the Reverend Mr.Geo. Lewis, Chaplain to the Honourable the East India-Company, at Fort St.George: Giving an Account of the method of Instruction used in the Charity-Schools of the Church, call'd Jerusalem, in Tranquebar; By the Protestant Missionaries there. Translated from the Portugueze-Copy printed at Tranquebar.

10. Arno Lehmann, Ein deutscher Dravidologe
11. Bartholomaus Ziegenbalg, Grammatica Damulica
12. Bartholomaeus Ziegenbalg, Genealogie der Malabarischen GÖter, Christian Knowledge Press, Madrass, (1867).
13. Bartholomaeus Ziegenbalg,: Herrn Bartholomaeus Ziegenbalgs / Ausfuehrlicher Bericht (1710)
14. Benjamin Schultze, 1st dialogue.
15. Benjamin Schultze, 3rd Dialogue
16. Benjamin Schultze, 20th Dialogue
17. Benjamin Schultze, 26th Dialogue
18. Benjamin Schultze, 29th Dialogue
19. Bishop Caldwell, 'History of Tinnevely', Asian Educational Services, New Delhi. (1982)
20. C.S.Mohanavelu, German Tamilology - German contributions to Tamil language, literature and culture during the period 1706-1945. (Chennai 1993)
21. C.T.E. Rheinus, A grammar of the Tamil Language with and Appendix, Madras, (1896)
22. Daniel Jeyaraj, Bartholomäs Ziegenbalg, the Father of Modern Protestant Mission: An Indian Assessment (Chennai 2006)
23. Early Roman-Catholic Missions to India, with sketches of Jesuitism, Hindu Philosophy and The Christianity of the Ancient Indo-Syrian Church of malabar. An Historical Essay by James F.B. Tinling, B.A.
24. Graul Karl, Der Kural des Tiruvalluver, Ein Gnomisches Gedicht ☐er die Drei strebeziele des Menschen, Doeffling & Franke, Leipzig, Germany), 1856 P.XVII
25. Graul Karl, Reise nach Ostindien euber palastina und Egypten von Juli 1849 bis April 1853, Erster Theil, Leipzig, (1854)
26. Halle Reports, Vol.I pp. 286/287
27. History of the Tranqubar Mission, J.Ferd. Fenger (Tranquebar 1863)
28. Holocomb Helen, H., Men of Might in India, new York, 1901

29. J.Thomas Philipps, Thirtyfour Conferences between the Danish Missionaries and the malabarian Bramans, in the east Indies, London, (1719)
30. Joseph G.Muthuraj, We Began at Tranquebar - Volume 1, SPCK, the Danish-Halle Mission and Anglican Episcopacy in India (1706-1843), (Delhi 2010)
31. Joseph G.Muthuraj, We Began at Tranquebar -Volume 2, The Origin and Development of Anglican-CSI Episcopacy in India (1813-1947), (Delhi 2010)
32. http://scholiast.org/history/tra-narr.html (The complete text of the charter may be found (in Danish) in FELDBÆK, OLE: Danske Handelskompagnier 1616-1843. Oktrojer og interne ledelsesregler. Copenhagen 1986)
33. http://www.biography.com/people/martin-luther-9389283
34. http://www.encyclopedia.com/people/philosophy-and-religion/protestant-christianity-biographies/martin-luther
35. Kaivaljanavanita, a Vedanta Poem, The Tamil Text with a Translation, A Glossary and Grammatical Notes, (London 1855)
36. Kay Larsen: Kroniker fra Trankebar (Copenhagen 1918)
37. Kay Larsen: Dansk-Ostindische Personalia og Data. (Copenhagen 1912)
38. Letters Exchanges, Call No, IC 53: 96, Franken Archives, Halle
39. Life of Ziegenbalg, pg.24/25